MIAKA HAMSINI YA KISWAHILI NCHINI KENYA

MIAKA HAMSINI YA KISWAHILI NCHINI KENYA

WAHARIRI: Inyani Simala • Leonard Chacha • Miriam Osore

COMMUNICATIONS
"*Working Towards a Better World*"

Kimechapishwa na:

Twaweza Communications
Jumba la Twaweza, Barabara ya Parklands
Mpesi Lane
S.L.P. 66872 - 00800
Nairobi, Kenya
Simu: +(254) 020 269 4409; 0729 427740
Barua pepe: info@twawezacommunications.org
Wavuti: www.twawezacommunications.org

© Haki ya kunakili ni ya Twaweza Communications na CHAKITA-Kenya

Chapa ya kwanza 2014

Haki zote zimehifadhiwa. Hairuhusiwi kuiga, kunakili, kupiga chapa, kutafsiri bila idhini ya Twaweza Communications na CHAKITA-Kenya.

ISBN 978 9966 028 48 8

Kimeruwazwa na Catherine Bosire
Jalada limesanifiwa na Kolbe Press

Kimepigwa chapa na Franciscan Kolbe Press
S.L.P. 468-00217 Limuru, Kenya
Baruapepe: press@ofmconvkenya.org

YALIYOMO

DIBAJI vii
SHUKRANI ix
WAANDISHI WA MAKALA x
UTANGULIZI xiii
SHAIRI xxii

SEHEMU 1: MIAKA HAMSINI YA LUGHA NCHINI KENYA
Miaka Hamsini ya Ujenzi wa Taswira ya Mwanamke katika
Ushairi wa Kiswahili Nchini Kenya 3
Clara Momanyi

Miaka Hamsini ya Fasihi ya Watoto katika Kiswahili
Nchini Kenya: Maendeleo na Changamoto 16
Pamela Y.M. Ngugi

Kwa Miaka Hamsini Sheng Imekitunza Kiswahili au Imekiua? 34
Peter Githinji

SEHEMU 2: UFUNDISHAJI NA UJIFUNZAJI WA KISWAHILI
Ufundishaji wa Kiswahili Ughaibuni: Maendeleo na Changamoto 53
Kiarie Njogu

Ufundishaji wa Kiswahili Sekondari: Nafasi na Changamoto za
Vitabu vya Kiada 71
Ombito Elizabeth Khalili na Mamai Margaret Nasambu

Ufundishaji wa Kiswahili katika Nchi za Kigeni: Mfano wa
Chuo Kikuu cha Syracuse 80
Miriam Osore na Brenda Midika

Changamoto za Kujifunza Kirai Nomino cha Kiswahili Miongoni
mwa Wanafunzi: Mchango wa Vitabu vya Kozi Vilivyoidhinishwa ... 93
Leah Mwangi, Leonard Chacha Mwita na Jacktone O. Onyango

SEHEMU 3: KISWAHILI KAMA NYENZO YA MAENDELEO YA UCHUMI WA TAIFA

Kiswahili kama Lugha ya Mawasiliano katika Shughuli za Benki: Changamoto za Tafsiri 107
Jacktone O. Onyango

Nafasi ya Kiswahili katika Utekelezaji wa Rajua 2030: Tathmini ya Kipindi cha Awali 2008 – 2012 113
Sheila Ali Ryanga

SEHEMU 4: KISWAHILI, UWIANO WA KITAIFA NA UTANGAMANO

Dhima ya Methali za Kiswahili katika Kuelimisha Jamii Kuhusu Uwiano na Utangamano wa Kitaifa 133
Joseph Nyehita Maitaria

Miziki ya Kiswahili kama Chombo cha Kuhimiza Uwajibikaji katika Jamii: Nyimbo za Mbaraka Mwaruka Mwinshehe 151
Henry Indindi

Methali za Kiswahili kama Chombo cha Kusuluhisha Migogoro ya Kijamii 163
Joseph Nyehita Maitaria

SEHEMU 5: UTAFITI WA KISWAHILI: LUGHA NA FASIHI

Najivunia Kuwa Mkenya: Utosarufi, Mtindo au Mabadiliko ya Lugha? 179
Leonard Chacha Mwita

Je, Sheng ni Lahaja ya Kiswahili? Nadharia ya Utambulisho wa Maana 188
Ayub Mukhwana

Tathmini ya Tafsiri ya Pendekezo la Katiba ya Kenya 2010 201
Grace Wanja na Miriam Osore

Tafsiri ya Majina ya Pekee – Uchunguzi Kifani wa Majina ya Nchi 220
Leonard Chacha Mwita

Lugha –Ishara Nchini Kenya: Katiba na Mustakabali Wake Kisera 242
Inyani K. Simala

UHAKIKI WA KITABU

Siri Sirini: Mshairi na Mfungwa. Kitabu cha 1 261
Ombito Elizabeth Khalili

DIBAJI

Tangu taifa la Kenya kupata uhuru mnamo Disemba 12, 1963 kumekuwa na hatua nyingi zilizopigwa ili kuimarisha Kiswahili kama lugha ya utambulisho wa utaifa na kujenga hisia za uzalendo. Baadhi ya hatua hizo zinaonekana katika mfumo wa elimu ambapo Kiswahili hufundishwa na kutanihiwa shuleni na vyuoni. Kiswahili pia hutumiwa bungeni na katika biashara mbalimbali. Umilisi wa lugha hii miongoni mwa umma unatia moyo. Watu wengi wa makamo huongea Kiswahili kwa ufasaha kuliko ilivyokuwa siku za nyuma na mielekeo hasi kuhusu lugha yetu ya taifa inaendelea kupungua. Jambo la kutia moyo zaidi ni kwamba hivi majuzi, Katiba ya Kenya katika Ibara ya Saba imeipa lugha hii hadhi kubwa kama lugha ya taifa na rasmi. Hadhi hii inatoa fursa kwa umma kupata hudumu kupitia lugha ya taifa. Lakini inabidi sasa pawekwe mikakati madhubuti ya kutekeleza agizo hili la kikatiba. Watetezi wa Kiswahili, kwa ushirika na Wizara ya Michezo, Utamaduni na Sanaa, wako mbioni kuhamasisha umma kuhusu umuhimu wa Sera ya Lugha za Kenya. Uti wa sera hiyo ni fursa iliyopewa Kiswahili. Tunatumaini kwamba Wizara itakamilisha Sera ya Lugha na kuhimiza bunge ipitishe Sheria ya utekelezaji wa sera hiyo. Tungetaka kuona lugha ya Kiswahili ikitumika serikalini, bungeni, mahakamani na katika shughuli za kijamii. Hii ndiyo lugha inayoweza kujenga uwiano na utangamano wa kitaifa.

Ni kutokana na hisia hizi ambapo Chama cha Kiswahili cha Taifa (Kenya) kwa ushirika na Idara ya Kiswahili, Chuo Kikuu cha Kikatoliki cha Afrika Mashariki, walijumuika kwa furaha katika Kongamano la kuadhimisha miaka 50 ya Kiswahili Nchini Kenya. Katika Kongamano hilo, tulifikia maamuzi yaliyoonyesha namna tunavyoweza kuimarisha Kiswahili nchini Kenya na katika ukanda wa Afrika Mashariki. Penye nia pana njia. Tuna nia ya kuifanya lugha ya Kiswahili nyenzo ya maendeleo katika ukanda huu. Uundaji wa Kamisheni ya Kiswahili ya Afrika Mashariki uliidhinishwa na Baraza la Mawaziri mnamo 2007. Hata hivyo baadhi ya mataifa yalichelewa kutia saini itifaki ya Kamisheni. Jamhuri ya Tanzania ilitia saini mnamo Julai 19, 2010, Jamhuri ya Uganda mnamo Septemba 12, 2013 na Jamhuri ya

Burundi ziliafiki itifaki zote zilizokuwa zimetiwa saini. Kamisheni itakuwa na kikao chake Zanzibar na tunatarajia kwamba itaanza kufanya kazi mnamo Julai 2014.

Kitabu hiki ni mkusanyiko wa baadhi ya makala zilizowasilishwa katika kongamano la 2013. Wahariri wamejitahidi kuzipanga mada hizo ili kuendeleza mada za msingi zilizojadiliwa. Sina shaka kwamba kitabu hiki kitatoa ndaro kwa masuala mbalimbali na ufumbuzi wake.

Prof. Kimani Njogu, Ph.D.
Mwenyekiti
Chama cha Kiswahili cha Taifa (CHAKITA) – Kenya
Februari, 2014

SHUKRANI

Kitabu hiki ni zao la makala zilizowasilishwa katika Kongamano la Kimataifa la Kiswahili – CHAKITA lililofanyika katika Chuo Kikuu cha Kikatoliki cha Afrika Mashariki Agosti 21 – 23, 2013. Upeo mkubwa wa ufanisi wa kongamano hilo, ikiwa ni pamoja na kuchapishwa kwa kitabu hiki, ulitokana na msaada kutoka kwa mashirika mbalimbali kama Longhorn Publishers, Goethe Institute, Catholic University of Eastern Africa, Nation Media Group, Oxford University Press, Twaweza communications na Jomo Kenyatta Foundation. Mbali na mashirika hayo, wanachama wa kamati andalizi, Kamati kuu ya CHAKITA na washiriki wote wa kongamano hilo wanahitaji kutolewa shukrani kwa juhudi zao na pia mchango wao wa hali na mali.

WAANDISHI WA MAKALA

Githinji, Peter: Profesa Mshirikishi wa Lugha za Kiafrika na Mkuu wa Idara ya Kiswahili katika Chuo Kikuu cha Ohio, Marekani.

Maitaria, Joseph N.: Mhadhiri katika Idara ya Kiswahili na Lugha za Kiafrika katika Chuo Kikuu cha Kenyatta.

Mamai, Margaret N.: Mwalimu mkuu wa Shule ya Wasichana ya Lugulu, Bungoma. Ana shahada ya Uzamili katika Taaluma ya Elimu ya Kiswahili kutoka Chuo Kikuu cha Sayansi na Teknolojia cha Masinde Muliro.

Midika, Brenda: Mwanafunzi wa shahada ya uzamili katika Idara ya Kiswahili na Lugha za Kiafrika katika Chuo Kikuu cha Kenyatta.

Momanyi, Clara: Profesa na Mwenyekiti wa Idara ya Kiswahili katika Chuo Kikuu cha Kikatoliki cha Afrika Mashariki.

Mukhwana, Ayub: Mhadhiri katika Idara ya Isimu na Lugha za Kiafrika katika Chuo Kikuu cha Nairobi.

Mwangi, Leah: Mwalimu katika Shule ya Upili ya Passenga, Kaunti ya Nyandarua. Ana shahada ya uzamili kutoka Chuo Kikuu cha Kenyatta.

Mwita, Leonard C.: Mhadhiri katika Idara ya Kiswahili na Lugha za Kiafrika katika Chuo Kikuu cha Kenyatta.

Osore, Miriam: Mhadhiri Mwandamizi katika Idara ya Kiswahili na Lugha za Kiafrika katika Chuo Kikuu cha Kenyatta.

Ombito, Elizabeth K.: Mwalimu anayesomea shahada ya uzamifu katika Taaluma ya Teknololojia ya Mawasiliano ya Kielimu, Chuo Kikuu cha Moi.

Onyango, Jacktone:	Mhadhiri katika Idara ya Kiswahili na Lugha za Kiafrika katika Chuo Kikuu cha Kenyatta.
Ngugi, Pamela:	Mhadhiri katika Idara ya Kiswahili na Lugha za Kiafrika katika Chuo Kikuu cha Kenyatta.
Njogu, Kiarie:	Profesa na mkuu wa Idara ya Kiswahili katika Chuo Kikuu cha Yale, Marekani.
Ryanga, Sheila A.:	Profesa na Mkurugenzi wa Bewa la Mombasa katika Chuo Kikuu cha Kenya Methodist.
Simala, Inyani K.:	Profesa katika Idara ya Elimu ya Lugha na Fasihi katika Chuo Kikuu cha Sayansi na Teknolojia cha Masinde Muliro.
Wanja, Grace:	Mhadhiri katika Chuo cha Walimu cha Egoji. Ana shahada ya uzamili (Kiswahili) kutoka Chuo Kikuu cha Kenyatta.

UTANGULIZI

Kitabu hiki ni zao la kongamano la kimataifa la Kiswahili – CHAKITA lililofanyika katika Chuo Kikuu cha Kikatoliki cha Afrika Mashariki mnamo Agosti 21 – 23, 2013. Mada kuu ya kongamano ilikuwa *Miaka Hamsini ya Kiswahili Nchini Kenya: Tumejifunza Nini?* Kwenye kongamano hilo, makala zenye mada ndogondogo anuwai zilitolewa. Baadhi ya makala hizo ndizo zimeunda sehemu mbalimbali za kitabu hiki. Kwa jumla, kitabu hiki kina sehemu sita ambazo zinaingiliana na mada ndogo za kongamano hili.

Kwanza, kitabu kinaanza kwa shairi lenye anwani *Tukipende Kiswahili*. Shairi hili lilitungwa na Nuhu Bakari na lilitongolewa wakati wa ufunguzi wa kongamano lenyewe. Shairi hili linawahimiza wanaCHAKITA na Wakenya kwa ujumla kukipenda Kiswahili ili waangamize ukabila ambao umeisakama nchi ya Kenya.

Sehemu ya kwanza inazo makala tatu ambazo zinaangazia miaka hamsini ya lugha ya Kiswahili nchini Kenya. Makala ya kwanza inayozungumzia miaka hamsini ya taswira ya mwanamke katika ushairi wa Kiswahili nchini Kenya imeandikwa na Clara Momanyi. Anaonyesha kuwa baada ya Kenya kujipatia uhuru mnamo mwaka wa 1963, kumekuwa na maendeleo makubwa ya uandishi wa mashairi yanayosawiri hali na miktadha mbalimbali. Taswira ya mwanamke katika tungo hizi imeendelea kubadilika kutegemea mabadiliko ya kiitikadi yanayochochewa na hali halisi za kijamii, kiuchumi, kiutamaduni na hata kisiasa. Matilaba ya makala haya ni kujadili na kutathmini mitazamo na rai za baadhi ya washairi ili kubainisha mchango wao ama katika utetezi au udunishaji wa mwanamke nchini Kenya tangu uhuru. Kutokana na upana wa mada yenyewe, wasilisho limejikita katika uchunguzi wa baadhi tu ya tungo zinazomsawiri mwanamke. Hivyo, ni washairi wachache ambao kazi zao zimerejelewa ili kubaini vichocheo ambavyo huenda vinachangia mabadiliko tuyapatayo katika tungo za wasanii hao. Waaidha, makala yameangazia kwa ufupi mustakabali wa utanzu huu katika dahari hizi, hususan mchango wake katika maendeleo ya mwanamke.

Naye Pamela Ngugi amejaribu kuonyesha kuwa mafanikio yanayobainika sasa katika fasihi ya watoto yanatokana na mifumo mitatu mikuu ya kihistoria; mfumo wa kabla ya uhuru, wakati wa uhuru na baada ya uhuru. Mifumo hii imeathiri maendeleo ya fasihi ya watoto kwa njia mbalimbali. Anaonyesha kuwa lengo la makala hii ni kuichanganua mifumo hii kwa kubainisha jinsi ilivyoathiri maendeleo ya fasihi ya watoto katika Kiswahili nchini Kenya. Makala imejaribu kuonyesha namna kitengo hiki cha fasihi kimepokelewa na jamii kupitia upatikanaji wa vitabu vya kusoma, ufunzaji wake katika viwango mbalimbali vya elimu pamoja na tafiti ambazo zimefanywa katika eneo hili. Mwisho, makala imeangazia changamoto zinazokumba utanzu huu wa fasihi na namna changamoto hizi zinavyoathiri maendeleo yake kwa ujumla.

Makala nyingine katika sehemu hii ya kwanza ni ile iliyoandikwa na Peter Githinji ambaye anatathmini mchango na athari za Sheng' katika kukuza au 'kukiua' Kiswahili. Anasema kuwa kwa muda mrefu, watetezi wa Kiswahili wamekuwa wakilalamika kwamba msimbo wa Sheng ni kikwazo kikubwa katika ukuzaji na uendelezaji wa Kiswahili, hasa katika maeneo ya mijini ambako msimbo huu umetia fora. Katika makala hii, anadai kwamba kusambaa kwa Sheng hakukihatarishi Kiswahili, ila sera zetu na ufundishaji wetu wa Kiswahili ndio wenye kasoro. Pia anajadili jinsi Sheng imechangia katika kuendeleza matumizi ya Kiswahili katika mikatadha ambayo ingetwaliwa na Kiingereza au lugha za kiasili. Anarejelea historia ya chimbuko la msimbo huu iliyoanza wakati nchi ya Kenya ilipokuwa ikijikomboa kutoka kwenye minyororo ya ukoloni, anazungumzia jinsi Sheng ilitumia muundo wa Kiswahili katika ubunifu wake na hivyo kupanua matumizi ya Kiswahili mjini Nairobi wakati baadhi ya viongozi walikuwa wakipigia debe Kiingereza badala ya Kiswahili. Anakubaliana na Chege Githiora kwamba Sheng ni mojawapo ya lahaja chipukizi za Kiswahili na kama vile lahaja kongwe za Kiswahili hurutubisha Kiswahili badala ya kukiua, Sheng imekirutibisha Kiswahili hasa katika ulimwengu wa teknohama na utandawazi. Badala ya kuiona Sheng kama zimwi lililokuja kukiangamiza Kiswahili, anawahimiza walimu na wadau wa Kiswahili wabadilishe mtazamo wao na waelekeze juhudi zao katika kuunda mbinu nzuri za ufundishaji wa Kiswahili sanifu. Anahitimisha kwa kusema kuwa badala ya kuipiga Sheng' vita tunahitaji kuielewa lahaja hii mpya zaidi.

Sehemu ya pili ya kitabu hiki inahusu ufundishaji na ujifunzaji wa lugha ya Kiswahili kama lugha ya pili. Kuna makala nne katika sehemu hii; mbili zikiwa zinazungumzia ufundishaji wa Kiswahili kama lugha ya pili katika nchi za kigeni na zingine mbili zinazungumzia ufundishaji wa Kiswahili katika shule za sekondari nchini Kenya.

Makala ya kwanza katika sehemu hii ni ya Kiarie Njogu na inayo anwani *Ufundishaji wa Kiswahili Ughaibuni: Maendeleo na Changamoto*. Maoni yake ni kuwa wakati tukiadhimisha maendeleo ya Kiswahili katika miaka 50 ya uhuru nchini Kenya, ni muhimu kuchanganua maendeleo hayo nje ya Kenya na ukanda wa Afrika ya Mashariki. Ufundishaji wa Kiswahili nje ya Afrika ya Mashariki umechochewa na mambo mbalimbali kama vile siasa na matukio tofauti ya kihistoria. Mnamo kipindi cha kinyang'anyiro cha kugawa na kutawala Bara la Afrika kimabavu, Wajerumani walianzisha taasisi za kufundisha Kiswahili kwa viongozi walioletwa Tanganyika. Taasisi hizi ziliendelea kutoa mafunzo ya Kiswahili hadi Ujerumani ilipoipoteza Tanganyika baada ya Vita ya Kwanza ya Dunia. Katika mivutano ya Dola Kuu kabla ya kuvunjika kwa Umoja wa Sovieti, lugha ya Kiswahili ilifundishwa kwa wageni kama njia moja ya kupenya na kuufahamu utamaduni wa wasemaji wa lugha hii na kuzuia mataifa hayo machanga kuegemea upande fulani wa siasa. Makala hii imeangazia maendeleo ya ufundishaji wa Kiswahili nje ya Afrika ya Mashariki (na hasa Marekani) katika kipindi cha miaka 50 iliyopita. Changamoto ambazo ufundishaji wa lugha ya Kiswahili katika mataifa ya nje umekumbana nazo kama vile walimu, zana za kufundishia, ufadhili na uhaba wa wanafunzi zimejadiliwa na mwisho kumetolewa mapendekezo ya kukabiliana na changamoto hizo.

Makala ya Ombito Elizabeth na Mamai Margaret imejikita katika ufundishaji wa Kiswahili katika shule za sekondari nchini Kenya ikiwa inazingatia nafasi na changamoto za vitabu vya kiada. Wanasema kuwa ukuaji wa Kiswahili nchini Kenya umechangiwa pakubwa na harakati za kukiingiza rasmi kwenye mitaala ya shule. Imekuwa safari ndefu iliyoshirikisha tume na majopo kadhaa kupendekeza ufaafu wa lugha ya Kiswahili kutunukiwa hadhi ya somo la kitaaluma. Aidha, wanaonyesha kuwa vipindi tofauti vya utawala vimekuwa na michango na mikakati maalum ya ama kukiimarisha Kiswahili au kukidunisha. Sera zimetungwa kuelekeza matumizi ya Kiswahili katika mitaala tangu enzi za ukoloni. Kwa mfano, Tume ya Mackay (1981) ilipendekeza Kiswahili kiwe somo la lazima na lenye kutahiniwa katika shule za msingi na za upili ili kukiwezesha kutekeleza dhima ya lugha ya taifa ya Kenya. Kiswahili kilipata mashiko ya kiusomi yaliyochangia ongezeko la machapisho ya vitabu vya kiada.

Maandalizi ya vitabu vya kiada yalifanywa na Taasisi ya Wakuza Mitaala tangu mwaka 1965 hadi 2002. Shinikizo la soko huru lilichangia kubadilishwa kwa sera na kuiondolea Taasisi ya Wakuza Mitaala jukumu la kuandaa vitabu vya kiada ili jukumu hilo litekelezwe na mashirika ya uchapishaji ya kibinafsi. Ushindani wa maandalizi ya miswada ya vitabu vya kiada ulitarajiwa kuboresha viwango ili kuimarisha utekelezwaji wa mitaala ya elimu. Makala haya yanadahili mchango wa vitabu vya kiada kwa ufundishaji wa Kiswahili katika shule za sekondari nchini Kenya. Msingi wa makala ni utafiti uliofanywa katika Kaunti ya Bungoma, ukielekezwa na nadharia ya Masharti ya Ujifunzaji iliyoasisiwa na Robert Gagn'e mwaka wa 1962. Makala haya yanatathmini uteuzi na matumizi ya vitabu vya kiada kwa ufundishaji wa Kiswahili, pamoja na changamoto zinazoibuka, kwa lengo la kuboresha viwango vya ufundishaji wa Kiswahili nchini Kenya.

Makala yanayofuata yaliandikwa kwa ushirikiano wa Miriam Osore na Brenda Midika yanahusu ufundishaji na ujifunzaji wa lugha ya Kiswahili katika nchi za kigeni. Wanaeleza kuwa mafunzo ya lugha za Kiafrika kule nchini Marekani yalianzishwa miaka ya 1950 kama kipengele muhimu cha sheria ya Taifa *The National Defense Act* ya 1958 ambayo ilianzisha vituo vya mafunzo ya Afrika. Mafunzo haya yalihusisha hasa lugha na fasihi. Kuanzia wakati huo vyuo nchini Marekani vimekuwa vikifunza lugha za Kiafrika ikiwemo lugha ya Kiswahili. Makala haya yanalenga kufafanua ufundishaji wa lugha ya Kiswahili nchini Marekani yakitumia Chuo Kikuu cha Syracuse kama mfano. Yamegusia mbinu za ufundishaji kwa mfano, matumizi ya teknolojia na changamoto ambazo walimu wa Afrika wanakumbana nazo katika kuwafundisha wazungu Kiswahili. Mwisho yamependekeza jinsi ya kuboresha ufundishaji wa Kiswahili kwa wasomaji wasio katika mazingira halisi ya matumizi ya lugha hiyo.

Leah Mwangi, Leonard Chacha na Jacktone Onyango wametafiti kuhusu changamoto za kujifunza kirai nomino cha Kiswahili katika shule za upili nchini Kenya. Wanasema kuwa mafanikio katika ujifunzaji rasmi wa L2 huathiriwa na mambo kama vile: mbinu za kufunzia, vitabu vya kozi anavyotumia mwanafunzi, uwezo na hali ya kisaikolojia ya mwanafunzi. Utafiti huu ulilenga kutathmini mchango wa vitabu vya kozi katika ujifunzaji wa dhana hii ya kisarufi huku ikizingatiwa kuwa tafiti nyingi ambazo zimefanywa kuhusu dhana ya KN cha Kiswahili zilijikita katika kutathmini muundo na nafasi ya KN katika sentensi ya Kiswahili. Ni wazi kuwa vitabu vya kozi wanavyotumia wanafunzi kujifunzia dhana hii vina mchango mkubwa katika ama kuimarisha au kuzorotesha ufahamu wa mwanafunzi wa dhana ya KN. Baadhi ya athari hasi ambazo zilijitokeza kuhusiana na mchango wa vitabu hivi ni pamoja na: kushughulikia miundo michache sana ya KN, baadhi ya waandishi wa vitabu hivi walitoa mifano yenye makosa, huku wengine wakitoa mifano ya sentensi zilizoakisi miundo mbalimbali ya KN bila kumwelekeza mwanafunzi kuhusu ni miundo ipi iliyojitokeza katika sentensi walizotoa. Matatizo mengine ambayo yaliibuka kutokana na matumizi ya vitabu hivi ni: utungaji wa maswali machache na banifu, kutoshughulikia nafasi ya KN katika sentensi ya Kiswahili na kupendekeza njia zisizofaa zitumiwe na walimu kufunzia dhana hii. Utafiti huu ulifanywa kupitia upitiaji wa vitabu vya aina tatu vya kozi pamoja na nakala za wanafunzi waliochaguliwa kutoka shule tatu za upili Wilayani Nyandarua ya Kati ili kupata data iliyotumiwa kutoa mahitimisho ya utafiti huu.

Katika sehemu ya tatu, kuna makala mawili tu. Hii ndiyo sehemu inayokitazama Kiswahili kama nyenzo ya maendeleo ya uchumi wa taifa. Jacktone Onyango anaonyesha namna Kiswahili kinavyoweza kuchangia katika kuendeleza uchumi wa taifa na namna ambavyo kimekuwa lugha inayotumiwa kufanikisha mawasiliano ya kibiashara katika sekta mbalimbali ikiwa ni pamoja na sekta ya huduma za benki. Hata hivyo, wanasema kuwa licha ya Kiswahili kuwa lugha rasmi ya taifa, bado haitumiwi kikamilifu katika utoaji wa huduma za benki. Sababu mojawapo inayochangia hali hii ni kwamba kuna changamoto za kutafsiri kwa Kiswahili baadhi ya istilahi zinazotumiwa kuendesha shughuli za benki. Kwa misingi hiyo, makala hii ililenga kuchunguza istilahi zinazotumiwa katika mawasiliano ya benki na changamoto za kutafsiri istilahi hizo kwa Kiswahili. Mwandishi anaamini kuwa matokeo ya utafiti huu yatachangia kuimarisha matumizi ya Kiswahili katika shughuli za benki kutokana na uundaji wa istilahi zinazofaa kufanikisha mawasiliano. Istilahi hizo zinaweza kutumiwa katika mawasiliano ya ana kwa ana, uandishi wa stakabadhi za benki, utoaji wa huduma za benki mtandaoni au zinaweza kuchapishwa katika kamusi ya kitaaluma ambayo itachangia kuziba pengo la marejeleo ya kileksikografia. Kwa kufanya hivyo, watu wengi wataweza kufikiwa na huduma za benki na hivyo basi kuchangia kuleta maendeleo ya uchumi wa taifa.

Naye Sheila Ryanga alifanya utafiti ambapo alitaka kubainisha nafasi ya Kiswahili katika utekelezaji wa Rajua 2030. Ni wazi kuwa kama lugha ya taifa, Kiswahili kinahitajika kutekeleza mengi miongoni mwa watumizi wake. Lugha hii inatumika sokoni, na majumbani inakuwa lugha ya kwanza ya watoto mijini. Ameonyesha kwamba hii ni lugha inayowahusisha watu wa makabila tofauti na kuendeleza biashara mipakani mwa mataifa mbalimbali. Biashara kama hizi hutegemea rasilmali za nchi husika, ustawi wa viwanda, ustawi na amani katika kanda, miundo mbinu ya usafiri na ujuzi na maarifa kwa wataalamu. Ingawaje, ikiwa raia wa nchi waliowengi hawajafahamu mengi yanayoendelea ama yaliyopangwa katika Mpango Mkakati wa nchi, ulio na lengo kuu la kufifisha umaskini miongoni mwa raia, basi mazuri yote yanayopendekezwa katika Rajua 2030 hayataweza kufikiwa, ama yanapofikiwa kwa kiwango fulani, hayatanufaisha wengi. Makala hii imechunguza nafasi iliyochukuliwa na lugha hii katika kipindi cha kwanza cha Ruwaza 2030 nchini Kenya ili kufanikisha lengo kuu la ruwaza hiyo katika kupunguza umaskini na kuwawezesha raia kiuchumi.

Sehemu ya nne inahusu nafasi ya Kiswahili katika uwiano na utangamano wa kitaifa. Kuna makala tatu hapa zinazoshughulikia mada hiyo. Joseph Maitaria ameandika makala inayoonyesha namna methali zinavyotumiwa kuelimisha jamii kuhusu uwiano na utangamano wa kitaifa. Makala hii inabainisha nguvu ya methali katika kuipa nguvu lugha ya Kiswahili katika kuwaelekeza wanajamii kuzingatia uwiano na utangamano wa kitaifa. Imebainika kuwa methali hutumika sana katika maingiliano ya kijamii. Katika muktadha huo, lugha ya Kiswahili huwa ni chombo cha kuibulia na kuwasilisha falsafa inayohusu umuhimu wa kuzingatia uwiano na utangamano katika nchi ya Kenya. Mabadiliko mbalimbali ya kitamaduni, kijamii, kiuchumi nsa kisiasa yameweza kuutingisha mwafaka wa uwiano, utangamano na ushirikiano wa makundi tofauti tofauti yanayopatikana nchini humu hasa baada ya uhuru. Makala hii inafafanua namna methali huipa nguvu lugha ya Kiswahili kuwa beramu ya kuzitafakarisha akili za watu kutambua umuhimu wa kuzingatia suala la uwiano na utangamano wa Wakenya ili kuepukana na mtazamo finyu wa kijamii.

Naye Henry Indindi ameweka wazi mchango unaotolewa na muziki katika kukuza uwiano na utangamano wa kitaifa. Amechambua baadhi ya nyimbo za Mbaraka Mwaruka Mwinshehe na kuonyesha namna zinavyohimiza aina mbalimbali za uwajibikaji. Anasema kuwa waandishi wa fasihi ya Kiswahili na isimu, watunzi na waimbaji wa miziki ya Kiswahili, wanahabari na walimu wametumia kumbi mbalimbali kuipa lugha hii adhimu uhai. Wametumia vyombo vya sanaa kuadilisha jamii na kupendekeza hulka ambazo raia wenzao wanapaswa kuwa nazo katika kujiimarisha na kuimarisha uchumi wao. Kizazi cha sasa, na inavyoelekea kijacho pia, ni vizazi vinavyotatizwa na uwajibikaji wa kimsingi. Miziki na vitabu vya kusoma vimeonyeshwa kuwa silaha muhimu ya kuadilisha jamii. Mwandishi anasikitika kuwa watu wengi wanapenda burudani na miziki, lakini inasikitisha kwamba wao hupungwa na midundo tu bila kuchunguza ujumbe na thamani yake. Maudhui katika utungo wowote ndicho kinachopaswa kuwa kigezo cha kimsingi kupima kama mtunzi amefaulu au hakufaulu. Nyimbo za Mbaraka Mwaruka Mwinshehe kwa jumla zina mafunzo mazuri sana. Haya ni pamoja na maudhui ya uwajibikaji ambao unaelekea kupuuzwa na vizazi vya sasa. Makala hii ilinuiwa kuonyesha jinsi mtunzi na mwimbaji huyu aali alivyoihimiza jamii kuwajibika kwa kutumia miziki yake. Nyimbo nne za Mwinshehe zimetumiwa kudhihirisha alivyoshughulikia uwajibikaji katika uzalendo, anasa na ndoa.

Makala ya mwisho kuhusu uwiano na utangamano wa kitaifa iliandikwa na Joseph Maitaria. Hii inarejelea methali za Kiswahili kama chombo cha kusuluhisha migogoro ya kijamii. Mwandishi anasema kuwa wanajamii hujenga mazingira ya kutathmini na kusaili ili kuweza kuchukua hatua ifaayo katika kusuluhisha migogoro na matatizo yanayopatikana katika jamii. Methali huwa na dhima ya kuielekeza jamii kuhusu mambo muhimu ya maisha ya kila siku. Ameonyesha kuwa Methali basi hutumiwa katika uelekezaji wa maswala ya kijamii kwa kukaripia na kukejeli mienendo ambayo imekiuka taratibu zilizopo katika jamii. Kadhalika, vitendo na mienendo mizuri katika jamii hupongezwa na kuhimizwa.

Sehemu ya tano, ambayo ndiyo ya mwisho, inayo makala tano. Hapa kunapatikana mkusanyiko wa makala za utafiti ambazo zinahusu lugha au fasihi. Leonard Chacha anaangazia dhima ya kiambishi cha kauli ya kutendea ya kitenzi cha Kiswahili huku akirejelea sentensi mbili: *Najivunia kuwa Mkenya* na *Navumilia kuwa Mkenya*. Anaonyesha kuwa sentensi ya kwanza ina utosarufi kwa sababu kitenzi kina kiambishi cha kutendea kinachoongeza hoja kwenye kauli lakini sentensi hiyo haikuzingatia hilo. Aidha, anaeleza kuwa kauli ya pili ni sahihi kisarufi kwa sababu kitenzi –vumilia hakina kiambishi cha kauli ya kutendea. Maelezo mbalimbali yanatolewa kueleza kwa nini matumizi hayo ya kutumia viambishi visivyo maana yameenea sana. Baadhi ya maelezo yanayotolewa ni kuwa hili ni swala la mtindo au hata pengine ni mabadiliko ya lugha yanayokuja polepole.

Kwa upande mwingine, Ayub Mukhwana anajadili swala la Sheng', kama ni lahaja ya Kiswahili au la. Anaanza kwa kauli kuwa kuwepo kwa lugha-pendwa ya Sheng si suala linalohitaji mjadala. Kwa kuwa lugha hii ipo, utafiti kuihusu pia ni halali. Utafiti kuhusu lugha hii unatokana na hali ya kutokuwepo kwa maafikiano kuhusu hasa chanzo na unasaba wa lugha hii. Nadhariatete zilizotolewa kuhusu suala hili zinaiona lugha ya Sheng kama lugha kipindi au msimu ya Kiswahili, kama lahaja ya kijamii ya Kiswahili, au kama kinyemeleo tu cha lugha ambacho hakina msingi. Hizi nadharia tete zimetolewa kihisia kwa kukosa kujikita katika nadharia yoyote maalumu. Kwa hiyo katika makala hii mwandishi anatoa kauli yake kuhusu chanzo na unasaba wa Sheng kwa kujikita katika nadharia ya Utambulisho kilugha ya Giles.

Grace Wanja na Miriam Osora walitathmini tafsiri ya Pendekezo la Katiba ya Kenya 2010. Kusudi lilikuwa kuona udhaifu uliokuwepo kwenye tafsiri hiyo ya katiba; udhaifu ambao kwa maoni yao uliifanya nakala hiyo ya Kiswahili kutoakisi kwa usahihi yale yaliyokuwa katika nakala ya Kiingereza. Wanatoa historia ya uundaji wa katiba nchini Kenya na kueleza upekee wa sajili ya sheria na kisha kuweka wazi makosa anuwai ya tafsiri yaliyofanywa.

Tafsiri ya majina ya pekee ni mada ambayo imeshughulikiwa na Leonard Chacha. Inaonekana kuwa tatizo moja linalomkumba mfasiri ye yote ni lile la namna ya kutafsiri majina ya pekee. Haya ni majina ya watu (mf. Juma), miji (mf. Nairobi), nchi (mf. Misri), mito (mf. Tana), milima (mf. Kilimanjaro), maziwa (Viktoria), bahari (mf. Hindi) na kadhalika. Swali linaloibuka kila mara ni kama majina ya pekee yanastahili kutafsiriwa au la. Makala hii imeshughulikia tafsiri ya majina ya pekee hususan majina ya nchi mbalimbali ulimwenguni ili kuonyesha kinachotokea katika mchakato wa tafsiri ya majina hayo kutoka Kiingereza hadi Kiswahili. Data ya utafiti huu imetolewa kwenye "Orodha ya nchi na utaifa" katika *Kamusi Sanifu ya Kiswahili* (2004). Majina ya nchi zote ulimwenguni yaliyoorodheshwa katika orodha hiyo yametumiwa katika uchanganuzi huu. Imebainika kwamba waandishi wa kamusi hiyo walitumia mbinu za utohozi, uhawilishi, kibadala na tafsiri ili kupata majina ya nchi zilizoorodheshwa humo wakati walipoandika kamusi hiyo.

Mwisho, Inyani Simala ameiangalia mada ya lugha ishara. Makala yake inatathmini suala la lugha-ishara nchini Kenya mintaraafu Katiba ya Kenya (2010) na mstakabali wake. Hoja kuu anayotoa ni kwamba kwa kuwa lugha yo yote ile ni msimbo wa mawasiliano na nembo ya jamii husika, lusha-ishara inastahili kuzingatiwa kwa dhati kuliko ilivyo sasa. Haitoshi kwa katiba kuitambua lugha-ishara kuwa mojawapo ya lugha zinazostahili kulindwa na kuimarishwa, bali pana haja ya kuweka mikakati na kuchukua hatua muafaka za kuiendeleza lugha-ishara nchini. Aidha, anaangalia umuhimu wa lugha-ishara nchini Kenya.

Katika sehemu ya Uhakiki wa Vitabu, Ombito Elizabeth anatoa mapitio mafupi ya riwaya Siri Sirini: Mshairi na Mfungwa Kitabu cha 1.

TUKIPENDE KISWAHILI

Nuhu Bakari ('Al-Ustadh Pasua')

Kwanza napiga saluti, Nuhu nasimama wima,
Nausalimu umati, kwa dhati nakwa heshima,
Atufae Jabaruti, lugha hii kuikwima,
Tukipende Kiswahili, tumalize ukabila;

Namshukuru Illahi, kwamba sote tumefika,
Mepata staftahi, ya chai kwenye birika,
Kisha nyote mmewahi, kikaoni mmefika,
Tukipende Kiswahili, tumalize ukabila;

Nawahongera CHAKITA, kwa kupenda Kiswahili,
Ndiposa mkatuita, kwenye Kongamano hili,
Lugha hii kama nta, haina yake mithili,
Tukipende Kiswahili, tumalize ukabila;

Nasema bila uoga, nawaomba masikizi,
Wala sipigi masoga, leo natangaza wazi,
Kiswahili kimenoga, katika utandawazi,
Tukipende Kiswahili, tumalize ukabila;

Kiswahili kina pesa, tena mapeni sufufu,
Waandishi wa kisasa, wanakula mara-dufu,
Sio rahisi kukosa, ukiwa mmakinufu,
Tukipende Kiswahili, tumalize ukabila;

Lugha hii ni amali, kwetu ni sawa na kito,
Bora tuiuze ghali, sio bei ya *'tomato'*,
Ina tamu ya asali, faida yake ni nzito,
Tukipende Kiswahili, tumalize ukabila;

Ni lugha ya kipekee, katika hii dunia,
Bora tuisherekee, badala kuikemea,
Ukipewa ipokee, kaanze kuitumia,
Tukipende Kiswahili, tumalize ukabila;

Kiswahili ni kitamu, kama vile lawalawa,
Huwezi kujilaumu, ikiwa unakijuwa,
Ni lugha yetu adhwimu, duniani yasifiwa,
Tukipende Kiswahili, tumalize ukabila;

Huu usiwe ni mwisho, wa watu kukongamana,
Nimeinua *mgwisho,* nawashukuru wangwana,
Tufanye marekebisho, penye mwanya kuubana,
Tukipende Kiswahili, tumalize ukabila;

Tamati nitamatile, nimechoka kusimama,
Heri niende nikale, *katumbo kananguruma,*
Nuhu ninawapa *dole,* nitawapenda adhwima,
Tukipende Kiswahili, tumalize ukabila.

SEHEMU YA KWANZA

MIAKA HAMSINI YA LUGHA NCHINI KENYA

SURA YA KWANZA

MIAKA HAMSINI YA UJENZI WA TASWIRA YA MWANAMKE KATIKA USHAIRI WA KISWAHILI NCHINI KENYA

Clara Momanyi

Utangulizi

Historia ni kipengele muhimu katika kuielewa kazi ya fasihi ya jamii fulani. Ni hoja isiyopingika kwamba fasihi ni shughuli ya kijamii ambayo huathiriwa na mazingira ya kihistoria yanayomzunguka msanii. Ushairi nchini Kenya umepitia mabadiliko makubwa hususan baada ya uhuru wa kisiasa uliopatikana mwaka wa 1963. Kadhalika, taswira ya mwanamke katika ushairi huo imeendelea kubadilika kutokana na mabadiliko ya kiitikadi, kijamii, kiuchumi, kisiasa na hata kiutamaduni. Azma ya makala haya sio kujadili mikumbo ya mabadiliko haya bali isadifu hapa kutaja kwamba ushairi wa Kiswahili nchini umeathiriwa pakubwa na hali halisi zinazowazunguka watunzi katika maisha yao ya kila siku. Kutokana na hili basi, malengo ya makala ni kujadili na kutathmini mitazamo na rai za baadhi ya washairi ili kubaini mchango wao katika utetezi au udunishwaji wa wanawake huku ikifahamika kwamba jamii ya Kenya, kama zilivyo jamii nyingi ulimwenguni, imeathiriwa na mfumo wa kuumeni tangu jadi.

Aidha, makala inadurusu vichocheo vinavyochangia katika usawiri huu na vivyo hivyo kujadili mustakabali wa utanzu huu pamoja na mchango wake katika maendeleo ya mwanamke kwa jumla. Kutokana na upana wa mada yenyewe, nimegusia tungo za washairi wachache tu ambao wamelipigia mbizi swala la mwanamke. Kadhalika, mjadala wa ushairi umeendelezwa baada ya Kenya kujinyakulia uhuru hadi kufikia karne hii ya ishirini na moja. Nimegawanya washairi hao katika vipindi viwili mahsusi ili kuona iwapo kuna mabadiliko yoyote katika utunzi wao, hususan jinsi wanavyomsawiri mwanamke. Hata hivyo, ni ukweli usiopingika kwamba mashairi yamebobea zaidi kwenye miaka ya 1970 hadi kufikia karne hii ya 21 kutokana na hali kuwa mara tu baada ya uhuru, hakukuwa na hamasa kubwa ya kutunga mashairi nchini Kenya. Wananchi walijishughulisha zaidi kupigana na maradhi, umaskini na ujinga kulingana na walivyoshauri vigogo wa upiganiaji uhuru kama vile Rais wa kwanza wa Jamhuri ya Kenya Mzee Jomo Kenyatta. Huu haukuwa wakati wa kubarizi sebuleni na kusimulia soga au kujipumbaza na lahali za watumbuizaji. Ulikuwa wakati wa 'uhuru na kazi'. Baada ya vumbi la sherehe za uhuru kutulia, wananchi walianza kuyasaili mapokeo yao hususan katika kazi za kifasihi, haki za wanawake na mitazamo yao kuhusu wao wenyewe. Mwamko huu mpya ulipelekea washairi na waandishi mbalimbali wa fasihi kujitosa uwanjani na kuandika yaliyowakera hususan kwenye miaka ya 1970 na 1980.

Huu pia ulikuwa wakati wa kujipa utambulisho mpya. Waafrika walianza kudadisi mambo kama vile kwa nini walikuwa wakiyachukia majina yao ya kiasili, mapishi yao, utamaduni wao, uasili na utambulisho wao. Baadhi walibaini kwa nini walidunisha ngoma na historia yao, simulizi za jadi, lugha za kiasili na hata elimu yao ya kiasili. Isitoshe, wimbi la utetezi wa haki za wanawake tayari lilikuwa limewasili Afrika wakati huu. Umma wa kike ukaanza kusaili mapokeo yote ya kiasili tangu jadi, na baadhi yao kugundua kwamba walihitaji haki sawa na wanaume. Miaka ya 1970 basi ikawa ni miaka iliyoshuhudia maendeleo makubwa ya fasihi andishi, hasa ya Kiswahili. Kazi nyingi za fasihi zilichapishwa, zikiwemo zile zilizotetea haki za wanyonge katika jamii. Waandishi wasifika katika fasihi ya Kiswahili baada ya uhuru Afrika Mashariki kama vile E. Kezilahabi, M. Mnyampala, A.S. Mohamed, M.S. Mohamed, M.S. Abdulla, A. Shafi, A. Abdalla, A. Nassir, Hassan Mbega na wengineo, walizishughulisha kalamu zao kuyaandika yale yaliyoathiri jamii ya wakati huo. Makala hii basi, inaangazia baadhi ya tungo za mahashumu hawa na wengine wa baadaye, na jinsi zilivyomsawiri mwanamke.

Ushairi wa Karne ya Ishirini – Miaka ya 1970 na kuendelea

Nitangulize sehemu hii kwa kunukuu shairi hili:

> *Wananambia, naharibu utu wangu*
> *Wananambia, nalizika jina langu*
> *Wananambia, na kutaja siri zangu*
> *Bali wanashindwa kuchunguza kisa changu*
>   *'Sikate Tamaa* (S.A. Mohamed, 1983:7)

Nimeteua kimaksudi ubeti huu ili kuweka bayana nafasi ya mwanamke katika jamii baada ya uhuru. Wengi wao hawakubahatika kwenda shule na hata baada ya kuhitimu katika viwango mbalimbali vya elimu, wengi hawakubahatika kupata ajira. Mfumo wa kuumeni hadi sasa humbebesha mwanamke majukumu mengi kiasi cha kwamba hakudiriki kuwa na nafasi sawa na mwanamume hususan katika elimu na ajira. Hivyo, wengi wao waliishia kujiingiza katika ukahaba kutokana na uhitaji mwingi. Wanawake aghalabu hawahusishwi katika mifanyiko ya kutoa maamuzi katika ngazi za juu serikalini. Hili huwafanya wengi kukosa nguvu za kiuchumi ili kujiendeleza sawa na wanaume. Hii ndiyo taswira tuipatayo katika nchi nyingi barani Afrika hususan baada tu ya uhuru.

Tunapochunguza ushairi wa miaka ya 1970 nchini Kenya, tunaweza kuona kwamba washairi waliosifika katika tungo andishi ni kama vile Ahmed Nassir (1971) na Abdilatif Abdalla(1978), miongoni mwa wengine. Tungo za washairi hawa zinaweka wazi tofauti iliyoko baina ya mwanamke wa karne ya 20 na yule wa karne ya 19. Katika karne ya 20, mwanamke amejanjaruka. Amepata nguvu ya kujibizana na mwanamune apendavyo, tofauti na wa zamani ambaye alishikilia sana nafasi finyu aliyotengewa na jamii na matumizi ya lugha nyoofu, ya heshima na isiyomghadhibisha mwanamume. Mwanamke wa karne ya 20 anashikilia kwa kani ile dhana ya 'nipe nikupe'. Anakaidi mikatale ya kitamaduni na kuvunja miiko iliyowekwa. Katika miaka ya 1970, fasihi ya uhakiki wa kijamii ndiyo iliyozingatiwa kutokana na wasomi kudadisi uhalisi wa matukio yaliyokuwepo. Ubepari ulishika kani nyakati hizi ambapo thamani ya pesa ilishikiliwa kama uti uliositiri maisha ya watu. Kila kilichoweza kuuzwa, kiliuzwa ilimradi mtu apate pesa. Wanawake walitarazaki mijini, wengine wakichuuza miili yao ili kupata pesa. Washairi wa kipindi hiki waliuona na kuuashuhudia uhalisi huu wa mambo (Taz. Tungo za kishairi za Shaaban Robert).

Uchumi wa pesa, madhara ya ukoloni mambo-leo kama vile ukosefu wa elimu na ulitima uliokithiri vinamvisha sifa mpya mwanamke wa wakati huu, tofauti na sifa za yule wa zamani ambazo ni pamoja na kuwa mtulivu, mpole, mkarimu, mfariji, mwenye lugha ya nidhamu na kadhalika. Mifano ya tungo ni kama shairi liitwalo 'Kutendana' la A. Abdalla katika *Sauti ya Dhiki* (1978:89-111). Shairi hili linazua tofauti kubwa baina ya mwanamke wa zamani na yule wa kisasa. Kwa mfano, katika ubeti wa 2, kero za mwanamke zinadhihirika wazi kupitia lugha anayotumia kwa mwanamume:

> 'Sina' kila siku 'sina', 'sina' kwako i maisha
> Huna siku utanena: ninacho 'kanirambisha?
> Hiyo 'sina' yako bwana, sasa ishanichokesha
> Nyege ni kunyegezana, kwangu huba zinkwisha.

Katika shairi lilo hilo, mshairi anatoa sauti ya mnong'ono ili kubainisha tofauti hiyo kwa kutongoa:

> Ni mwanamke wa kwanza, alejiteka ulezi?
> Mwanamume kamtunza, wakati hanayo kazi
> Hilino alilofanya, lali ni la upuuzi?
> Sidhani litakutanza, lenyewe li waziwazi.

Katika ubeti huu, mwangwi wa sauti ya Mwanakupona (Taz. Utenzi wa Mwanakupona) unasikika. Katika upwa wa Kenya nyakati za zamani, kulikuwa na wanawake walioweza kutunga mashairi kama vile Mwanakupona binti Mshamu (1790-1860). Hata hivyo, hawakuruhusiwa kuyaimba hadharani tofauti na nyakati za Siti binti Saad kwenye karne iliyopita ambapo wanawake walikariri tungo zao hadharani. Katika nyakati za Mwanakupona, itikadi zilizomhusu mwanamke ziliendelezwa na kuhifadhiwa kupitia kwa fasihi, hasa ushairi. Tabia, mienendo na majukumu ya wanawake viliweza kuainishwa chini ya kanuni maalumu na kusawiriwa katika tanzu za fasihi. Hivyo basi, mshairi anaona tofauti ya wanawake hawa wawili; wa zamani na wa kisasa,na anabainisha haya kupitia kwa tungo zake. Kadhalika, A. Nassir katika *Malenga wa Mvita* (1971: 158-159) anafafanua sifa zinazohitajika za mwanamke wa kuoa katika shairi la 'Owa'. Shairi hili linapiga mwangwi utungo wa Muyaka bin Haji (1776-1840) katika Abdulaziz (1979:182) kwani sifa za mwanamke zinabainishwa wazi. Hii inaonyesha pia kwamba Nassir aliishi kuona jinsi mwanamke wakati wake alivyobadilika akilinganishwa nayule wa zamani. Mshairi anatongoa:

> Owa aliye na kheri
> Owa mdomo mzuri
> Owa moyo wa imani
> Owa sioe tambara
> Owa usioe sura
> Owa aliye na haya
> Owa sioe tetesi.

Katika miaka ya 1970, baadhi ya wanawake walikaidi masharti ya kitamaduni yaliyowekwa. Walijivika sifa za utesi na miyoyo ya ufidhuli. Walianza kukaidi ukubwa na utawala wa wanaume katika mambo mbalimbali ya maisha.

Walitaka kushirikishwa katika majukumu ya kuzalisha mali. Hivyo, wengine walipokosa nafasi za kufanya kazi halali za kuwapa mtaji, walijiingiza katika biashara ya ukahaba. Kulingana na utamaduni wa mtunzi, hizi siyo sifa nzuri kwa mwanamke. Hivyo basi, anatoa hadhari iliyoko kwa yeyote aliyedhamiria kuoa. Kwa upande wake, Abdilatif Abdalla ana mawazo tofauti kuhusu nafasi ya mwanamke. Anamwona kama kiumbe anayeonewa na ambaye anahitaji kupiganiwa haki zake. Katika diwani yake ya *Sauti ya Dhiki* (1978), mshairi huyu analenga kumtetea mnyonge, awe mwanamke au mwanamume. Hata hivyo, baadhi ya tungo zake pia zinaakisi mitazamo iliyokuwepo kuhusu mwanamke na kadhia alizopitia maishani. Shairi 'Usiniuwe' (51-55), kwa mfano, linabainisha wazi utetezi wa mnyonge. Wahakiki wengine wamekauli kwamba linasawiri jinsi jamii inavyodhalilisha wanyonge. Aidha, linashambulia ukoloni mambo-leo na uzungu weusi ulioshitadi nyakati hizi. Nitaje pia kwamba fasihi inaweza kuhakikiwa kwa njia nyingi. Hakuna njia moja ya kuitazama fasihi kwani watu huwa na mawazo tofauti wanaposoma sanaa hii na kuihakiki. Lakini hatuna budi kuelewa kwamba matendo maovu yaliyokuwa yakitendwa na wanawake pamoja na upotovu wa maadili yaliyozingatiwa huenda ndiyo yaliyomsukuma msanii kusana zao hili. Tazama ubeti huu:

> *Ulipokwenda kutana, na huyo wako fulani*
> *Kabisa sikuwaona, wala sijui ni lini*
> *Ni usiku ni mtana, sinayo yake yakini*
> *Wala ni mahali gani, mamangu nihurumia.*
>   (uk.51)

Ubeti huu unaashiria kwamba matatizo mengi ya wanyonge katu hayasababishwi na wao wenyewe. Husababishwa na wale wenye nguvu, wale walio na mamlaka ya kuwaamulia hatima yao. Hivyo, hiki ni kilio cha mnyonge kinachobainika kupitia kwa tamathali ya sitiari anayotumia mshairi. Ukosefu wa kuchunguza kiini cha matatizo yanayowatumbukiza wanawake kwenye ukahaba ndio unaomwongoza mshairi kukemea yale maovu yaliyokuwa yakiendelea. Biashara ya ukahaba imewavua haya wanawake kama hao na utu wao. Hata Shaaban Robert aliyeona haya kwenye miaka ya 1960 katika *Ashiki Kitabu Hiki* (1968) alipokemea tabia ya ukahaba:

> *Nyumba za ngoma daima*
> *Haziachi uhasama*
> *Zina milango ya nyuma*
> *Mwenda ndani hupotea*

> Wengine hawana soni
> Sharti pesa mkononi
> Wakinyimwa huwa deni
> Lazima kukufikia.
> (uk. 12-13)

Tufahamu pia kwamba katika miaka ya 1970, baadhi ya wanafasihi wa Kiafrika walisawiri matukio ya ukoloni na madhila yaliyolikumba bara la Afrika. Wengine walilinasibisha na mama mzazi aliyepitia mateso mengi. Mfano mahsusi tunaupata katika shairi la Abdilatif (1978:36-41) liitwalo 'Mamaetu Afrika'. Shairi hili linaweza pia kuashiria mwanamke wa kiafrika na mateso anayopitia. Kwa mfano, mwanamke huyu alidhalilishwa kuwili; mikatale ya kiutamaduni ya jamii yake na maonevu ya mkoloni. Mikatale ya kiutamaduni chini ya mfumo wa kuumeni yalimtengea mwanamke nafasi yake isiyo sawa na ile ya mwanamume. Alichaguliwa lishe, vazi hata lugha ya kutumia. Hakuweza kumiliki mali wala kuingia katika harakati za uzalishaji mali. Alimtegemea mwanamume kwa hali na mali. Baadhi ya tungo za washairi, hususan kabla ya karne ya 20 zilisawiri hali hii (Taz. mashairi ya Muyaka, Utenzi wa Mwanakupona na tungo za Liyongo, kwa mfano). Mfumo wa kikoloni nao ukazidisha madhila yake kwani hakupata fursa ya kwenda shuleni. Hivyo, ajira kwake ilikuwa ndoto.

Kauli hii inatuonyesha kwamba mwanamke hakuwa na budi kuvaa tabia na desturi zinazolingana na uana wake. Kama anavyoeleza Mbilinyi (1992), jinsi tunavyomchukulia mwanamume na mwanamke hubainika kupitia kwa lugha na mazungumzo yetu. Hivyo, mwanamke hana budi kujivisha nafsi bandia ili akubalike katika mfumo wa kuumeni unaotambua ukwasi wa mwanamume.

Katika karne ya 20, mambo haya yalianza kupigiwa maswali na kuwekwa bayana na waandishi wakiwemo watunzi mbalimbali. Ushairi ulianza kuyasaili mapokeo ya zamani na vivyo hivyo kukemea tabia zisizolingana na maadili ya kijamii, hususan miongoni mwa wanawake. Mbali na kwamba Abdilatif anaelewa shida anazopitia mwanamke na kwa hivyo kuwa mtetezi wake, hakusita kuyakemea maovu yaliyotendwa na baadhi ya wanawake...pengine kutokana na uhitaji, kutoweza kujikimu kimaisha, viwango duni vya elimu miongoni mwao na ukosefu wa ajira. Mikatale ya utamaduni iliyomtia pingu mwanamke asiweze kutambua vipawa na uwezo wake pia ilikemewa na baadhi ya washairi wa karne iliyopita. Katika *Chembe cha Moyo* mshairi A. Mazrui(1988), anasaili utamaduni unaomfungia mwanamke kwenye ngome ya utumishi akashindwa kujiamulia hatima yake mwenyewe. Tazama ubeti huu ulionukuliwa kutoka katika shairi 'Pingu za Utamaduni' (uk.15) ambamo mshairi anatongoa:

> *Kwani kunikera, kuniingilia*
> *Maisha na sera, kunichagulia*
> *Huniwachi huru, kajihitaria*
> *Liwapo na sura, kalikumbatia…kwa kuliridhia.*

Katika jamii nyingi barani Afrika, hususan katika nchi ya Kenya, wanawake daima wamekuwa wakiwekwa katika nafasi tofauti kabisa na wanaume kijamii. Wanawake hufikiriwa kuwa wazazi, walezi, wajenzi wa familia na waletao faraja na raha kwa wanaume. Chini ya mfumo wa kuumeni, wanawake huzingatia masharti ya mila kiasi cha kuwa sehemu ya maisha yao na majaaliwa yao (Kahiga 2010:16, Momanyi 1998:29). Hata hivyo, kutokana na vuguvugu la kudai haki miongoni mwa umma wa kike nyakati hizi (zingatia makongamano na mijadala iliyokuwa ikiendelezwa kama vile kongamano kuu la wanawake 'Nairobi Forward Looking Strategies lililofanyika Nairobi kwenye mwaka wa 1985, baada ya kukamilika kwa muongo wa wanawake 1975-1985), baadhi ya washairi nao walishika kani kuendeleza mijadala hiyo kishairi.

Baadhi ya wanawake pia walisawiriwa kukaidi masharti ya kitamaduni na desturi zilizokuweko. Kwa mfano, mshairi A. Mazrui (1988) anabainisha sauti ya ukaidi wa mwanamke anapotongoa:

> *Basi mi naapa, sitafedheheka*
> *Kwani yangu hamu, imeshalimka*
> *Kutafuta kweli, ilikojificha*
> *Nami sipumui, mpaka nitafika…ndipo kuridhika.*

Ubeti huu unamhamasisha mwanamke kuanza kujisaka ajue yeye ni nani na mchango wake katika jamii ni upi. Siyo tu katika ushairi wa Kiswahili tunapokumbana na sauti hii. Mashairi yaliyoandikwa kwa Kiingereza nyakati hizi pia yalianza kudadisi hulka nzima ya mwanamke. Kwa mfano, katika *An Anthology of East African Poetry* (1994:60) tunakumbana na shairi la Macha liitwalo 'The Bored Wife' ambalo linamsawiri mwanamke asiye na ajira na aliyekata tamaa kwani kila siku asubuhi huamka kufanya mambo yale yale huku akizungukwa na vitoto visumbufu. Mwanamke huyu hakupewa nafasi ya kwenda shule au hata nafasi ya kutumika nje ya maskani ya nyumba yake. Tazama ubeti huu:

...hukaa mlangoni,
Kila wakati asubuhi'
Kila wakati usiku
Lakini zaidi asubuhi
Akitazama wapiti njia.

Hisia za wivu hushamiri kwenye midomo yake minene
Huku akiwatazama wanawake waliojikwatua kwa virembesho
Wakibeba mikoba ya ngozi na plastiki
Pia wakienda kazini, pia wakirudi kutoka kazini...(Tafsiri yangu)

Mashairi haya yanatuelekeza kutambua kwamba katika miaka hii, nchi za Afrika zilikuwa zikikabiliwa na mapinduzi ya kiuana na kijinsia ambapo wanawake walikuwa wakipigania haki zao.

Mifano ya tungo za Karne ya 21

Katika miaka ya 2000, tungo za kishairi zilianza kuchukua sura tofauti kutokana na kasi ya mabadiliko miongoni mwa jamii nyingi. Washairi walianza kutunga mashairi yaliyobainisha wazi hali za kijamii na kiuchumi pamoja na kasi ya utandawazi iliyokuwa ikibadilisha maisha ya watu nchini Kenya na kwingineko. Katika karne hii, watu wamepiga hatua katika kufahamu mambo mbalimbali yanayowaathiri. Uanuwai wa kitamaduni unaoletwa na mifanyiko ya kiutandawazi umechangia pia kuwatia washairi hamasa na ari mpya ya utunzi. Mbali na mabadiliko katika maumbo na miundo ya tungo zao, matumizi ya lugha pia yanachukua mkondo mpya. Sauti ya unyenyekevu wa mwanamke inabadilika na kuwa kali zaidi, isiyo na haya, yenye kudadisi na kukaidi. Ni sauti inayokemea na kushambulia mfumo dhalimu unaomdhalilisha. Ule utaratibu wa kijamii uliompa mwanamume nguvu dhidi ya mwanamke sasa unapigiwa maswali. Dhana ya 'mwanamke' inawekwa kwenye mizani na kujadiliwa. Kauli za wahakiki kama vile Balthasar (1988:21) kwamba 'mtu hazaliwi mwanamke bali huwa mwanamke', sasa zinapata watetezi.

Nchini Kenya, nimedondoa mifano michache ya mashairi kutoka katika vitabu *Ambari* (A.S. Somo na wengine, 2012), *Bara Jingine* (Mberia, 2001) na *Tamthilia ya Maisha* (2005) kilichohaririwa na Wamitila. Kuhusu utetezi wa mwanamke, hususan katika kubainisha yale aliyopitia, Mberia(2001:37) anasawiri madhila na kadhia anazopitia mwanamke wa kisasa ambaye hapa anasawiriwa kama asiye na chochote ila mwili wake katika shairi liitwalo 'Mimi Monika.'

> *Kama mlango wa umma,*
> *Nimeguswa na viganja milioni*
> *Kama jumba la mikutano,*
> *Nimetembelewa na halaiki ya watu*
> *Kutoka kila pembe ya ulimwengu.*

Utungo huu unashabihiana kimaudhui na ule wa A.S. Mohamed (1980:7), 'Wananambia Mchafu' ambao pia unatoa sauti ya mwanamke kuhusu yale anayopitia na ambayo watu humlaumu bila kudadisi mashaka anayopitia. Mazingatio ya pesa kama kiungo adimu cha kusitiri maisha, yamewafanya baadhi ya wanawake kuchuuza miili yao ili kujikimu. Kuzuka kwa miji na starehe nyingi katika kizazi cha sasa vimechangia katika upotovu wa maadili, mambo ambayo yanakemewa na baadhi ya washairi wa kisasa. Katika kusanyiko la mashairi liitwalo*Ambari* (2012) mshairi Mohamed (uk.20) pia anakemea tabia zinazoenda kinyume na maadili ya kijamii. Waaidha, anatoa hadhari kwa wanaume watakao kuoa wake wema, kama walivyotunga pia A. Nassir(1971:158) na Muyaka Bin Hajji (Taz. Abdulaziz 1979) katika karne ya 19. Mshairi Mohamed (2012:20) kwa mfano anatahadharisha,

> *Katu usikurupuke,unapotaka kuowa*
> *Ili umfanye mke, unafaa kuchunguwa*
> *Ujue tabia zake, kama anao muruwa*
> *Sio kila mwanamke anafaa kuolewa.*

Ushairi wa karne ya 21 unakemea pia upotovu wa kimaadili hasa ya Kiafrika. Haukemei tu wanawake waliopotoka bali pia wanaume. Katika shairi la Mberia liitwalo 'Giza Mbele'katika *Bara Jingine* (uk. 26), mshairi anaeleza tabia mbaya miongoni mwa baadhi ya wanaume. Katika karne hii, kwa mfano, wanaume wengi hawaheshimu umri wao wala watoto ambao wanapaswa kuwalinda dhidi ya maovu ya kijamii. Wao wamekuwa katika mstari wa mbele kuvunja kanuni na miiko iliyozingatiwa na jamii. Mshairi anakemea tabia hii anapotongoa:

> *Vitabu mkononi*
> *Kutojua akilini*
> *Angojewa kwa hamu*
> *Kama windo anafika*
> *Katika mtego wa hayawani*
>
> *Mngurumo wa gari*
> *Unaanza, kupaa na kufifia*
> *Na kuishia mafichoni*

> *Mkono mkongwe kama karne*
> *Ukitetemeshwa na ndoto...*
> *Katika akili ya mtoto*
> *Wasiwasi unatanda...*

Katika beti hizi, tunaona jinsi vigoli wa shule wanavyohadaiwa na akina baba wazee wanaowaharibia maisha na hatimaye kuwatupa baada ya kuwapachika mimba. Wasichana kutoka katika familia maskini ndio wanaokuwa mawindo rahisi kwa wazee hao wenye pesa. Hata katika mazingira ya shule, vigoli wanawindwa na walimu wao kama anavyobainisha Mberia(2001:33-34) katika shairi 'Flora na Wenzake' hapa:

> *Wazazi na wanafunzi*
> *Humwita 'Mwalimu-Mkuu'*
> *Lakini jina lake halisi*
> *Ni uoza!*
>
> *Amri nyekundu:*
> *'Ingia ofisini'*
> *Inatupa dhoruba*
> *Inamgonga mtoto*
> *Nakumsukuma ofisini...*
>
> *Vidole bila adabu*
> *Na ngozi changa*
> *Zinakutana ghafla*
> *Na kuchanganyika*
> *Chini ya sare ya shule...*

Maadili ya kijamii yaliyositiri mipaka ya umri sasa yamesahaulika na badala yake, mwalimu hamwoni mwanafunzi wake kama mtoto tena, baba hamwoni bintiye kama mtoto tena bali kama mpenzi, na mama vivyo hivyo.

Maudhui mengine yanayojitokeza katika karne hii ni kuhusu swala la ukeketaji. Hili ni swala linaloshughulisha jamii na serikali za nchi mbalimbali barani Afrika, na sio Kenya pekee. Swala hili tata limeandaliwa vikao na makongamano mbalimbali kote ulimwenguni, lakini bado halijapata utatuzi. Limekuwa gumu kutatuliwa kwa sababu linagusa mila na desturi za watu zilizozingatiwa tangu azali. Hivyo, baadhi ya washairi kama vile Wamitila (2005: 60) katika shairi 'Tohara ya Mwanamke' wamelipigia mbizi. Mshairi anasema tohara ni kitendo chenye adha, kinachoharibu maumbile na hulka ya mwanamke, na kilichopitwa na wakati."

Tohara, nasisitiza, mwanamke
Tohara, inaibeza, hadhi yake
Tohara, inadumaza, fikira zake
Tohara ya mwanamke, zamu yake ipitile.

Elimu kama msingi wa ukombozi wa mwanamke pia ni swala linalojitokeza katika baadhi ya tungo za kipindi hiki. Umuhimu wa elimu ya wanawake haukuanza kusisitizwa katika karne hii bali hata nyakati za mahashumu Sheikh Shaaban Robert ambaye alilipigia mbizi swala hili katika tungo zake hasa katika *Pambo la Lugha* (1974:36-42), *Maisha yangu na Baada ya Miaka Hamsini* (1967:62) na *Almasi za Afrika* (1972:6). Katika *Tamthilia ya Maisha* (2005:28), kwa mfano, kuna shairi liitwalo 'Kenya Tuitakayo' ambapo mshairi Mahiri anafafanua mambo mbalimbali yatakayonufaisha Wakenya. Miongoni mwa hayo, ni elimu kwa wanawake kama anavyoeleza hapa:

Taasubi ya kiume, wanawake kukejeli
Hiyo tabiya ikome, ukweli tuukabili
Wake wacheni wasome, siwanadi ja fahali
Banati kufanywa mali, si Kenya tuitakayo.

Kupitia kwa washairi hawa, tunamwona mwanamke akipewa sauti ajitokeze wazi kueleza shida zake, akitetewa asome ili kuyakabili matatizo yanayomzonga. Hata hivyo, hali halisi zinazomkabili mwanamke wa karne hii hazikusazwa; madhila ya ukeketwaji, kubakwa na kunyimwa nafasi sawa za ajira kama mwanamume ni baadhi tu ya kadhia anazopitia.

Mustakabali wa ushairi wa Kiswahili na nafasi ya mwanamke

Ushairi wa Kiswahili ni utanzu uliopiga hatua kubwa za maendeleo ya kimaudhui, kiumbo na kimuundo hususan katika karne ya 20. Washairi wengi waliandika kuhusu takriban kila swala lililoikera na kuishughulisha jamii katika kipindi hicho. Hata hivyo, katika karne hii ya 21, ni tungo chache mno za kishairi zinazotungwa na kuchapishwa hasa nchini Kenya. Kuna diwani chache ambazo zimeandikwa kufikia sasa na mashairi mengi mafupifupi hupatikana zaidi katika gazeti la *Taifa Leo*. Wasanii nchini wameshabikia zaidi kubuni kazi za fasihi katika tanzu zile zingine kuliko ushairi. Kutokana na hili basi, ipo haja ya kuwahimiza watu hasa vijana chipukizi wajibidiishe kutunga na kuchapisha mashairi. Walimu ambao hufunza fasihi katika shule zetu wanahitaji kuwahimiza wanafunzi wao kubobea katika uandishi wa kubuni hasa katika mawanda ya ushairi, ili utanzu huu uzidi kukua.

Aidha, ipo haja ya wasanii kutunga katika maumbo ya tenzi. Hii ni kwa sababu utenzi ni bahari ya ushairi ambayo imeachwa nyuma hasa tunapozingatia mazao ya fasihi siku hizi. Utanzu wa hadithi fupi, riwaya na tamthilia ni mawanda yanayoshabikiwa mno na wasanii huku wakisahau kwamba utenzi ambao unaweza kuchukua pia muundo wa masimulizi kama vile hadithi ni sehemu ya fasihi inayostahili kukuzwa. Waandishi wa mashairi hupenda kutunga mashairi mafupi mafupi bali siyo kubuni zao la kifasihi kama vile utenzi. Nchini Kenya, kuna mengi ya kusimulia kwa kutumia maumbo ya tenzi. Nafasi ya mwanamke katika jamii ya leo, kwa mfano, inaweza kusimuliwa katika maumbo ya tenzi. Hivyo, natoa mwito hapa kwamba wanafasihi nchini na nje ya nchi waanze kutafakari juu ya hatima ya utenzi wa Kiswahili kwani nahofia huenda ukatoweka kabisa kama zilivyotoweka baadhi ya bahari zake.

Aidha, fasihi haina budi kusawiri mabadiliko katika majukumu baina ya wanawake na wanaume, mbali na kujenga utambuzi wa haki za kila mwanajamii. Kutokana na uhakiki huu mfupi wa tungo za kishairi, imebainika kwamba baadhi ya watunzi wanaandika mashairi yanayowapa wanawake ari na matumaini ya siku zijazo. Isitoshe, wanakemea tabia zisizoridhisha miongoni mwa wanaume, hasa kuwanyanyasa watoto wa kike kimapenzi. Hili halina budi kuhimizwa pia katika maumbo mengine ya fasihi hii, ili taswira mpya ya mwanamke wa karne ya sasa iweze kubainika, yakiwemo majukumu anayotekeleza akilinganishwa na yule wa zamani. Kadhalika, wasanii wajiepushe na kuvyaza fasihi inayomdunisha mwanamke au inayovurujua haki zake. Tunahitaji fasihi itakayomhamasisha mwanamke kutambua vipawa vyake bali sio ile itayomponza na kumfanya kuwa kitegemezi tu cha mwanamume.

Marejeleo

Abdalla, A. (1978). *Sauti ya Dhiki.* Nairobi: Oxford University Press.

Abdulaziz, M.H. (1979). *Muyaka: 19th Century Swahili Popular Poetry.* Nairobi Kenya Literature Bureau.

Amateshe, A.D. (1994). *An Anthology of East African Poetry.* Nairobi: Longman Kenya Limited.

Balthasar, et al (1988). *The Church and Women: A Compendium.* San Francisco: Ignatius Press.

Hussein, A. (Mhariri) (2012). *Ambari.* Mombasa: Chesil Printers.

Kahiga, J.K. (2010). *Women's Liberation: A Paradigm Shift for Development.* Eldoret: Gaba Publications.

Mazrui, A. (1988). *Chembe cha Moyo.* Nairobi: Heinemann Kenya Limited.

Mberia, K. (2001). *Bara Jingine.* Nairobi: Marimba Publications Limited.

Mbilinyi, M. (1992). "Research Methodologies in Gender Issues" katika *Gender in Southern Africa – Conceptual and Theoretical Issues.* Ruth Meena (mhariri). Sapes: Harare.

Momanyi, C. (1998). "Usawiri wa Mwanamke Muislamu katika Jamii ya Waswahili kama Inavyobainika katika Ushairi wa Kiswahili". Nairobi: Tasnifu ya Ph.D. Chuo Kikuu cha Kenyatta, (Haijachapishwa).

Nassir, A. (1971). *Malenga wa Mvita.* Nairobi: Oxford University Press.

Robert, S. (1974). *Pambo la Lugha.* Nairobi: Oxford University Press.

Robert, S. (1972). *Almasi za Afrika.* London: Nelson.

Robert, S. (1968). *Ashiki Kitabu Hiki.* London: Nelson.

Robert, S. (1967). *Maisha yangu na Baada ya Miaka Hamsini.* Nairobi: Nelson.

Wamitila, W. K. (Mhariri) (2005). *Tamthilia ya Maisha.* Nairobi: Vide-Muwa Publishers Limited.

SURA YA PILI

MIAKA HAMSINI YA FASIHI YA WATOTO KATIKA KISWAHILI NCHINI KENYA: MAENDELEO NA CHANGAMOTO

Pamela M.Y. Ngugi

Utangulizi

Kuanzia mfumo wa baada ya uhuru katika mwaka wa 1963, fasihi ya watoto nchini Kenya imepata maendeleo mengi ingawa kwa hakika kulikuwa na vipindi ambapo fasihi hii ilishuhudia uchapishaji mdogo sana wa vitabu. Hata hivyo, maendeleo yaliyotokea katika utanzu huu yalitokana na serikali na wananchi kuzindua sera zilizolenga katika kujivunia utamaduni wa Wakenya. Haswa, uzinduzi huu ulitokana na kutambua kuwa vitabu vilivyosomwa na watoto hata baada ya uhuru vilikuwa ni vile vile tu vilivyorithiwa katika nyakati za koloni. Hivyo basi, waandishi wa Kiafrika walihimizwa kuandika na kuchapisha vitabu ambavyo vingebadilisha mtazamo wa kimaisha uliotolewa kwa watoto. Walihitajika kuandika vitabu ambavyo mtoto wa Kikenya angejinasibisha navyo, kihistoria, kitamaduni na hata kijamii, na wakati huo huo, watoto hawa wangeburudika, kusisimua ubunifu wao na kuwapa motisha wa kusoma fasihi na kupenda utamaduni wao wa Kiafrika. Ni katika kipindi hiki ambapo waandishi kama vile Ngugi wa Thiong'o alianza kupendekeza kuwa waandishi wajaribu kuandika kwa lugha za Kiafrika. Kwa maoni yake, hii ingekuwa njia moja ya kupinga ubeberu wa baada ya ukoloni (Ngugi, 1986). Ni katika mtazamo huu ambapo makala haya yanalenga kuchunguza maendeleo ya fasihi ya watoto hasa kwa Kiswahili, kuanzia enzi za kabla ya uhuru, wakati wa uhuru hadi miaka hamsini baada ya uhuru.

Dhima ya fasihi ya watoto

Wataalamu wa fasihi ya watoto wamebainisha dhima kadha wa kadha za fasihi ya watoto. Mojawapo ya dhima hizi ni kujiburudisha. Msomaji aliyebobea katika usomaji anaweza kutambua raha anayohisi katika kusafiri na mhusika fulani pamoja na tajriba anazopitia katika hadithi.

Dhima ya pili ya kusoma ni kutaka kujiondoa katika hali sumbufu anayopitia mtoto. Usomaji wa hadithi wa watoto huwapa nafasi ya kujiliwaza na kujichepua pamoja na kuondoka kwa muda kutoka kwa hali sumbufu za maisha. Dhima hii ni muhimu sio tu kwa watoto bali hata kwa watu wazima wanaohitaji kujiliwaza na kujichepua kwa muda kutoka kwa hali ngumu za kimaisha. Hata hivyo ni watu wachache wanaotambua namna usomaji wa vitabu unavyweza kuwaliwaza.

Wasomaji-shabiki husoma kwa sababu wanafahamu kuwa vitabu huchachawisha ubunifu. Hadithi huwafanya wasomaji kufikiria kuhusu mhusika fulani, mazingira, sababu za kuwepo na mageuzi katika ploti, au kiishio cha hadithi ambacho ni tofauti na matarajio.

Dhima nyingine ya fasihi ni kwamba fasihi mtu husaidia kujielewa na kuwaelewa watu wengine. Mtoto anakua akijua kuwa wapo watu ambao maisha yao ni tofauti na yake lakini ni muhimu kuwaheshimu na kukubali tofauti hii. Mwisho ni kwamba watoto husoma ili waweze kujitajribisha na kuelewa umbo la lugha. Watoto wanaweza kutambua matumizi mbalimbali ya lugha kupitia wahusika katika hadithi na baadaye wanapata umilisi wa lugha. Tunaona kuwa dhima hizi zinahusiana moja kwa moja na malengo ya elimu pamoja na malengo ya ufundishaji wa Kiswahili katika shule za msingi kwa njia moja au nyingine.

Rosenblatt (1995) anahoji kwamba usomaji ni mapatano yanahusu kupata maana fulani kutokana na kusoma kazi ya fasihi. Mapatano haya hudhihirika kwa njia mbili kuu. Njia ya kwanza inahusu ujumi ambao hujumuisha kufikiria, kuhisi na kupata tajriba kutokana na kusoma fasihi. Njia ya pili inahusu kile anachokiita, 'efferent'. Dhana hii inarejelea ile hali ya kupata arifa kupitia usomaji wa vitabu mbalimbali. Kwa njia hizo basi, kila msomaji hufanya mapatano yake na hadithi anayoisoma kutokana na sababu mbalimbali za usomaji. Kwa sababu hii basi watoto wanahitaji kupewa nafasi ya kusoma vitabu vingi na vya aina mbalimbali kulingana na yale mapatano wanayoyafanya katika usomaji wao.

Maendeleo ya fasihi ya watoto nchini Kenya

Fasihi ya watoto nchini Kenya imepitia mifumo mitatu mikuu ya kimaendeleo. Odaga (1985) anabainisha mifumo hii kama: mfumo wa kabla ya uhuru, wakati wa uhuru na baada ya uhuru. Kila mfumo umechangia kwa njia moja au nyingine katika kuleta maendeleo au kudidimiza maendeleo katika fasihi ya watoto.

Fasihi ya watoto katika mfumo wa kabla ya Uhuru

Fasihi simulizi ndiyo fasihi kongwe mno na iliyoweza kupatikana kwa watoto. Hata kabla ya kuchapishwa kwa vitabu, fasihi simulizi ilitekeleza wajibu wa kutoa arifa mbalimbali kuhusu Afrika na filosofia yake, (Njoroge 1978). Fasihi hii pia ilibainisha ubunifu waliokuwa nao Waafrika katika kueleza hali mbalimbali zilizowakumba hivyo basi kuonyesha wazi uhusiano uliopo kati ya maisha na sanaa katika jamii za Kiafrika, (Harris na Cornel, 1993). Ni vizuri ibainike tangu mwanzo kuwa uwasilishaji huu uliweza kutolewa kupitia lugha zote arobaini na mbili za humu nchini. Umaarufu wa utanzu huu unadhihirika zaidi kutokana na jinsi ambavyo umeweza kudumu kwa muda mrefu na ungali sehemu ya maisha ya Wakenya na Waafrika kwa jumla.

Ipo aina mbalimbali ya masimulizi, na wasimulizi hurejelea aina hizi kulingana na malengo yao ya uwasilishi. Harrris na Cornel (1993) wanayaainisha masimulizi haya katika makundi matatu makuu; simulizi za kimaadili, simulizi za kivisaasili, simulizi za kienigima na simulizi za kihistoria. Simulizi za kimaadili huelezea amali za kijamii kwa watoto na vilevile kuwafunza kuwa na uajibikaji katika jamii. Simulizi za kivisaasili hueleza asili ya vitu mbalimbali ulimwenguni. Nazo simulizi za kienigima huwafunza watoto umuhimu wa kufikiria kwa makini kabla ya kuchukuwa hatua kuhusu hali fulani katika maisha. Nazo simulizi za Kihistoria zinaeleza chanzo cha jamii mbalimbali, nafasi ya binadamu katika ulimwengu na matendo ya kishujaa ya wanajamii kama vile, Fumo Liyongo, Lwanga Magere, Sundiata, Chaka Zulu na Mekatilili wa Menza miongoni mwa wengine wengi (Bertoncini 1989; Harrris na Cornel, 1993).

Vilevile, vitendawili na methali ni miundo mingine inayopatikana katika fasihi simulizi ya wakati huu. Vitendawili vilitumika kwa lengo la kuburudisha na vile vile kusisimua akili ya mtoto (Akinyemi, 2003). Matumizi ya ishara katika vitendawili hulenga kumfikirisha mtoto na kumfanya kuwa makini na mdadisi wa mazingira yake. Pamoja na hayo huweza kumfunza mtoto kuhusu historia na utamaduni wa jamii yake. Methali nazo zililenga kumwelekeza mtoto kuhusiana na mienendo yake kama mtu binafsi, namna ya kuhusiana na wanajamii wenzake na hali ya maisha kwa jumla. Hata ingawa methali ni utanzu uliotumiwa na watu wazima, lengo lake kuu hasa ni kudhihirisha mielekeo na imani za wanajamii.

Kutokana na kuwepo kwa tanzu nyingi katika jamii ya nyakati hizi, watoto waliweza kujifunza amali za kijamii kama vile, uvumilivu, uwazi, uwajibikaji, uaminifu, ukarimu miongoni mwa amali nyinginezo. Vile vile waliweza kujifunza adhabu iliyotolewa kwa wale waliokuwa na tabia za kutotii, ukaidi, udangayifu na mambo mengine yaliyoenda kinyume na maadili ya kijamii, (Mbure, 1997).

Fasihi ya kipindi hiki haikupokelewa tu kutokana na umuhimu wake kijamii, bali pia kutokana na mbinu za uwasilishaji na utendaji (Nandwa, 1994).Ilikuwa na ubunifu wa hali ya juu kutokana na namna ilivyotumia mbinu mbalimbali za lugha ambazo ziliweza kunasa makini ya wasilikilzaji, (Akinyemi, 2003). Mbinu hizi za kuvutia hazikulenga tu katika kuhifadhi kumbukumbu ya hadithi bali pia kumfanya mtoto aburudike.

Watoto wenyewe pia walikuwa na vitanzu vyao walivyoendeleza katika kujiburudisha. Walikuwa na michezo na nyimbo mbalimbali walizojitumbuiza nazo (Finnegan, 1997; Akinyemi, 2003). Michezo hiyo ilichezwa kama njia ya kufanyia viungo vya mwili mazoezi na hivyo basi kukuza akili. Vile vile michezo hii ilisaidia katika kujenga nidhamu miongoni mwa watoto pamoja na kuwafunza uvumilivu. Hii ilichukuliwa kama njia moja ya kumjamiiisha mtoto.

Kupitia fasihi simulizi, kipengele cha kumkuza mtoto kiisimu kilizingatiwa kama njia moja ya kumhusisha mtoto na jamii-lugha yake. Kwa mfano, utanzu wa vitanza ndimi ulilenga kumjenga mtoto kiisimu kwa kumfanya awe makini katika mbinu zake za matamshi na mwisho kusaidia mtoto kukuza msamiati. Kimsingi ni kwamba, fasihi simulizi zimeweza kuwa na athari kubwa katika fasihi ya watoto. Ni kutokana na hadithi hizi ndipo tunapata mwegemeo mkubwa katika fasihi andishi ya watoto ya kisasa.

Fasihi ya watoto katika mfumo wa ukoloni

Kwa mujibu wa Alcock (2005) vitabu vya kwanza vya watoto vilichapishwa mwaka wa 1901. Vitabu hivi vilitumika tu siku ya Jumapili kwa lengo la kumtanguliza mtoto kwa fasihi ya Kikristo. Kwa mfano, kulikuwa na msururu wa vitabu kama vile, *Kusoma Kwa watoto kwa Siku ya Jumapili*. Vitabu kama hivi vilichapishwa na Chama cha Christian Knowledge. Bali na vitabu kama hivi, Waingereza wengine kama vile Isabelle Fremont walichangia katika kuwaandikia watoto vitabu. Isabelle Fremont aliandika vitabu kama vile, *Paka Jimi* (1945) na *Mbwa Tomi* (1947). Vitabu hivi vilitumika katika shule nyingi kama vitabu vya ziada kwa sababu, mandhari, wahusika, pamoja na ujumbe wake yalidhihirisha mazingira ya Kiafrika. Hata hivyo, kama ilivyokuwa na vitabu vingine vilivyoandikwa na wakoloni, havikuibua hisia ya Uafrika miongoni mwa Waafrika na vilevile watoto hawakuweza kujinasibisha navyo wakati huo. Watoto wa wakati huo walitaka vitabu ambavyo wangejinasibisha navyo wala sio vile vilivyozungumzia mitazamo ya kigeni.

Katika kipindi hiki, wamishonari na wanaAnthropolojia walijihusiha sana na kukusanya, kurekodi, kuandika, kutafsiri na hata kuandika-tena hadithi simulizi, methali, vitendawili, visaasili, nyimbo na mashairi kutoka katika jamii mbalimbali za Afrika (Mazrui & Mazrui 1995; Bertoncini 1989). Kwa mfano, Jan Knappert, Karl Buttner na Karl Velten walitafiti shajara za wasafiri na kisha kuzichapisha. Kulingana na Bertoncini (1989), baadhi ya hadithi zilizokusanywa na kuchapishwa ni pamoja na : *Swahili Tales, as told by Natives of Zanzibar* na Edward Steer (1870), na *Kibaraka, Swahili stories* cha University Mission, Zanzibar (1985) miongoni mwa vingine. Hadithi nyingi zilizotafsiriwa katika kipindi hiki zilidhihirisha tajriba za Kiarabu. Hadithi hizi zilisilimishwa na jamii ya waswahili kiasi kwamba hazikuchukuliwa kama ni hadithi za kigeni kamwe (Bertoncini, 1989). Bertoncini anadai kuwa kwa muda mrefu fasihi ya Kiswahili iliweza kunyunyiziwa mbolea na fasihi ya Kiarabu. Kwa mfano, hadithi ya *Adili na Nduguze* iliyoandikwa na Shaaban Robert iliegemezwa kwenye mtindo wa kichimbakazi cha "The Story of Abdalla ibn Fadhili" katika kusanyiko la hadithi fupi: *A Thousand and One Nights*. Kwa takriban miaka mia moja, hizi ndizo hadithi ambazo watoto wa Kenya walisoma.

Baadhi ya vitabu ambavyo vilitafsiriwa kwa Kiswahili katika kipindi hiki ni pamoja na *Hekaya za Abunuwas* (Kilichapishwa kwa mara ya kwanza 1935): *Alfu Lela Ulela* (Johnson na Bren 1922), *Mashimo ya Mfalme Suleimani* (Johnson 1929), *Mashujaa: Hadithi za Wayunani* (Kingsley, 1929), *Safari za Msafiri* (Bunyan 1888), *Hadithi ya Allan Quatermain* (Johnson 1934), *Safari ya Gulliver* (F. Johnson) na *Elisi katika Nchi ya Ajabu* (Conan-Davies, 1940), (Madumulla, 2011).

Tafsiri hizi zilifanikiwa kutokana na sababu kuwa Kiswahili kilikuwa kimeenea sana kutokana na Waswahili kutagusana na Waarabu, Wareno, Wahindi, Waingereza, Wajerumani, Wamishonari na wakoloni. Kwa mujibu wa Polome (katika Mohamed 2001), kufikia katikati mwa karne ya kumi na tano Kiswahili kilikuwa kinajimudu vilivyo. Kati ya mwaka wa 1909 na 1940, Kiswahili kilikuwa kinafunzwa katika maeneo mbalimbali kama lugha ya kufunzia na vilevile kama somo (Ngugi, 1981). Uamuzi wa kutumia Kiswahili ulikuwa umetolewa na makundi ya watu kama vile United Missionary Conference, ya mwaka 1909, uamuzi wa Magavana wa Tanganyika, Uganda na Kenya uliotolewa mwaka wa 1927, Washiriki wa Kongamano la Elimu la 1928 na Kenya Legislative Coucil katika mwaka wa 1929 (Gorman, 1974). Katika kipindi hiki, Sir William Gowers, aliyekuwa gavana kati ya mwaka wa 1925 na 1932, aliunga mkono matumizi ya Kiswahili (Kasozi, 2000). Gavana huyu pamoja na viongozi wengine wa kikoloni waliona Kiswahili kikichukuwa nafasi ya kuunganisha Tanganyika, Uganda na Kenya.

Hata hivyo, palikuwa na mielekeo hasi kuhusu maenezi na matumizi ya lugha ya Kiswahili miongoni mwa watawala wa kikoloni na Wamishonari. Waliotetea Kiswahili walikiona kuwa lingua fraka ambayo ingesaidia katika shughuli za utawala wa Uingereza wa Afrika Mashariki kwa sababu matumizi yake yalikuwa yameenea Tanganyika, sehemu nyingi za Kenya na hata Uganda (Rubagumya, 1990). Waliopinga matumizi ya Kiswahili walidai kuwa lugha hii ilikuwa tu lugha ya pili kwa Waafrika wote walioishi nje ya upwa wa pwani na haikujulikana sana Uganda. Kikundi hiki kilipendekeza lugha ya Kiingereza itumike kama lingua franca (Kasozi, 2000).

Vilevile baadhi ya watawala hawa walipendekeza Kiswahili kitumike kama lugha ya kufunzia ilhali wengine walipendekeza lugha ya Kiingereza na kuondolewa kabisa kwa lugha ya Kiswahili. Kile kilichosaidia kubaki kwa Kiswahili katika shule ni kwamba, hapakuwa na walimu wa kufunza Kiingereza katika shule za msingi. Isitoshe, hapakuwa na vitabu vya ziada na kiada katika lugha za wenyeji ambazo walidhamiria zichukue nafasi ya Kiswahili ambayo ilikuwa na vifaa hivi vya kufunzia. Uamuzi wa Tume ya Elimu ya mwaka 1951 kwamba baada ya kufunzia kwa lugha ya wenyeji katika viwango vya awali, wanafunzi wafunzwe kwa Kiingereza ulikuwa ni pigo kubwa kwa Kiswahili (Gorman, 1974).

Ufunzaji wa Kiswahili kama somo na kama lugha ya kufunzia ilipigwa vita na baadhi ya wamishonari kutokana na sababu mbalimbali. Kwanza, Kiswahili kilihusishwa na Uislamu na utamaduni wa Waislamu (Mbaabu, 1996). Hii ilikuwa na maana kuwa kukikubali Kiswahili kungeathiri maendeleo ya dini ya Ukristo. Vilevile, katika kutaka kuifikia mioyo na roho za Waafrika, Wamishonari walipendelea matumizi ya lugha wenyeji kuliko Lingua Franca ya Kiswahili. Wamishonari pia walikataa matumizi ya Kiswahili katika shule. Hatua hii ilisababisha kudidimia kwa maendeleo ya Kiswahili hasa katika vitengo vya uchapishaji wa vitabu katika Kiswahili.

Mnamo mwaka wa 1952, Ripoti ya Bins ilipendekeza kuondolewa kabisa kwa Kiswahili hasa katika maeneo ambayo Kiswahili haikuwa lugha ya kwanza (Chimera, 2000). Uamuzi huu ulitolewa baada ya madai kuwa Kiswahili kilizuia ufundishaji wa lugha muhimu kama vile lugha ya wenyeji na Kiingereza. Kutokana na kupingwa kwa Kiswahili, kamati iliyokuwa imeteuliwa kushughulikia masuala ya lugha na hasa lugha ya Kiswahili yaani Inter-Territorial language Committee ilisitisha majukumu yake ya kukiendeleza Kiswahili kupitia kuwahimiza wananchi kuchapisha vitabu katika Kiswahili. Hatua hii pia ilichangia katika kupunguza idadi ya vitabu vilivyochapishwa kwa Kiswahili hasa hadithi za watoto.

Wakati fasihi kwa lugha ya Kiswahili ilipoanza kuandikwa na Wafrika katika miaka ya 1940 na 1950, baada ya kusanifishwa kwa Kiswahili, (Mbaabu, 1996) waandishi maarufu kama vile Shaaban Robert ambaye aliandika *Adili na Nduguze* (1952). Baadaye, katika mwaka wa 1960, Mohamed Saleh Farsy aliandika *Kurwa na Doto* (Mazrui, 1984). Ingawa waandishi hawa walitoka Tanzania vitabu vyao vilitumika sana nchini Kenya. Huu ulikuwa ni mwanzo wa vitabu vya Kiswahili kuchapishwa na Waafrika wenyewe. Vitabu hivi ndivyo vilivyotumika katika shule nyingi kwa muda mrefu sana.

Fasihi ya watoto katika mfumo wa baada ya Uhuru

Katika kipindi cha baada ya uhuru, kulikuwa na pingamizi katika kusoma fasihi ya kikoloni shuleni (Ngugi, 1981; 1986). Nia ya kupinga fasihi hii ilitokana na haja ya kuondoa ukoloni katika silabasi ya fasihi. Mjadala wa kuifanya silabasi ionekane kuwa ya Kiafrika ulianzishwa na wasomi kama vile, Grant Kimenju, Van Zirimu, Ezekiel Mphalele, Taban Lo Liyong, Okot p'Bitek, Owour Anyumba na Ngugi wa Thiong'o miongoni mwa wengine (Ngugi, 1981). Wasomi hawa walipendekeza kuwa fasihi iliyotolewa ilihitaji kuangazia masuala ya Kiafrika ambayo watoto wangeweza kujinasibisha nayo. Mhimili wa mjadala huu uliegemezwa kwa wazo kuwa ni jambo la muhimu kwa mtu kujitambua na mazingira yake na kutumia hii kama msingi wa kuuchunguza ulimwengu ulio nje ya mazingira yake.

Kutokana na mawazo haya, paliibuka waandishi wengi walioandika fasihi iliyolenga watoto na vijana kupitia kwa hadithi fupi, riwaya, tamthilia na hata ushairi. Fasihi hii iliangazia maudhui mbalimbali kama vile masuala ibuka ya athari za ukoloni kwa jamii, athari za mtagusano wa tamaduni mbalimbali za Kiafrika na Kizungu na kadhalika (Alembi, 2007). Waandishi wengine walishughulika na kukusanya, kutafsiri na kusimilisha fasihi simulizi kwa lengo la kufufua urithi wa Mwafrika. Lengo lilikuwa kuhakikisha kwamba watoto na vijana waliozaliwa katika kivuli cha ukoloni wangeweza kuelewa na kufurahia fasihi ya jamii yao ya kale na ya kisasa (Killam na Rowe, 2000). Muhimu zaidi ilikuwa ni kuwapa watoto na vijana fasihi iliyokuwa na misingi ya Uafrika, fasihi ambayo ingesawazisha, kurekebisha na kumulika tamaduni, itikadi na mazingira ya Kiafrika (Khorana, 1994). Hata hivyo, mapendekezo haya hayakumaanisha kuwa watoto wasisome fasihi ya kigeni. Hoja iliyozingatiwa ilikuwa kwamba kwanza watoto hawa waweze kusoma fasihi iliyomulika hali zao kabla ya kusoma fasihi ya kiulimwengu.

Hatua nyingine ambayo iliinua hali ya Kiswahili ilikuwa ni pendekezo la Tume ya Ominde kuhusu kuanzishwa kwa Idara ya Isimu na lugha za Kiafrika katika chuo Kikuu cha Nairobi (Mbaabu 1996). Wanafunzi wa mwanzo katika idara hii walisajiliwa mnamo mwaka 1969, ikawa mwanzo wa somo la Kiswahili kufunzwa. Ingawa hii ilikuwa hatua nzuri katika kukiendeleza Kiswahili, haikuwa na athari ya moja kwa moja katika uchapishaji wa fasihi ya watoto ya Kiswahili na fasihi kwa ujumla. Hali hii ilitokana na sababu kuwa elimu ya wakati huu ilipendelea matumizi ya Kiingereza kama lugha ya kufunzia. Vilevile Kiingereza kilitumika kwa wingi katika ofisi za kiserikali, hali ambayo haikukipa Kiswahili nafasi ya kukua na kuendelea. Matokeo yalikuwa kwamba mashirika ya uchapishaji hayakuzingatia Kiswahili kwa sababu ya ukosefu wa wasomaji wa vitabu vya fasihi. Hili lilikuwa dhihirisho kuwa lengo la elimu ya kikoloni la kuwakengeusha Waafrika kuhusu lugha zao, tamaduni zao na hata fasihi yao lilikuwa limetimizwa.

Uchapishaji wa fasihi ya watoto nchini Kenya
Katika miaka ya mwanzo ya uhuru, mashirika ya uchapishaji kama vile oxford, Macmillan, Longhorn, Heinnemann na Evans Brothers yalimilikiwa na wageni, (Ogechi na Ogechi 2002). Hawa waliendeleza ukoloni mpya ambao uliwaamulia Waafrika aina ya vitabu ambavyo wangevisoma au hata kuandika. Kwa sababu makampuni haya yalikuwa na lengo la kujitajirisha kwa haraka, walilenga tu katika kuchapisha vitabu vya kiada. Walijua kuwa

hivi ndivyo vingewaletea hela kwa haraka. Au hata iwapo wangechapisha kitabu kilichoandikwa na Mwafrika, walihakikisha kuwa Mwafrika huyu ni yule aliyejulikana ulimwenguni kote. Jambo hili lilisababisha kupungua kwa fasihi katika lugha za wenyeji. Kwa mujibu wa Ngugi (1986), wakati wa hali ya hatari ya mwaka 1952, vitabu vingi vilivyokuwa vimechapishwa kwa lugha za wenyeji, kikiwemo Kiswahili vilipigwa marufuku na mashirika ambayo hayakuwa na nguvu za kifedha yalifungwa.

Hata hivyo, katika miaka ya 1980 na 1990, mashirika ya uchapishaji yaliyomilikiwa na Wakenya yalizinduliwa tena. Kwa mfano, Shirika la East African Publishing House lilitokana na Shirika la kigeni la Heinnemann mwaka wa 1982 (Chakava, 1998), nalo shirika la Longhorn- Kenya liliibuka mwaka wa 1992 kutokana na Longman (Njoroge, 1978). Majukumu yaliyotekelezwa na mashirika haya yalikuwa muhimu kwa sababu yaliwezesha uchapishaji kufanyika humu nchini na hivyo basi kupunguza gharama ya uchapishaji na ya vitabu kwa kiasi fulani. Pia ilikuwa njia ya kuwapa motisha waandisha wa humu nchini kuwaandikia Wakenya na wala sio kuyaandikia mashirika ya kigeni. Kutokana na hatua hii, vitabu vya watoto viliweza kuchapishwa sio tu kwa Kiingereza, bali pia kwa Kiswahili na lugha nyingine za Kiafrika hasa na shirika la East African Publishing House (Chakava, 1998).

Kutokana na kutambua watoto kama sehemu ya jamii pana iliyohitaji kuhudumiwa kifasihi, kila shirika la uchapishaji lilitenga idara maalum ya kushughulikia fasihi ya watoto na vijana. Kwa mfano shirika la Oxford, lina *Mradi wa Kusoma,* Phoenix lina *Hadithi za Kikwetu,* Longhorn lina *Hadithi Kolea,* nayo East African Publishing house lina msururu wa vitabu hivi kwa viwango mbalimbali: *Paukwa* (umri wa miaka 0 - 7), *Vitabu vya Nyota* (umri wa miaka 7-9), na *Vitabu vya Sayari* (umri wa miaka 10 -13). Mashirika mengine pia yamejizatiti kuchapisha fasihi ya watoto na vijana.

Ingetarajiwa kuwa kutokana na kuanzishwa kwa mfumo wa 8 – 4 - 4 mnamo mwaka wa 1981, wakati Kiswahili kilifanywa somo la lazima katika shule za msingi na sekondari kuwa uchapishaji wa vitabu vya fasihi ungeongezeka. Hata hivyo, mambo hayakuenda hivyo kwa sababu ni vitabu vichache sana vilivyoweza kuchapishwa. Kwa Mujibu wa Ogechi (2002b) idadi ya vitabu vilivyochapishwa katika Kiswahili ilikuwa ndogo sana ikilinganishwa na vile vilivyochapishwa katika Kiingereza. Hali hii ilitokana na sababu mbalimbali. Mojawapo ya sababu hizi ni kwamba Kenya haikuwa na sera madhubuti ya lugha kama ilivyo sasa ambapo Kiswahili ni lugha ya

Taifa na pia lugha rasmi. Vilevile tatizo la wanajamii kutopendelea kusoma kwa ziada hasavitabu vya Kiswahili (King'ei, 2000). Isitoshe, kama anavyodai Block (2008), vitabu vya hadithi katika lugha yoyote ile vimechukuliwa kama tu vitabu vya kiada na watawala wa elimu, na hivyo basi kuonekana kutokuwa vya muhimu sana katika harakati ya kujifunza kusoma. Wadau wengi walichangia kwa mwelekeo huu hasa mashirika ya uchapishaji na maafisa wa elimu kwa kusisisitiza na kuendeleza vitabu vya kiada ambavyo vililenga kufundisha sarufi kuliko kufunza matini nzima. Mambo kama haya ndiyo yaliyochangia kuzoroteka kwa uchapishaji wa fasihi ya watoto.

Mabadiliko katika silabasi ya Kiswahili na mchango wake katika kuendeleza fasihi ya watoto

Katika mwaka wa 2002, Wizara ya Elimu kupitia kwa Taasisi ya Elimu iliunda silabasi mpya ya Kiswahili (Ministry of Education, 2002). Mabadiliko yaliyofanyika yalihusisha kujumuishwa kwa mafunzo ya sarufi na ya fasihi kuanzia darasa la kwanza hadi kidato cha nne. Hatua hii ilichukuliwa baada ya kutambua kuwa fasihi kama somo haikuwa inashughulikiwa vilivyo shuleni. Ila msisitizo uliwekwa katika kujua sarufi zaidi, jambo ambalo lilisaidia mwanafunzi kupita mtihani wake kwa kiwango cha juu.

Katika silabasi hii mpya wanafunzi wote wanapaswa kufunzwa tanzu zote za fasihi simulizi na andishi. Pia masuala ibuka yanashughulikiwa vilivyo kwa sababu ya jinsi yanavyowaathiri watoto na vijana kwa njia mbalimbali. Masuala ibuka yanayoshughulikiwa ni pamoja na haki za watoto, matumizi ya madawa ya kulevya, kuteswa kwa watoto, VVK/ Ukimwi miongoni mwa masuala mengine.

Katika kufanya hivi, malengo ya elimu kwa ujumla pamoja na ya kufunza Kiswahili yanawafunza watoto kuhusu hali ya jamii zao kupitia fasihi na papo hapo, kujenga tabia ya kusoma miongoni mwa watoto hawa kwa kuwaonyesha kuwa kusoma vitabu vya fasihi kunaweza kuwapa burudisho la kutosha (Ministry of Education, 2002).

Upatikanaji wa fasihi ya watoto

Inabainika kwamba, usomaji na ufunzaji wa fasihi ya watoto na vijana shuleni huathiriwa kwa kiasi kikubwa na hali mbalimbali, kwa mfano, upatikanaji wa vitabu. Tangu silabasi mpya ilipoidhinishwa na kujumuisha fasihi ya watoto katika somo la Kiswahili, pamekuwepo na maendeleo makubwa katika upatikanaji wa vitabu vya fasihi.

Kwa sasa vipo vitabu vingi vya fasihi ya watoto ambavyo vimechapishwa. Ukweli huu unaweza kudhihirika katika orodha ya vitabu vinavyopatikana katika *Approved List of Primary and Secondary Schools Textbooks and other Instructional Materials* maarufu kama "Örange Book". Kwa mfano, mnamo mwaka wa 2005 ni vitabu 101 vya Kiswahili vilivyokuwa vimeorodheshwa katika kitabu hiki, lakini sasa tunavyo zaidi ya vitabu mia nne, (MoE, 2005, MoE 2011). Ingawa idadi ya vitabu imeongezeka, ni wazi kwamba nyongeza hii ni ya polepole mno ikilinganishwa na idadi ya vitabu vinavyopoatikana katika lugha ya Kiingereza.

Zaidi ya hayo, masomo ya bure yamechangia pakubwa kupatikana kwa vitabu hivi. Tangu mwaka wa 2003, serikali imechukua jukumu la kugharamia ununuzi wa vitabu vinavyotumika katika shule zote za kiserikali vikiwemo vya ziada na hivyo basi kuhakikisha kwamba kila mtoto anapata nafasi ya kuvisoma vitabu hivi (Ngugi, 2010). Kwa upande mwingine shule za kibinafsi huwataka wazazi wawanunulie watoto vitabu vya kusoma.

Baada ya walimu wakuu kupata orodha ya vitabu vilivyokaguliwa na kuteuliwa na shirika la uundaji mitaala, huwa sasa jukumu la walimu wanaaohusika kuviteua, kuagiza na kuvinunua. Kwa ujumla uteuzi wa vitabu huongozwa na vigezo vifuatavyo:

- Mtindo sahili unaofaa katika utunzi wa vitabu vya watoto,
- Lugha inayoafiki kiwango cha utambuzi cha mtoto,
- Msamiati ulio wastani na usio mgumu sana wa kumlemea mtoto msomaji,
- Wahusika ambao watoto wanaweza kujitambulisha nao na wawe wa kuaminika.

Hata hivyo, jambo muhimu la kuzingatia katika uteuzi wa vitabu ni lile analopendekeza Green (1976) kwamba, iwapo tunataka kukuza na kuendeleza kipawa cha fasihi, kutimiza shauku na matakwa ya watoto, pamoja na kukuza na kujenga stadi za usomaji, basi vitabu vinavyopatikana maktabani sharti vichaguliwe kwa uangalifu. Mambo haya yanahitaji kuzingatiwa ili motisha ya usomaji ya watoto isididimizwe na vitabu visivyowavutia. Kwa hivyo ni muhimu kuteua vitabu ambavyo vitasomeka na watoto wa viwango vyote bila kutegemea mtu mzima. Usomaji wa kujitegemea ndio unahitaji kuhimizwa ili kujenga mazoea ya usomaji.

Ufundishaji wa fasihi ya watoto katika vyuo vikuu nchini

Kufikia sasa vipo vyuo vikuu ambavyo vinafunza fasihi ya watoto katika viwango vya shahada ya kwanza na ya uzamili. Vyuo hivi ni pamoja na; Chuo Kikuu cha Kenyatta, Chuo cha Laikipia na Bewa la Marist la Catholic University of East Africa. Hata ingawa vyuo vingi vina kozi ya fasihi ya watoto katika ratiba yao ya ufundishaji, ni vichache sana vinavyotoa mafunzo katika kozi hii.

Tafiti katika fasihi ya watoto

Ingawa pamekuwa na mafanikio mengi katika uchapishaji wa vitabu vya fasihi ya watoto nchini Kenya tangu 2002, sio tafiti nyingi zimefanywa katika eneo hili (Ngugi, 2012). Kama anavyohoji Mpesha (1996), fasihi ya watoto inahitaji kuhakikiwa kwa msingi sawa na fasihi ya watu wazima. Fasihi hii inahitaji uhakiki wa kina mno hasa tukizingatia wapokeaji wa vitabu hivi ambavyo wako katika awamu ya awali sana katika ukuaji wao. Fasihi wanayopokea inahitaji kuzingatia kwa dhati tamaduni zao, hali zao za kisaikolojia na maendeleo ya fasihi.

Zipo tafiti chache ambazo zimefanywa katika fasihi ya watoto na nyingine zinaendelea kufanywa. Kwa mfano, Mpesha (1995) alichunguza mwitikio wa watoto kwa fasihi yao kupitia mapokezi mbalimbali kama vile kusoma hadithi tena, uigizaji na hata uandishi wa hadithi hiyo. Ingawa eneo lake la utafiti lilikuwa Tanzania, na mengi aliyoyajadili yanaweza pia kuhusu nchi ya Kenya. Tafiti nyingine ambazo zimefanywa katika miaka ya hivi karibuni ni pamoja na; Gituku (1990) Karuga (2005); Mukami (2005), Mwanza (2007), Muthubi (2005), Kavuria (2008), Ngugi (2010) na Ruthiiri (2012). Tafiti hizi zimeshughulikia mada mbalimbali kama vile; mtindo, maadili, usimilishwaji, nyimbo za watoto, masuala ibuka na hali ya fasihi ya watoto katika Kiswahili nchini Kenya miongoni mwa mada nyinginezo.

Changamoto

Changamoto katika upatikanaji kwa urahisi wa vitabu hivi miongoni mwa watoto wa shule nyingi inatokana na sera za shule za uazimaji wa vitabu. Kwa mfano, utafiti uliofanywa na Ngugi (2010) ulibainisha kwamba kuna changamoto nyingi kuhusiana na upatikanaji wa vitabu vya ziada shuleni. Baadhi ya changamoto hizi ni:

- Baadhi ya walimu wakuu hupendelea kununua vitabu vya kiada kuliko vitabu vya ziada. Bakka (2000: 84) anaita hali hii, "Usomaji unaoegemea kwa vitabu vya Kiada". Hii inaweza kuwa na maana kwamba walimu wakuu wanachukulia kuwa ujifunzaji unaweza kuendelezwa tu kupitia vitabu vya kiada. Hawaoni umuhimu wa kujumuisha vitabu vya ziada.

- Ni vigumu kwa shule nyingi za mashambani kuvipata vitabu ambavyo vimeteliwa na taasisi ya uundaji mitaala nchini kutoka maduka ya vitabu. Hii ina maana kuwa usambazwaji wa vitabu hauwafikii watoto katika maneo ya mashambani.

- Uhifadhi wa vitabu ni hafifu. Katika baadhi ya shule, vitabu vinahifadhiwa katika ghala moja na nafaka. Vilevile, vitabu huhifadhiwa kiholela tu kwa mfano kuwekwa sakafuni (Ngugi 2010).

- Ukosefu wa maktaba hasa katika shule za mashambani ambazo nyingi hazina majengo ya kudumu. Kwa sababu hii vitabu huishia kuliwa na mchwa. Ukosefu wa maktaba unaweza kuchukuliwa kama ishara ya kutozingatia umuhimu wa usomaji wa ziada na washika dau wa elimu, (Krolak 2005). Hivyo basi kuwanyima watoto nafasi ya kukuza tabia ya usomaji.

- Ukosefu wa mkutubi anayeweza kuwaelekeza watoto maktabani umekithiri katika shule nyingi. Utafiti umedhihirisha kwamba waktubi huwa na nafasi kubwa katika kujenga mielekeo chanya ya usomaji miongoni mwa watoto na kuwafanya kuwa wasomaji mahiri, (Usanga na Usoro 2007). Shule nyingi hazina wakutubi na iwapo wapo, wengi huwa ni walimu ambao wamechaguliwa kusimamia maktaba ya shule. Kwa sababu hiyo wengi hawana maarifa katika taaluma ya ukutubi na vilevile hawana nafasi ya kushughulikia watoto wakati wa maktaba kwa ambavyo wanahitajika kuwa na masomo mengine.

- Katika shule nyingi, watoto hunyimwa nafasi ya kuazima vitabu kwa sababu ya kuhofia kuvipoteza au kuviharibu. Iwapo mtoto atapoteza kitabu, mzazi anatakikana kufidia, hivyo basi wazazi wanawakataza watoto wasiazime vitabu shuleni.

- Walimu hawazingatii kipindi cha maktaba. Kipindi hiki hutumiwa kwa masomo mengine ambayo yanatahiniwa shuleni mwisho wa muhula au mwaka.

- Hakuna rekodi nzuri zinazowekwa kuhusu vitabu hivi. Rekodi hizi zinaweza kuonyesha tabia za usomaji kwa kila mtoto na hata katika shule.

- Uhifadhi wa vitabu katika ofisi ya mwalimu mkuu huwanyima watoto wasiokuwa jasiri nafasi ya kuviazima vitabu hivyo.
- Hivi karibuni, tafiti zimeonyesha kuwa watoto wengi hawawezi kusoma vitabu vinavyolenga viwango vyao vya darasa. Hivyo basi ni vigumu kwa mtoto kama huyu kujisomea mwenyewe hata kama angependa.

Mapendekezo

Ingawa fasihi ya watoto imepitia changamoto nyingi, hali hii inaweza kutafutiwa suluhu kupitia mikakati mbalimbali ambayo itawekwa na wadau. Kwa mfano, panahitaji kutolewa mazingira faafu ambayo yatachangia katika kuwahimiza watoto kusoma. Hali kadhalika watoto wasiojua kusoma kuelekezwa ili waweze kujisomea bila kuongozwa na mtu mzima. Kila mtoto anapaswa kuwa na uhuru wa kuchagua vitabu kutokana na vitabu vingi vinavyopatikana katika maktaba iliyo karibu naye. Walimu na wakutubi wa shule wanahitaji kupata mafunzo kuhusu namna ya kuwaelekeza watoto katika kujisomea ili watoto hao wajenge tabia ya kusoma.

Hitimisho

Kutokana na mjadala ambao umetolewa katika makala hii, ni bayana kuwa fasihi ya watoto imepiga hatua kubwa hasa baada ya uhuru. Waandishi wengi wamejizatiti kuandika vitabu ambavyo vinalenga watoto wa Kikenya na ni fasihi ambayo watoto wanaweza kujitambulisha nayo. Kilichobaki ni tafiti kuendelezwa katika eneo hili ili kuhakiki aina ya vitabu vinavyotolewa kwa watoto na vilevile kuendelea kuwahimiza na kuwaelekeza watoto katika kuwa wasomaji wa fasihi yao.

Marejeleo

Akinyemi, A. (2003). "Yoruba Oral Literature: A Source of Indigenous Education for Children." Katika, Akin Oyatede (mhr). *Journal of African Studies*. Juzuu 16, Na. 2, Desemba 2003. 161-179.

Alcock, K. J. (2005). Literacy in Kiswahili. Lancaster University-Fylde College. *http://www.psych.lancs.ac.uk/people/.uploads/katiealcock00050421 To91811.pdf. 21-7-2013*.

Alembi, E. (2007). Phases and Dynamics in Children's Literature in Kenya. Katika: The *10th Nairobi International Book Fair Booklet*. Nairobi: Kenya Publishers Association.6-9.

Bakka, P. (2000). "Back to books: Functional Literacy". Katika Kate Parry (mhr). *Langage and literacy in Uganda: Towards a Sustainable Reading Culture*. Kampala. Foundatain Publishers. Uk. 83-87.

Bertoncini, E, Z. (1989). *Outline of Swahili Literature: Prose Fiction and Drama*. New York: E.J.Brill.

Bloch, C. 2008. "Little books for little hands: A story across Africa project." Katika: *The Lion and the Unicorn* 23(2008). The John Hopkins University Press. 271-287.

Chakava, H. (1984). "Books and Reading in Kenya" Katika: *Studies on Books and Reading*. No 13. UNESCO

Chakava, H. (1998). "Children and books in Kenya". Katika: *Indaba98. Books for Children*. Harare: The Zimbabwe International Book Fair Trust. 42-46.

Chimera, R. (2000). *Kiswahili: Past, Present and Future Horizons*. Nairobi: Nairobi University Press.

Finnegan, R. (1976). *Oral literature in Africa*. London: Oxford University Press.

Fremont, I. (1945). *Paka Jimi*. London: The Sheldon Press.

Fremont, I. (1945). Mbwa Toni. London: The Sheldon Press.

Green, R. (1976). "Providing good Literature for young Children". Katika: Lelan, B. Jakobs (mhr). *Using Literature with Young Children*. New York: Teachers' College Press. 6-10.

Gorman, T.P. (1974). "The development of language policy in Kenya with particular reference to the educational system". Katika: Wilfred Whitley, (mhr.). *Language in Kenya*. Nairobi: Oxford University Press. 397-426.

Harries, T. & Cornel, J, (1993). "Literature in Kenya." Katika: Maria Azevedo (Mhr.). *Kenya: The Land, the People and the Nation*. North Carolina: Carolina Academic Press. 104-118.

Kairu, W. M. (2005). Uhalisia na Mtindo wa Ken Walibora katika Fasihi ya Watoto. M.A. Thesis. Kenyatta University. (Hakijachapishwa).

Karuga, M. N. (2005). Uhakiki na Upokezi wa Fasihi ya Kiswahili ya Watoto katika Shule za Msingi Nchini Kenya. M.A. Thesis. Kenyatta University. (Hakijachapishwa).

Kasozi, A. B. K. (2000). "Political statements and the failure to develop a national language in Uganda: A historical survey". Katika. Kate Parry (Mhr.). *Language and Literacy in Uganda: Towards a Sustainable Reading Culture.* Kampala: Fountain Publishers. 23-29.

Kavuria P. (2008). Dhuluma dhidi ya Watoto katika Riwaya za Kiswahili. M.A. Thesis. Kenyatta University. (Hakijachapishwa)

Khorana, M. (1994). *African Literature for Children and Young Adults*: An annotated Bibliography of English Language Books 1873-1994. London: Greenwood Press.

Killam, D. & Rowe, R. (2000). *The Companion to African Literature.* Bloomington: Indiana University.

King'ei, G. (2000). "Stunted Growth of Kiswahili Literature in Kenya: Causes and Remedy". Katika: Kihore, (Mhr). *Kiswahili,* Journal of the Institute of Kiswahili Research. Juz.63. Dar es Salaam: University of Dar es Salaam. 89 -93.

Krolak, L. (2005). The Role of Libraries in the creation of Literate Environment. UNESCO. Hamburg: Institute of Education.

Madumulla, J.S. (2001). "Hali ya Vitabu Vya Watoto katika Tanzania". Katika: Rose Marie- Beck, na wengine, (wahr). AAP. 68. *Swahili Forum III,* Afrikanistische Arbeitspapiere. Institute für Afrikanistik. Köln.

Mazrui, A. A. & Mazrui, A. M. (1995). *Swahili State and Society: The Political Economy of an African Language.* Nairobi: East African Educational Publishers

Mbaabu, I. (1996). *Language Policy in East Africa: A dependency Theory Perspective.* Nairobi: Educational Research and Publications.

Mbure, S. (1997). "African Children's Literature or Literature for African Children". Katika: Raoul Granqvist & Jurgen Martini (wahr) *Preserving the Landscape of Imagination: Children's Literature in Africa*. Amsterdam: Matatu. *Journal for African Culture and Society*, No.17-18. 3-9

Ministry of Education. (2002). *Ministry of Education and Technology: Primary School Education Syllabus*. Juzuu 1. Nairobi: Ministry of Education.

Ministry of Education. (2004). *Development of Education in Kenya*. http/www/be.UNESCO org/international/ICE47/eng/natreps7/Kenya.pdf.6-7-2013.

Mkangi, K. (1984). "The political economy of Kiswahili: A Kenya: Tanzania comparison. Katika: Joan Maw & David Parkin (mhr). *Swahili Language and Society*. Wien: Beiträge zur Afrikanistik, Band 23. 331 - 348.

Mpesha, N. (1996). Children's Literature in Tanzania: A Literary Appreciation of Its' Growth and Development. Ph.D. Dissertation. Kenyatta University. (Haijachapishwa).

Mohammed, M. A. (2001). *Modern Swahili Grammar*. Nairobi: East African Educational Publishers.

Muthubi, F. (2005). Mikakati na Mbinu za Usilimishwaji katika Fasihi ya Watoto. M.A. Thesis. Kenyatta University. (Haijachapishwa).

Mwanza, P. (2007). Mtindo wa Nyimbo za Watoto wa Shule za Chekechea. M.A. Thesis. Kenyatta University. (Hakijachapishwa).

Nandwa, J. (1994). "Teaching Oral Literature in the 8-4-4 System: A new Integrated Approach" Katika: Masheti Masinjila & Okoth Okombo (wahr). *Teaching Oral Literature*. Nairobi: Kenya Oral Literature Association (Kola) 34-43.

Njoroge, N. (1978). African Oral Literature: Fighting Literature. Katika: Eddah Gachukia & Akivaga Kichamu (wahr) *Teaching of African Literature in Schools*. Nairobi: Kenya Literature Bureau. 47-50.

Ngugi, P. (2010). Language and Literary Education: The State of Children's Literature in Kiswahili in Primary Schools in Kenya. Ph.D. dissertation. University of Vienna.

Ngugi, P. (2012). "Children's Literature Research in Kenyan Universities: Where are we now?" Katika: *International Journal of Arts and Commerce.* Juzuu 1. Na:2. July 2012. 60 -79.

Ngugi, Wa. (1981). *Writers in Politics: Essays.* Nairobi: Heinemann Educational Books.

Ngugi Wa. (1986). *Decolonizing the Mind: The Politics of African Literatures.* Nairobi: East African Publishing House

Odaga, A. B. (1985). *Literature for Children and Young People in Kenya.* Nairobi: Kenya Literature Bureau.

Ogechi, N. & Ogechi, E. (2002B). "Educational Publishing in African Languages, with a Focus on Swahili in Kenya". Katika: *Nordic of African Studies.* 11 (2): 167-184

Otim, R. (2000). An endangered subject: The role of literature in English in national integration and development Katika: Kate Parry, (mhr.). *Language and Literacy in Uganda: Towards a Sustainable Reading Culture.* Kampala Fountain Publishers. 77-80.

Republic of Kenya. (1964). *Report of the national committee on educational objectives and policies.* Nairobi: Government Printers.

Republic of Kenya. (1981). *Report of the Presidential working committee on the second university.* Nairobi: Government Printers.

Rosenblatt, Louise. 1995. (First published 1939). *Literature as Exploration.* New York: The Modern Language Association of America.

Rubagumya, C.M. (1990). Language in Tanzania. Katika: Casmir M. Rubagumya, (mhr.). *Language in Education in Africa: A Tanzania Perspective.* Clevedon: Multilingual Matters Ltd. 1-15.

Steere, E. (1870). *Swahili Tales, as told by Natives of Zanzibar.* London. Society for the Promotion of Christian Knowledge.

Usanga, E. na Ima Usoro. (2007). The Role of Nigerian Primary School Libraries in Literacy and Lifelong learning. *http://www.encyclopedia.com.doc/IGI-162470505.html.* 4-8-2013.

SURA YA TATU

KWA MIAKA HAMSINI, SHENG IMEKITUNZA KISWAHILI AU IMEKIUA?

Peter Githinji

Utangulizi

Kwa mda mrefu, watetezi wa Kiswahili wamelalamika kwamba msimbo wa Sheng ni kikwazo kikubwa katika ukuzaji na uendelezaji wa Kiswahili nchini Kenya, hasa katika maeneo ya miji ambako msimbo huu hutumika sana. Viongozi na waalimu hulalamika jinsi Sheng ina athari mbaya kwa lugha za Kiingereza na Kiswahili. Matokeo ya mitihani ya darasa lanane (KCPE) au kidato cha nne (KCSE) ya kila mwaka yanapotangazwa, viongozi katika wizara ya elimu hushutumu matumizi ya Sheng miongoni mwa wanafunzi kama mojawapo ya sababu kuu zinazoleta matokeo yasiyoridhisha katika mitihani ya lugha, hasa Kiswahili. Alipokuwa akitangaza matokeo ya KCPE ya mwaka wa 2001 kwa mfano, aliyekuwa waziri wa elimu Bwana Henry Kosgey alisema kwamba matumizi ya Sheng kama lingua franka ya mijini na baadhi ya sehemu za mashambani ilichangia sana katika kushuka kwa alama za insha za Kiingereza na Kiswahili (Aduda, Daily Nation, 2001). Madai haya yameungwa mkono na waalimu wengi wanaolalamika kuhusu kuongezeka kwa matumizi ya msamiati wa Sheng na sarufi iliyokiuka kaida za matumizi bora katika insha za wanafunzi. Jambo hili hutokana na uzoefu wa wanafunzi wa kutumia Sheng unaowafanya kushindwa kutofautisha baina ya Kiswahili sanifu na lugha yao ya matumizi (Momanyi, 2009). Kulingana na Momanyi, matumizi ya Sheng katika maeneo Kiswahili kinakozungumzwa ni mojawapo ya ndaro zinazokikumba Kiswahili na kuathiri kusambaa kwake. Hii ni kwa sababu wazungumzaji wa Sheng ni vijana ambao wanaweza kuzungumza Kiswahili sanifu lakini wanaamua kuvunja sheria za matumizi ya lugha na kuanzisha msimbo wao kwa minajili ya utambulisho wao.

Mbali na walimu na viongozi wengine katika uwanja wa elimu, wazazi nyumbani pia hulalamika kwamba watoto wao hutumia msimbo wa kisirisiri kwa minajili ya kuwatenga wazazi na watu wazima; jambo ambalo husababisha shida za mawasiliano nyumbani. Isitoshe waandishi wengi, hasa wanahabari wameishutumu Sheng kama lugha ya makanga na wanamuziki (Ramani; East African Standard, 2006). Katika diwani ya *Malenga wa Ziwa Kuu* (Wallah bin Wallah, 1988), msanii katika shairi la "Kiswahili Nairobi" analalamika kwa kuuliza katika kibwagizo: 'Vijana na mabenati, Kipi Kiswahili hiki?' Sheng pia imepuuzwa kama msimbo ambao hauongezi thamani yoyote katika maisha ya wazungumzaji (Muganda; Daily Nation, 2013). Licha ya lawama za zaidi ya miongo minne, mjadala kuhusu Sheng, athari zake kwa Kiswahili, na nafasi yake katika sera ya lugha nchini Kenya utaendelea kuzusha ubishi. Hivyo basi, tunaposherehekea miaka 50 ya uhuru wa Kenya, hatuwezi kutenganisha maendeleo ya taifa na lugha ya Kiswahili, na kila tunapozungumza kuhusu Kiswahili, suala la Sheng haliepukiki.

Lengo la makala hii ni kuzua mjadala kuhusu utata wa wingi-lugha katika mawasiliano ya jamii na umuhimu wa kuchunguza vipengele vyote vya suala hili nyeti badala ya kutawaliwa na itakadi, hisia au imani zetu. Kila tunapolalamika kuhusu athari mbaya za Sheng, hata kabla ya kuyaelewa mawanda yake, ni muda tunaopoteza wa kujenga mikakati itakayohimili ndaro zinazokikumba Kiswahili. Makala hii inatoa mwelekeo mpya wa kuitazama Sheng kwa kudai kuwa bali na inavyodaiwa na watetezi wa Kiswahili, Sheng haijakiathiri Kiswahili kwa kiwango kikubwa. Badala yake, Sheng imesaidia kuhifadhi Kiswahili na kuhakikisha kwamba matumizi yake yanaendelea wakati Kiswahili kilikuwa kukipuuzwa na kubanwa na hejemonia ya Kiingereza, hasa kati ya miaka ya sitini na themanini. Nitagusia kuhusu historia ya matumizi ya Kiswahili nchini, tangu enzi za ukoloni hadi wakati Kiswahili kilipotangazwa kuwa lugha ya taifa katika mwaka wa 1974, na hatimaye kutangazwa kama mojawapo ya lugha rasmi za Kenya baada ya kupitishwa kwa katiba mpya mnamo 2010. Baadhi ya hoja ambazo makala hii itajadili ni kama zifuatazo; je, Kwa miaka hamsini ya maendeleo ya Kiswahili nchini, Sheng imechangia chochote katika ukuaji wa Kiswahili au ni zimwi linalokiangamiza? Je sera zetu za ufundishaji wa lugha zinawasaidia wanafunzi kujifunza Kiswahili sanifu au zinawakatisha tamaa? Sheng inaweza kuchangia katika ukuaji wa Kiswahili?

Misingi hafifu nchini Kenya tangu enzi ya ukoloni
Kulingana na Nurse na Hinnebush (1998) lugha ya Kiswahili ilianza kaskazini mashariki ya Kenya na ina ukuruba mkubwa na kundi la lugha za Kisabaki

ambazo zimetawanyika katika upwa wa Afrika Mashariki kuanzia kusini mwa Somalia hadi visiwa vya Ngazija. Chimiini, Kiamu, Kimvita, Kiunguja, Kihadimu, na Kingazija ni baadhi ya lahaja maarufu za Kiswahili ambazo huzungumzwa katika maeneo haya. Ijapokuwa kumekuwa na mgogoro kuhusu chimbuko la Kiswahili, wataalamu wameafikiana kwamba Kiswahili ni miongoni mwa lugha za Kibantu (Chimerah, 2011) na wala si lahaja ya Kiarabu, au lugha mseto. Hata hivyo, Kiswahili kikongwe kimebadilika sana kutokana na ujio wa Waarabu waliosababisha kuongezeka kwa msamiati wa asili ya Kiajemi na Kiarabu. Hata ingawa kuna baadhi ya wasomi wanaodai kwamba Kiswahili kiliibuka kutoka sehemu mbalimbali za upwa wa Afrika Mashariki, fasihi za kimapokeo na pia uandishi wa Kiswahili uliotangulia sehemu za Lamu na Pate ni mojawapo ya ithibati inayodhihirisha jinsi lugha hii ilivyoshamiri katika maeneo ya kaskazini mashariki ya Kenya.

Licha ya kuwa na lahaja maarufu katika pwani ya Kenya, Kiswahili hakikuweza kusitawi barani kabla, na wakati wa ukoloni kutokana na sababu mbalimbali. Kwanza misafara ya bishara ya utumwa na pembe za ndovu kabla ya ukoloni ilipitia nchini Tanzania (Tanganyika) ikielekea mashariki mwa Kongo. Kulikuwa na vituo mbalimbali vya kibiashara nchini Tanzania kama vile Tabora ambavyo viliwakutanisha wazungumzaji wa lugha tofauti. Kwa hivyo Kiswahili kikawa lugha iliyoweza kutumika na wazungumzaji wa lugha tofauti katika vituo hivi. Kustawi kwa Kiswahili katika vituo hivi kulisaidia kukieneza miongoni mwa jamii za Tanzania bara. Kwa upande mwingine, misafara ya kibiashara nchini Kenya ilikuwa michache na wala hakukuwa na vituo muhimu vya kibiashara ambavyo vingekuwa vitovu vya mtandao wa kusambaza Kiswahili katika sehemu mbalimbali.

Sababu ya pili ilikuwa ni sera za elimu. Matumizi ya lugha kwa kufundishia huchangia sana katika kuboresha umilisi wa lugha katika vipengele vyake vyote kama vile kusoma, kuandika, kusikiliza na kuzungumza. Pia huwa ni hatua muhimu ya sera ya lugha, si katika elimu pekee, lakini pia katika kuinua hadhi ya lugha. Kutokana na umaarufu wa Kiswahili Tanganyika kabla ya ujio wa wageni kutoka Uropa, wamishonari walitambua manufaa ya kutumia Kiswahili kufundishia ambako kulisaidi kukipa hadhi na hivyo kuchangia katika ukuaji wake. Hatua hii ilisababisha kusambaa kwa Kiswahili Tanganyika hata kabla ya ukoloni kushamiri. Katika shule za Kenya, Kiswahili kilikuwa mojawapo ya lugha za kufundishia kikishindana na Kiingereza na lugha za kiasili. Hata hivyo, kulikuwa na njama za kukinyima Kiswahili nafasi ya kuwa lugha ya kufundishia shuleni wakati wa ukoloni. Baadhi ya Wamishonari walidai kwamba Kiswahili kilikuwa na Uarabu na Uisilamu mwingi ambao ungeenda kinyume na malengo yao ya kueneza elimu na Ukristo. Nayo serikali ya kikoloni ilihofia kwamba Kiswahili kingewaunganisha Wakenya kutoka makabila tofauti na hivyo kuhatarisha shabaha yao ya kuwagawanya ili waweze kuwatawala. Katika miaka ya hamsini kwa mfano, lugha ya kufundishia shuleni katika koloni la Kenya ilikuwa Kiingereza (Bogonko, 1988), isipokuwa katika sehemu za vijijini ambapo lugha za kiasili zilitumika kufundishia madarasa matatu ya kwanza katika shule za msingi. Sera hii iliyorithiwa kutoka kwa wakoloni ingali ikitumika hadi leo.

Sera ya Wajerumani ya kutumia Kiswahili kama lugha ya utawala pia ilisaidia sana katika kusambaza matumizi ya Kiswahili nchini Tanzania, ilihali katika Kenya, hakukuwa na sera bayana ya lugha ya utawala, huku Kiswahili kikitumika katika miktadha fulani sambamba na Kiingereza. Baada ya uhuru, sera ya Rais Nyerere ya ujamaa na elimu ya kujitegemea nchini Tanzania ilichangia sana katika kuinua hadhi ya Kiswahili. Kiswahili kilipata nguvu kutokana na kuwa lugha rasmi ambayo ilitumika katika shughuli za kiserikali. Kutumika kwake kufundishia katika shule za msingi, majadiliano bungeni na biashara miongoni mwa shughuli zingine pamoja ma matumizi yake katika mawasiliano ya kila siku kulikipa Kiswahili nafasi ya kunawiri. Vilevile, lugha nyingi nchini Tanzania ni za Kikundi-lugha cha Kibantu, ilhali nchini Kenya, kuna tofauti za makundi-lugha kama vile Wabantu, Wanailoti na Waafro-Ashia (Chimerah, 2011). Kwa vile Kiswahili ni mojawapo ya lugha za Kibantu, jamii za Kibantu zinaweza kujifunza Kiswahili haraka kwa vile zinashirikiana sehemu nyingi za sarufi na baadhi ya msamiati na matamshi. Kwa upande mwingine, lugha za Kinailoti na Kiafro Ashia zinatofautiana sana kiasi kwamba kuthibiti Kiswahili kunategemea kumudu matamshi, sarufi na pia msamiati.

Hivyo basi, tunaona kwamba hata ingawa kulikuwa na mizizi ya Kiswahili nchini Kenya, hakikuweza kujijenga na kuenea kutokana na ukosefu wa mitandao ya usambazaji au asasi mahsusi za kukiendeleza. Sababu hizi ambazo tumetaja ni kielelezo tu cha jinsi historia ya Kiswahili nchini imechangia katika kudhalilisha lugha ya Kiswahili nchini Kenya. Tunavyozungumza kuhusu kushuka au kuzorota kwa Kiswahili miongoni mwa wanafunzi shuleni, ni muhimu tufahamu historia ya misingi hafifu ambayo imezuia kustawi kwa Kiswahili nchini. Hivyo basi, bali na kuwa sababu ya kuzorota kwa Kiswahili, Sheng ni matokeo ya mazingira yaliyokinyima Kiswahili nafasi ya kusitawi. Kusingizia Sheng kwa kila lililo mbaya kwa Kiswahili bila kuzingatia muktadha wa maendeleo ya Kiswahili nchini ni kama kulaumu shabaha badala ya mbinu na ujuzi wa mlenga shabaha.

Mjadala kuhusu Kiswahili na kutojiamini kwa Wakenya

Katika miaka ya sabini, kulikuwa na mjadala kuhusu nafasi ya Kiswahili nchini. Kwa upande mmoja waliounga mkono kupanuliwa kwa matumizi ya Kiswahili walisisitiza umaarufu wake na uwezo wake wa kuwaunganisha wananchi ili kujikomboa kutoka kwenye minyororo ya ukoloni (Mbaabu, 1985). Ijapokuwa Rais Kenyatta alikuwa amedhihirisha kupendelea Kiswahili kama lugha ya taifa, lengo lake lilienda kinyume na lile la baadhi ya viongozi wenzake. Kenyatta alipendekeza Kiswahili kianze kutumika bungeni mwaka wa 1964 na akawasihi wabunge wawe wakitumia Kiswahili ili taifa liweze kujikomboa kutokana na minyororo ya ukoloni. Mnamo mwaka wa 1969, mbunge wa Embu Mashariki, bwana Kamwithi Munyi aliwasilisha hoja bungeni kutaka Kiswahili kitumike kama lugah rasmi bungeni na katika shughuli za Kiserikali (Mbaabu, 1985; Mazrui na Mazrui, 1998). Miongoni mwa walioipinga hoja hiyo alikuwa Bwana Charles Njonjo aliyekuwa mkuu wa sheria wakati huo. Njonjo alidai kwamba asilimia ndogo tu ya Wakenya ilikuwa na uwezo wa kuzungumza Kiswahili, na kwa hivyo hakingekubalika na wengi. Njonjo alinasibisha Kiswahili na Kiarabu na lugha nyingine za kigeni na hivyo kudai kwamba ikiwa Kenya ilikuwa haitaki kutumia Kiingereza kama lugha ya taifa, basi Kiswahili hakikuwa suluhisho kwa vile kilikuwa lugha ya kigeni pia. Madai tofauti yalikuwa kwamba Kiswahili hakikuhitaji kufunzwa shuleni kwa vile Wakenya wangejifunza lugha hii mitaani. Vilevile, kuna baadhi ya Wakenya waliokinasibisha Kiswahili na uisilamu na hivyo kukipinga huku wakidai ya kwamba kutumia Kiswahili ilikuwa njama ya kuingiza uisilamu kwa mlango wa nyuma katika nchi yenye idadi kubwa ya Wakristo. Mjadala huu na madai ya aina hii ambayo hayakuwa na msingi wala ukweli wowote yalikwamiza juhudi za kukiendeleza Kiswahili nchini.

Katika mwaka wa 1970, Kenyatta alilishawishi baraza kuu la chama tawala cha KANU kuazimia kukifanya Kiswahili kiwe lugha rasmi nchini mnamo mwaka wa 1974. Mwezi wa Julai wa mwaka huo, Kenyatta alitangaza kwamba Kiswahili kingetumika kama lugha ya pekee bungeni (Mazrui na

Mazrui, 1998; Mbaabu, 1985; Chimera, 2011; Harries, 1975). Hatua hii ya Kenyatta haikufanikiwa kwa sababu ilisababisha ukinzani kati ya siasa na uhalisia wa mambo. Kwa mfano, sheria za Kenya zilihitaji miswada kujadiliwa bungeni iandikwe kwa Kiingereza. Pia ripoti za shughuli za bunge zilihitajika kuandikwa kwa Kiingereza. Vilevile, kutokana na hali kwamba wanasheria wa Kenya hawakuwa wamefunzwa kwa Kiswahili, kungekuwa na shida kubwa ya kutafsiri au kupata istilahi za kisheria kwa vile wanasheria hawakuwa na ujuzi wa lugha hiyo. Ijapokuwa kauli hii ina ukweli fulani, inapotosha, kwani katika lugha yoyote ile, istilahi huundwa kutosheleza mahitaji. Ukweli hasa ni kwamba waliopinga Kiswahili walipendelea Kiingereza kiendelee kutekeleza majukumu muhimu serikalini.

Mazrui na Mazrui (1998) wameandika jinsi mambo yalivyogeuka katika majadiliano bungeni baada ya tangazo la Kenyatta. Wabunge ambao walikuwa wakichangia sana bungeni kwa Kiingereza walishindwa kutumia Kiswahili wakawa hawachangii sana katika mijadala huku nao wabunge waliokuwa na ujuzi wa Kiswahili wakianza kunawiri katika muktadha huu mpya. Tukitilia jambo hili maanani tunaweza kufahamu ni kwa nini baadhi ya viongozi walikipiga vita Kiswahili; Kiswahili kiliwateremsha na kikawanyima hadhi na nguvu walizokuwa wameridhi kutoka kwenye mfumo wa ukoloni.

Hejemonia ya Kiingereza kama sababu ya kupuuzwa kwa Kiswahili

Dhana ya hejemojia katika muktadha wa makala hii inatokana na mtazamo wa Antonio Gramsci ambao huangalia jinsi binadamu wanaweza kutawaliwa na fikra fulani kiasi kwamba wanafikiri kwamba hali ya mambo haiwezi kubadilika kwani kubadilika kwake kutakwenda kinyume na uhalisia wa kimaumbile. Ili kumtawala mtu au jamii, si lazima utumie nguvu, lakini unatumia ushawishi wa kimawazo hivi kwamba inaonekana kama ni mbinu moja tu yenye mantiki ya kutekeleza jambo fulani — mbinu inayoendelezwa na viongozi. Mtazamo wa kuiona lugha moja kama lugha teule ambayo kuporomoshwa kwake kutaleta mtafaruku katika asasi za kijamii ni kielelezo cha hejemonia ya lugha. Sawa na nchi nyingi za Kiafrika, Kenya ilirithi lugha ya Kiingereza kutoka kwa Waingereza na ilikuwa na nguvu sana hivi kwamba ilizisomba lugha zingine za Kiafrika. Baada ya uhuru, Wakenya waliokuwa wamepata elimu katika mfumo wa kikoloni walikuja kuthibiti nyadhfa muhimu serikalini na waliendelea kukienzi Kiingereza. Imani yao iliongozwa na mantiki kwamba maendeleo yangeweza kupatikana tu kupitia lugha ya

Kiingereza. Prah (2008), na Bamgbose (2010) wameelezea kuhusu madhara ya mtazamo huu wa kuzinyima lugha za Kiafrika umuhimu katika shughuli za kimaendeleo. Prah, anadai kwamba mataifa mengine, hasa mataifa ya Asia yameendelea kwa kuzifanya lugha zao nguzo ya maendeleo ya nchi. Madai kwamba lugha za Kiafrika hazijasitawi vya kutosha kutekeleza majukumu muhimu ya kitaifa kama vile kuelezea dhana changamano za sayansi na teknolojia yanadhihirisha jinsi hejemonia ya Kiiengereza imezinyima lugha za Kiafrika, kikiwemo Kiswahili, nafasi ya kusitawi. Utandawazi pia umekuwa shinikizo kwa watu wengi kupendelea Kiingereza. Hoja inayokaririwa ni kwamba Kiingereza hutumika na mataifa mengi duniani na Kenya haiwezi kuachwa nyuma na mataifa mengine. Badala ya kukikuza Kiswahili kwa kukipa hadhi na nguvu za kushindana na Kiingereza kwenye shughuli tofauti, wanang'ang'ania Kiingereza ambacho hadi leo, hakijawafikia wengi.

Wakati wa mjadala kuhusu matumizi ya Kiswahili bungeni wa miaka ya sitini na sabini, Mkuu wa sheria Bwana Charles Njonjo alidai kwamba ingekuwa vigumu kutafsiri miswada au lugha ya sheria kwa Kiswahili. Njonjo hakuelewa kwamba kila lugha ina uwezo wa kutekeleza jukumu lolote lile katika shughuli mbalimbali za mawasiliano mradi tu kuwe na hoja. Nayo changamoto haiwezi kupatikana iwapo lugha haitapewa nafasi ya kutumika katika miktadha madhubuti. Wakati Tanzania ilipohitaji kutumia Kiswahili katika shughuli zote za kiserikali kufuatia azimio la Arusha la mwaka wa 1968, upangaji wa lugha ulizinduliwa na misamiati inayoweza kutumika katika miktadha mbalimbali ilibuniwa na kuanza kutumika mara moja. Kusingekuwepo na changamoto ya kupata istilahi za kutumika katika nyanja tofauti, msamiati tulionao wa taaluma mbalimbali ambao ulianza Tanzania haungekuwepo. Kila kunapotokea mahitaji ya kuelezea dhana fulani, watumizi wa lugha hubuni msamiati wa kuelezea dhana hiyo. Wakati Tanzania ilifaulu kukabiliana na hejemonia ya Kiingereza kupitia Kiswahili, udunishaji wa Kiswahili nchini Kenya ulizuia Kiswahili kufanikiwa kutikisa hejemonia ya Kiingereza. Katika miktadha ya mijini, jukumu hili lilichukuliwa na Sheng.

Chimbuko la Sheng na uhamiaji mijini

Kama lugha zingine zinazotumiwa na vijana wa mijini kokote duniani, chimbuko la Sheng linaweza kuhusishwa na uhamiaji mijini. Miji huwaleta pamoja wazungumzaji wa lugha mbalimbali ambao hulazimika kuchagua msimbo unaofaa katika mawasiliano baina ya watu kutoka jamii tofauti. Beck (2010) amedai kwamba hata lugha maarufu kama Kiswahili iliibuka kutokana na ukuaji wa miji mikongwe katika pwani ya Afrika Mashariki. Vilevile chimbuko na maendeleo ya Sheng haliwezi kueleweka bila ya kuzingatia matukio muhimu yaliyoambatana na ukuaji wa miji nchini Kenya kuanzia enzi ya ukoloni hadi miongo ya sitini na sabini. Wataalamu mbalimbali wamedai kwamba Sheng iliibuka miaka ya sitini na sabini (Abdulaziz na Osinde, 1997; Mazrui 1995; Githiora 2002). Mazrui (1995), amedokeza kuwa kuna uwezekano kwamba Sheng iliibuka miaka ya thelathini, ilhali makala ya Spyropulous (1998) inadokeza kwamba iliibuka miaka ya hamsini. Kwa vile hatuna rekodi zinazowesha kuthibitisha madai haya, ni muhimu kusita kidogo na kutafakari kuhusu matukio muhimu yaliyokuwa yakiendelea katika vipindi hivi ambayo yanaweza kutuangazia kuhusu chimbuko la Sheng. Katika miaka ya thelathini, mfumo wa ukoloni ulikuwa umeanza kutia mizizi na ulisababisha kubadilika kwa sura ya makazi ya wenyeji na wageni huku vituo vya kibiashara na utawala wa kikoloni vikikua na kuwa miji midogo. Vilevile, vituo vingine ambavyo vilikuwa muhimu katika kuendeleza sera ya kiuchumi ya kikoloni viliibuka. Ukuaji na uanzishwaji wa vituo hivi ulisababisha kukutana na kuingiliana kwa jamii kutoka makabila tofauti na hivyo kuleta migongano ya lugha na tamaduni. Ndaro ilikuwa kufaulisha mawasiliano miongoni mwa jamii hizi zilizozungumza lugha tofauti ili ziweze kujumulishwa katika mfumo wa uzalishaji wa kikoloni. Mbegu ya Sheng kama msimbo wa mijini ilipandwa kutokana na kukutana huku kulikoleta mchakato wa wingi-lugha. Hivyo basi, kauli ya Mazrui ya uwezekanao wa Sheng kuchimbuka miaka ya thelathinji inapata nguvu tukizingatia ukuaji wa miji na uhamiaji wa Waafrika mijini katika miongo ya pili na tatu ya karne ya ishirini.

Vilevile, miaka ya hamsini kama anavyodokeza Spyropulous ni muhimu kwa sababu huu ndio wakati Waafrika wengi walihamia mijini, hasa baada ya Vita vya Pili vya Dunia ambapo askari waliopigana vitani walipewa mashamba nchini na hivyo kuhitaji watu watakaowafanyia kazi. Pia, mji wa Nairobi na miji mingine ilikuwa ikipanuka kadiri ukoloni ulivyokuwa ukikolea. Mjini Nairobi, Waafrika walisombwa katika mitaa ya wafanyikazi kama vile Muthurwa, Kaloleni, Mbotela, Jericho, Makadara na Shaurimoyo miongoni mwa mitaa mingine. Makazi yao ya vyumba vidogo vilivyokosa nafasi ya kusetiri familia nzima yalichangia sana kukua kwa Sheng, sio tu kwa sababu watu kutoka makabila tofauti walikaa karibu karibu, lakini pia kwa sababu watoto wa wafanyi kazi hawa walianza kubuni njia za kuwasiliana miongoni mwao ili kudhihirisha athari za wingi-lugha na uhalisia wa maisha yao ya mijini. Tukifuatilia mtazamo huu wa kuhusisha Sheng na uhamiaji na ukuaji wa miji, basi tunaona kwamba mbegu zilizopandwa na ujio wa ukoloni na uanzishwaji wa miji, zilikuwa tayari zimeanza kunawiri.

Madai kwamba Sheng ilianza miaka ya sitini na sabini ndiyo yanayoungwa mikono na idadi kubwa ya wataalamu na waandishi habari. Mwongo wa sitini ulikuwa wakati Kenya ilijipatia uhuru. Kipindi hiki pia kinaweza kuhusishwa na uhamiaji na ukuaji wa miji. Sheria za 'kipande' zilizowazuia Waafrika kuingia mijini kama Nairobi zilipoondolewa, Waafrika wengi walihamia mjini ili kujiendeleza kimaisha. Ongezeko hili la watu pia liliandamana na kukutana kwa makabila tofauti na hivyo kutoa changamoto za mawasiliano kati ya jamii mbalimbali. Uhaba wa makazi, shule, kazi na huduma nyingine muhimu ulisababisha jamii kujaribu kubuni njia za kukabiliana na hali ya maisha ya mjini. Chimbuko la Sheng miongoni mwa vijana, kuongezeka kwa watumiaji wake na pia kuenea kwake katika miji tofauti iliyokuwa na mchanganyiko wa makabila ilikuwa ni njia moja ya vijana kusherehekea uhuru wao wa kuthibiti njia ya kuwasiliana na pia kuwasilisha uhalisia wao. Hivyo basi, Sheng inaweza kunasibishwa na uhuru wa Kenya, uhuru wa kuvunja miiko, uhuru wa kujielezea, na uhuru wa kubuni mambo mapya. Ni muhimu pia tuzingatie kwamba wakati huu, watu wengi walikuwa hawakifahamu Kiingereza kama alivyodai Mkuu wa Sheria wa wakati huo Charles Njonjo kama tulivyotaja hapo awali.

Fauka ya ukuaji na uhamiaji mijini, tunapata kwamba hadi leo, Wakenya wengi hawajiamini uwezo wao wa kutumia Kiswahili, jambo ambalo limewafanya kutokuwa na nia ya kuboresha matumizi yao ya lugha hii. Ili kuficha udhaifu wao wa kuzungumza Kiswahili kwa ufasaha, baadhi yao hutafuta kila mbinu za hukidhalilisha wakidai hakina thamani ilhali ndio wanaokihujumu. Ni jambo la kawaida kuwasikia Wakenya wengi wakidai kwamba Kiswahili sanifu kinachonasibishwa na pwani ni kigumu sana. Badala ya kutia juhudi kuinua ujuzi wao wa kutumia Kiswahili wanawalaumu wanaozungumza Kiswahili kizuri ili kuhalalisha uzoefu wao wa kuchanganya lugha. Mazoea haya ya kuchanganya lugha yamekuwa mtindo miongoni mwa viongozi wa kisiasa pamoja na wasomi ambao hutumia Kiingereza na lugha za kiasili wanapotoa hotuba hadharani. Tabia hii ya viongozi ya kuchanganya lugha ambayo imekuwa ikiendelea tangu miaka ya sitini na sabini inaweza kulinganishwa na madai yanayotumika kuelezea vijana wanaotumia msimbo wa Sheng. Iwapo kigezo cha uzungumzaji bora ni kuzingatia sheria za sarufi ya Kiswahili, basi msamiati kama "upotovu" na "kuzorota kwa Kiswahili na lugha za kiasili" ambao hutumiwa kulaani matumizi ya lugha miongoni mwa vijana pia ungetumika kuelezea matumizi ya lugha miongoni mwa watu wazima katika kipindi hiki. Isitioshe, uzoefu wa viongozi wa kutoa hoja au hotuba zao kwa Kiswahili kilichokiuka sheria za kisarufi si mfano bora kwa vijana ambao huiga mitindo ya kutozingatia utaratibu wa Kiswahili sanifu. Vilevile, kukwepa kutumia Kiswahili kabisa ili kuficha udhaifu wao kunatoa hisia kwa vijana kwamba Kiswahili si lugha muhimu kama lugha za Kiingereza au za kiasili.

Ijapokuwa baadhi ya vijana waliokulia Nairobi miaka ya sitini na sabini walijifunza Kiingereza shuleni, kutarajia kwamba wangejifunza lugha za kiasili ni jambo lisilowezekana kutokana na ukosefu wa miktadha inayofanikisha kujifunza lugha hizo. Mbali na hayo, kwa vile vijana wa mijini walitoka jamii zilizozungumza lugha tofauti, hawangeweza kutumia lugha za kiasili katika mawasiliano yao. Hivyo basi, Kiswahili na Kiingereza zilikuwa amali zao za kuwasiliana huku Kiswahili kikitumika sana kwa vile kilijumuisha hata vijana ambao hawakuwa wakihudhuria shule. Kufuatia tabia ya kuchanganya lugha, lugha hizi mbili zilitawala mawasiliano ya vijana wa Nairobi na zikawa msingi wa ubunaji wa msimbo wao ambao umepewa jina Sheng kuashiria lugha mbili zinazoshirikishwa, ijapokuwa lugha mbalimbali za kiasali pia hutumika katika msimbo huu.

Upanukaji wa matumizi ya Sheng

Hivi sasa, Sheng imesambaa katika miji tofauti ya Kenya kutokana na matumizi ya vyombo vya habari na mawasiliano. Pia, lugha hii imesambaa hata vijijini ambapo vijana wameanza kutumia msamiati wa Sheng wanapozungumza lugha zao za kiasili. Vilevile, imeanza kupenya katika shule na vyuo ambapo wanafunzi huitumia sana bila kutambua mipaka iliyoko kati ya Kiswahili sanifu na Kiswahili cha mitaani. Mbali na mikatadha ya elimu, kuna vituo vya redio vinavyotangaza kutumia msimbo huu. Ghetto Radio kwa mfano hijitambulisha kama 'Kituo Rasmi cha Sheng' kwenye tovuti yao ilihali shirika la KTN lina kipindi cha "Hapa Kule News" ambacho huburudisha watazamaji wake kwa Sheng. Isitoshe, Sheng pia hupatikana katika vipindi vingi vya Kiswahili katika televisheni tangu mahojiano hadi filamu za Kiswahili. Vilevile, makampuni ya biashara yamejaribu kuwavutia wateja kwa kutumia msimbo unaofahamika katika matangazo ya kibiashara kwenye magazeti, redio, televisheni na pia mtandaoni huku yakiwalenga watumizi wa Sheng. Katika siasa za uchaguzi, wanasiasa wengi hutumia Sheng katika juhudi zao za kuwafikia vijana ambao ni asilimia kubwa ya wapiga kura. Takwimu zinaonyesha ya kwamba idadi ya vijana nchini imeongezeka, na tukichukulia kwamba vijana wengi mijini na vijijini hutumia msimbo huu, inawabidi wanasiasa wawafuate ili wajitambulishe nao na kuwashawishi kwa kutumia msimbo wanaotumia kujitambulisha.

Wanamuziki wa Kenya wanaotumia mtindo wa "Genge" pia wamechangia pakubwa katika kueneza matumizi ya Sheng si mijini, tu, lakini pia vijijini na nje ya nchi. Katika nchi za Tanzania na Uganda, si jambo la kushangaza kusikia wanamuziki wakitumia maneno kadhaa ambayo asili yake ni Sheng. Vilevile, kupitia teknolojia na vyombo vya habari, Wakenya wanaoishi ughaibuni pia wamejumuishwa katika matumizi ya Sheng. Usafirishaji wa abiria kutoka mijini kwenda vijijini, au vijijini kwenda mijini ukiandamana na kuongezeka kwa matumizi ya teknolojia na vyombo vya habari kumechangia sana kusambaa kwa msimbo huu na hivyo kuondoa mipaka kati ya miji na vijiji kama wanavyodai Makoni, Brutt- Grieffler na Mashiri (2006). Kadiri miktadha ya matumizi ya Sheng inavyozidi kuongezeka na kupanuka, imedhihirika kwamba si vijana pekee wanaotumia Sheng. Baadhi ya wazazi waliokuwa wakitumia Sheng katika ujana wao wameendelea kuitumia katika maisha yao ya utu-uzima. Ni mapema mno kutarajia kwamba wazungumzaji hawa watakipa kisogo Kiswahili sanifu kwa mujibu wa matumizi ya Sheng, lakini ni muhimu kusisitiza kwamba Sheng ina nafasi yake katika mawasiliano ya kijamii na pia haiwezi kushughulikiwa nje ya muktadha wa upana wa lugha ya Kiswahili.

Sheng kama lahaja ya mijini

Githiora (2002) amejaribu kuilinganisha Sheng na aina nyingine za lugha kama vile pijini, Krioli na kadhalika na kudai kwamba Sheng ni lahaja ya kijamii inayotumika mijini. Mtazamo huu unafaa sana kwa vile unatoa njia mwafaka ya kuifikiria lugha hii katika mawanda mapana ya lugha ya Kiswahili. Ni kawaida kwa lahaja mpya kuibuka huku zingine zikififia kutokana na ndaro zinazowakumba watumizi wa lugha. Kutambulika kwa Sheng kama lahaja ya mjini si kukihujumu Kiswahili, bali ni hatua moja ya kujadili upeo wa lugha yetu inayoweza kubadilika na kusaili mazingira yoyote yale. Jambo hili litasaidia katika kuwashauri watumizi wa Sheng kutambua mipaka kati ya lahaja na Kiswahili sanifu. Tukichukulia Sheng kama lahaja, inaweza kueleweka katika muktadha wake, huku watumizi wakiiweka kando wanapoingia kwenye miktadha inayohitaji matumizi ya Kiswahili sanifu. Lugha maarufu za ulimwengu kama vile Kiingereza, Kifaransa au Kihispania zina lahaja nyingi, lakini mipaka kati ya lahaja hizi na lugha sanifu zinaeleweka na lahaja za lugha hizi kamwe hazijaathiri lugha sanifu. Vilevile, lahaja kongwe za Kiswahili hazijakiathiri Kiswahili sanifu na tunaweza kudai kwamba hata lahaja ibuka kama Sheng hazitakiathiri.

Lahaja ndizo zinazotajirisha lugha kwa vile zinawakilisha uhalisia wa maisha ya wakaazi wa sehemu mbalimbali. Msamiati wa wazungumzaji wa Kiswahili visiwani kwa mfano hauna budi kuwa tofauti na msamiati wa wazungumzaji kutoka bara kwa vile wanakabiliwa na hali tofauti za kimaisha na kiutamaduni. Wasomi wa awali walioshughulikia lahaja za Kiswahili wazilitambua lahaja za bara kama vile Kihindi (Kiswahili kilichozungumzwa na Wahindi wakati wa kikoloni, na Kisetla (Kiswahili kilichozungumzwa na Wasetla wakati wa ukoloni). Baada ya uhuru, lahaja hizi zilipuuzwa hivi kwamba hazitajwi tena wakati tukizungumza kuhusu lahaja za Kiswahili. Hata kama kulikuwa na mantiki ya kutozipa lahaja hizi umuhimu katika hatua ya kusanifisha Kiswahili, kulikinyima Kiswahili nafasi ya kudhihirisha upana wake na hivyo kuwatenga watumiaji wa lugha ambao kosa lao lilikuwa kuzungumza Kiswahili kilichotofautiana na Kiswahili sanifu. Kwa mantiki hii, ni muhimu kwamba watetezi na wakereketwa wa Kiswahili wasirudie kosa hili kutenga idadi kubwa ya watumiaji wa Kiswahili kwa kukimbilia kuilaani Sheng. Ni hatari kusisitiza matumizi ya lahaja moja ya Kiswahili huku lahaja zingine zikipigwa vita vikali kwa vile wazungumzaji wa lahaja hizo wanaweza kususia Kiswahili kabisa kwa kuhisi kwamba lahaja zao zinadharauliwa. Badala ya kujiamini na Kiswahili chao, wanafikiria Kiswahili chao ni duni na hivyo kuamua kutokitumia kabisa huku wakimezwa na Kiswahili sanifu, au kukimbilia lugha tofauti ambayo kwa minajili ya makala hii ni Kiingereza.

Kutokana na hayo, wakati umewadia wa kuzitambua lahaja tofauti za Kiswahili ambazo zinatofautiana na Kiswahili sanifu. Sisemi tupuuze Kiswahili sanifu, lakini kwa sasa, ni muhimu zaidi kuongeza wazungumzaji wa Kiswahili, kisha hatua ya usanifisahji mpya utakaojumuisha mambo mageni yanayochangiwa na baadhi ya lahaja hizi katika kusitawisha Kiswahili zichukuliwe. Kwa mantiki hiyo, Sheng kama lahaja ya mijini itapata nafasi kukubalika na kuonekana kama inachangia katika maendeleo ya Kiswahili. Ninaunga mkono hatua ya kamusiproject.org ya kujumuisha msamiati wa Sheng na pia kutoa maelezo kuhusu kiini cha maneno haya. Ni wakati muafaka waandishi wa kamusi za Kiswahili wa kuiga mfano huu wa kamusiproject wa kuitambua Sheng kama lahaja ya mijini ambayo ina nafasi yake katika mawasiliano ya kijamii na ambayo inaweza kuchangia katika uundaji wa msamiati wa Kiswahili.

Sheng Kiswahili na vijana wa mijini

Kudhalilishwa kwa Kiswahili na sera za ukoloni na ukoloni mamboleo kuliacha pengo kubwa la uwiano kati ya mahitaji ya matumizi ya Kiingereza na uwezo wa Wakenya wa kutumia Kiingereza. Kwa vile ni watu wachache tu ambao walikuwa na ustadi katika lugha ya Kiingereza, Wakenya wengi waliendela kutumia Kiswahili huku wakikichanganya na Kiingereza na lugha za kiasili (Myers-Scotton, 1993). Kwa kutumia mbinu hii ya kuchanganya ndimi na kubadili msimbo, walijtwalia manufaa yanayotokana na hadhi ya lugha ya Kiingereza na vilevile kujitambulisha kama Wakenya kwa kutumia Kiswahili huku wakizipa lugha zao za kiasili nafasi katika mawasiliano yao. Msimbo wa Sheng ulikuwa mojawapo ya matokeo ya matumizi ya lugha katika muktadha changamano wa wingi-lugha. Wakati Kiingereza kilikuwa kikipewa umuhimu shuleni na serikalini, kulikuwa na hatari ya kubana matumizi ya Kiswahili, hali ambayo ingaliifanya Kenya kuwa kama Uganda ambapo lugha za kiasili na Kiingereza zilichukua nafasi kubwa katika mawasiliano ya Waganda. Jambo hili lingalitokea Kenya, basi Kiswahili kingalisalia kuwa lugha ya kimaeneo katika mkoa wa pwani. Chimbuko la msimbo wa Sheng uliotumia sarufi ya Kiswahili na asilimia kubwa ya msamiati wa Kiswahili lilizuia Kiingereza kutumika katika miktadha ya mawasiliano ya kijamii mjini na hivyo kuhakikisha kwamba aina fulani ya Kiswahili imehifadhika mijini, hasa miji iliyosheheni wingi-lugha.

Wakati huu ambapo Kiswahili kilikuwa kikipigwa kumbo kutoka pembe zote, ni bora tusisahau kwamba bado kulikuwa na Kiswahili sanifu ambacho kilikuwa kikitumika, hasa kupitia vyombo vya habari. Redio kupitia *idhaa ya taifa* na magazeti kama vile *Taifa Leo* zilikuwa kama ngome za mwisho za kulinda na kutetea Kiswahili. Hata hivyo, katika miaka ya sitini na sabini wakati Sheng ilipoanza kutia fora, ni familia chache tu zilizokuwa na uwezo wa kumiliki redio nyumbani. Tukija kwenye usomaji, licha ya ukosefu wa uwezo wa kununua nakala za magazeti, idadi kubwa ya Wakenya haikuwa na uwezo wa kusoma wala kuandika. Hali ya kiuchumi ilipoimarika kiasi cha kuwawezesha wananchi kumiliki redio, hasa miaka ya themanini, Wakenya wengi, hasa wakaazi wa mijini tayari walikuwa wamezoea mitindo ya lugha iliyotofautiana na Kiswahili sanifu. Hali hii ilianza kubadilika kufuatia mapendekezo ya Tume ya MacKay ya mwaka wa 1985 (Chimerah, 2011). Mojawapo ya matokeo ya tume hii ni pendekezo kwamba somo la Kiswahili lianze kutahiniwa katika mitihani ya shule za msingi na sekondari. Kwa vile msimbo wa Sheng ulikuwa tayari umeshamiri, ilikuwa ni changamoto kubwa kubadilisha mazoea ya kuzungumza Kiswahili kilichokiuka sheria nyingi za matumizi hadi Kiswahili sanifu. Kutokana na muktadha huu wa matumizi finyu ya Kiswahili, ni vigumu kutoa tathmini thabiti iwapo Kiswahili kiemathiriwa na Sheng kwa vile hatuna rekodi za matokeo ya mitihani ya Kiswahili kabla ya kutekelezwa kwa mapendekezo ya Tume ya MacKay.

Nafasi ya Sheng katika sera ya lugha

Katiba ya Kenya (2010) imetambua Kiswahili kama mojawapo ya lugha rasmi nchini ikishirikiana na Kiingereza. Pia Kiswahili ndiyo lugha ya taifa. Katika ibara ya 7, 3 (a) na 3 (b) taifa linawajibika kuimarisha na kulinda lugha zingine kama lugha ya ishara, hati za wasioona (Braille) na njia zingine za mawasiliano na teknolojia zinazotumika na walemavu. Ijapokuwa inatambulikana kwamba Sheng ina zungumzwa na vijana wengi mijini na kwingineko, katiba haijasema lolote kuhusu lugha hii. Hili linaweza kuwa kwamba Sheng inatambulikana kama lahaja ya Kiswahili, au inapuuzwa kabisa. Ikiwa Sheng inachukuliwa kama lahaja ya Kiswahili, basi imejumuishwa katika sera ya lugha inayohusu Kiswahaili, lakini kama ni kupuuzwa, basi katiba yetu ina mushkili inaposhindwa kutambua lugha inayotumika na idadi kubwa ya Wakenya.

Ibara ya 11, 2(a) ya Katiba ya Kenya (2010) inaelezea jukumu la taifa la kukuza aina zote za utamaduni wa kitaifa kupitia fasihi, sanaa, sherehe za kiasili, sayansi, mawasiliano, habari, vyombo vya habari, uchapishaji, maktaba, na urithi wa kitamaduni. Siku hizi, wasanii wa Kenya wametumia Sheng katika sanaa yao. Wachapishaji pia wameaanza kutumia Sheng katika uandishi wa vitabu na majarida. Isitoshe, tunaipata Sheng kwenye magazeti, redio, televisheni na pia kwenye mtandao. Itawezekanaje kutimiza jukumu la kukuza aina zote za utamaduni ikiwa Sheng inayoashiria utamaduni wa vijana wa mijini na kwingineko itaendelea kudharauliwa? Kwa mantiki hii, ni dhahiri kwamba ili kuhakikisha kwamba katiba yetu inalinda haki za kila mwananchi, msimbo huu wa Sheng unafaa kutambuliwa na nafasi yake kubainishwa katika sera ya lugha ya taifa. Tukishafanya hili, hatua mwafaka zinafaa kuchukuliwa ili kuamua upangaji wa lugha utachukua sura gani ili Sheng iweze kutumika sambamba na Kiswahili sanifu bila ya kukiathiri.

Kama lahaja zingine, Sheng inaweza kuchangia sana katika usanifishaji wa Kiswahili, hasa katika upande wa uundaji wa msamiati. Usanifishaji wa lugha ni hatua muhimu katika sera ya lugha nchini kwa vile husaidia kusitawisha lugha kimsamiati na kuhakikisha wazungumzaji wa lahaja tofauti wanaweza kuelewana. Jambo hili husaidia sana hasa wakati lugha inakiuka mazingira waliomo wazungumzaji asilia. Vilevile, ni muhimu kuwa na lahaja sanifu itakayokuwa kiwakilishi cha lugha hiyo hasa kwa watu wengine kama vile wageni kutoka nchi za nje wanapotaka kujifunza lugha ile. Usanifishaji wa Kiswahili umesaidia sana katika kuiinua hadhi ya lugha hii mpaka kuwa lugha pekee ya Kiafrika inayofundishwa na kutumika na mataifa mengi nje ya mazingira ya wazungumzaji wao. Hivi sasa Kiswahili kinafunzwa katika mataifa, mengi ya Afrika, Ashia, Amerika na pia Ulaya kwa sababu ya umaarufu wake, jambo ambalo halingewezeakana kama kilikuwa hakijasanifishwa. Licha ya hayo, ni bora kutilia maanani kwamba Sheng imedhihirisha umaarufu wake wa kukumbatia utandawazi na kupitia sanaa pendwa inaweza kupanua matumizi ya lugha ya Kiswahili. Pia, katika mazingira ya mjini, Sheng inaweza kutumika shuleni na waalimu kufafanua dhana changamano ambazo wanafunzi hasa kutoka mitaa Sheng inakotumika sana hawawezi kuelewa kupitia Kiingereza au Kiswahili pekee.

Hitimisho

Lahaja za Kiswahili zimekuwepo kwa karne kadhaa tangu Kiswahili kilipoanza kutumiwa na hazijaweza kukiharibu Kiswahili. Utandawazi umekifanya Kiswahili kupanuka na kuchukua sura mpya kabisa. Hakuna anayejua sura Kiswahili kitachukua karne moja ijayo. Kuna baadhi ya wapenzi wa Kiswahili wanaoweza kulalamika kuhusu uzorotaji wa Kiswahili ambao kwao, msimbo kama Sheng unawakilisha kielezo kizuri. Lakini tukumbuke kwamba Kiswahili kilianza kupanuka zaidi baada ya kupokea msamiati mwingi kutoka kwa Kiarabu, na maendeleo haya hayakukiua Kiswahili. Vilevile, Kiingereza kilipokea msamiati mwingi kutoka kwa Kifaransa na lugha zingine. Ijapokuwa muundo wa Kiingereza ulibadilika sana kutoka wa jamii ya lugha za Kijerumani (Germanic), bado kimesalia kuwa Kiingereza chenye utamaduni na upekee wake. Mabadiliko yanayowakilishwa na misimbo kama Sheng si lazima yaonekane kama kiashiria cha kuangamia kwa Kiswahili. Badala ya kukiangamiza, Sheng imekiokoa Kiswahili mjini wakati kilikuwa kikipigwa vita na baadhi ya viongozi. Sheng ni mazao ya Uhuru wa Kenya na imechukua nafasi muhimu katika maisha ya Wakenya na njia moja ya kuhakikisha kwamba tunaithibiti ni kuielewa na kuipa nafasi yake huku tukiibua mbinu za kuboresha lugha yetu ya taifa badala ya kutupa kila lawama kwa msimbo huu ambao kwa sasa kuupinga ni kupiga ngumi ukuta.

Marejeleo

Abdulaziz na Osinde, (1997). Sheng and Engsh: Development of a mixed code among the urban youth in Kenya. *International Journal of the Sociology of Language 125: 43–63.*

Aduda, D. Tragedy school tops: Fred's Academy shines but central province takes first place overall in KCPE. *Daily Nation, December 28, 2001.*

Bamgbose, A. (2011). African Languages Today: The challenge of Prospects for Empowerment under Globalization. In *Selected Proceedings of the 40th Annual Conference on African Linguistics,* ed Eyamba G. Bokamba et al., 1-14. Sommerville MA. Cascadilla Proceedings Projects.

Beck, R.M. (2010). Urban Languages in Africa. *African Spectrum,* 3, 11-41.

Bogonko, S.N. (1988). "Kiswahili and Independence in East Africa". In Jude J. Ongong'a and Kenneth R. Gray Eds. *Bottlenecks to National Identity: Ethnic Co-operation Towards nation Building: 17-32.* Proceedings of the third PWPA eastern African Regional Conference Held in Mombasa Kenya Sept. 15-18. Nairobi: Masaki Publishers.

Chimerah, R. (2011). *Kiswahili: Past Present and Future Horizons.* Nairobi: Nairobi University Press.

Githiora, C. (2002). Sheng: Peer language, Swahili dialect or emerging Creole? *Journal of African Cultural Studies* 15(2): 159–181.

Harries, L. (1975). "The nationalization of Swahili in Kenya". Paper presented at the African Studies Conference at New York University on Feb 17-18.

Hinnebush, T. & D. Nurse. (1998). *Swahili and Sabaki: A Linguistic History* (UC Publications in Linguistics). Los Angeles: University of California Press.

Makoni, S, J. Brutt- Grieffler & P. Mashiri (2007). The use of 'Indigenous' and urban in Zimbabwe. *Language in Society 36, 25-47.*

Mazrui, A.A. (1995). Slang and Codeswitching: The case of Sheng in Kenya. *Afrikanistische Arbeitspapiere,* 42: 168–179.

Mazrui, A. A & A. M. Mazrui. (1995). *Swahili State and society: The political economy of an African Language.* Nairobi: East African Educational Publishers.

Mbaabu, I. (1985). *New Horizons In Kiswahili: A Synthesis in Developments, Research and Literature.* Nairobi: Kenya Literature Bureau.

Momanyi, C. (2009). The Effects of 'Sheng' in the Teaching of Kiswahili in Schools. *Journal of Pan African Studies 2, (8) 127-138.*

Muganda, C. (2013). Useless and Vile: Sheng must Go. *Daily Nation, Feb 19, 2013.*

Myers-Scotton, C. (1993). *Social Motivations For Code Switching: Evidence from Africa.* New York: Oxford University Press.

National Council of Law. (2010). The constitution of Kenya: http://www.kenyalaw.org.

Prah, K. (2008). The Language of Instruction Conundrum in Africa. The Language of Instruction Conundrum in Africa. Keynote Address for the Meeting on The Implications of Language for Peace and Development (IMPLAN). University of Oslo, 2-3 May 2008.

Ramani, K. (2006). Leave Sheng to touts and Matatus. *East African Standard,* September 28, 2006

Spyropulous, M. (1988). Sheng: some preliminary investigations into a recently emerged Nairobi street language. *Journal of Anthropological Society of Oxford 18, no. 1: 125–136.*

Wallah Bin Wallah. (1988). *Malenga wa Ziwa Kuu: Maswali na Istillahi za Kifasihi.* Nairobi: Heinemann.

SEHEMU YA PILI

UFUNDISHAJI NA UJIFUNZAJI WA KISWAHILI

SURA YA NNE

UFUNDISHAJI WA KISWAHILI UGHAIBUNI: MAENDELEO NA CHANGAMOTO

Kiarie Njogu

Historia fupi ya ufundishaji wa Kiswahili Ughaibuni
Kiswahili ni majawapo ya lugha za Kiafrika zinazofundishwa nchni Marekani. Lugha zingine ni Kiyoruba, Kizulu na Kihausa. Kunazo lugha zingine za Kiafrika ambazo hufundishwa kutegemea uhitaji wa wanafunzi. Lugha hizi ni kama vile Kiwololf, Twi, Kitigrinya, Kiamharik, Kilingala, Kisomali, Kinyarwanda, Luganda, na nyingine nyingi. Lugha za Kiafrika zimekuwa zikifundishwa Marekani kuanzia miaka ya hamsini, kupitia mswada uliopitishwa na bunge wa Elimu ya Ulinzi wa Taifa (*National Defense Education Act* - NDEA) wa mwaka 1958 (Bokamba, 2002). Mswada huo ulipelekea kuanzishwa kwa vituo vya ufundishaji wa mambo ya Afrika na masomo ya maeneo mengine (*African and other area study centers*). Kuanzishwa kwa vituo hivi kulikuwa kama njia moja ya kujaribu kukabiliana na maenezi ya Ukomunisti ambao ulionekana na kufikiriwa kuwa tishio kubwa kwa utawala wa kipepari ulioongozwa na Waamarika. Pia wakati huo huo, kulikuwa na msukumo kutoka kwa Waafrika-wa-Amerika (*Black Power Movement*) uliosababishwa na kutofundishwa mambo yaliyohusu historia na utamaduni wao na wa Afrika kwa jumla. Msukumo huu pia ulichangia katika kuanzishwa kwa lugha za Kiafrika katika vyuo vikuu. Wakati huo huo, kulianzishwa shule na vyuo vikuu vilizowalenga watu weusi (*Africentric Schools na Historically Black Colleges and Universities*- HBCU). Kuanzishwa kwa shule hizi na vyuo vikuu kulitoa nafasi kwa lugha ya Kiswahili kipenye kwenye mfumo wa elimu. Kiswahili kilipendelewa kwa sababu ya eneo kubwa la kijiografia ambalo lugha hii inazungumzwa.

Baada ya Vita Baridi kuisha na kuvunjika kwa Muungano Umoja wa Sovieti na kuibuka kwa Marekani kama dola kuu yenye nguvu duniani, Marekani ilihimiza lugha fulani zifunzwe kwa maslahi ya mahitaji yake ya kiuchumi na usalama. Miongoni mwa lugha zilizofikiriwa kuwa muhimu ni Kiamharik na Kizulu (Mazrui, 1997). Kiamharik kilipendelewa kwa sababu ya kuwa karibu na eneo la Arabia, lililo na utajiri mwingi wa mafuta. Kizulu kilipendelewa kwa sababu ya utariji wa maadini katika Afrika ya Kusini na nafasi ya nchi hiyo katika siasa na uchumi wa bara la Afrika kwa jumla. Kutokana na kuanzishwa kwa lugha za kiafrika katika elimu ya juu, vyuo vinavyofundisha lugha ya Kiswahili Marekani vimeongezeka kufikia zaidi ya mia moja. Kwa sababu ya tofauti katika ufadhili wa lugha za Kiafrika, program, vifaa, ujuzi wa kufundisha, mbinu, na hata kukua kwa progamu zenyewe hutofautiana (Folarin-Schleiker, & Moshi, 2000).

Lugha za Kiafrika zilipoanzishwa Marekani hazikujisimamia (na bado hazijajisimamia) kama idara. Badala yake zilikuwa kama 'nyongeza' katika idara mbalimbali kama vile Isimu, Masomo ya Waafrika-wa-Amerika, Idara ya Masomo ya Kimataifa, Programu za Masomo ya Kiafrika, Idara ya Fasihi-linganishi, Idara ya lugha za Kigeni, na kadhalika. Mwanzoni, walimu waliochukua nyadhifa za kusimamia au na kufundisha lugha hizi walifanya hivyo kwa kujitolea au kama kazi za ziada. Waaafrika wachache waliokuja Marekani kuendelea na masomo waliweza pia kutumiwa kufundisha lugha zao kwa malipo ya chini. Malipo haya yalikuwa kwa kulipiwa karo au ada za shule na mshahara mdogo kila mwezi (Sanneh n & Omar, 2002).

Kuhusu zana za kufundishia, Wizara ya mambo ya Kigeni ya Marekani ilihitaji wafanyakazi wa kuhudumu katika bara la Afrika na kwa hivyo walichapisha vitabu vya kwanza vya kufundishia lugha za Kiafrika. Swala ambalo lilikabili kuanzishwa na kufundishwa kwa lugha za Kiafrika Marekani lilikuwa la kuamua ni lugha zipi (miongoni mwa zaidi ya lugha 2500 zinazopatikana Afrika) zifundishwe. Mwaka wa 1979 walimu wa lugha za Kiafrika na wawakilishi wa Vituo vya Masomo ya Kiafrika (*Centers for African Studies*) walikutana katika Chuo Kikuu cha Jimbo la Michigan. Lengo la mkutano huo lilikuwa ni kutoa mwelekeo na vipaumbele vya ufundishaji wa lugha za Kiafrika. Mkutano huu ulitoa orodha ya lugha za kufundishwa kwa kuzingatia maswala ya ndani ya Afrika, kama vile idadi ya wasemaji na matumizi ya lugha hizo kama lugha za pili. Orodha kamili ilikuwa na lugha ishirini na nne zilizofikiriwa kuwa muhimu kama lugha za taifa na za kimataifa. Orodha hii ilitofautiana kidogo na ile ya Wizara ya Elimu kwa sababu yao iliongozwa na maswala ya ulinzi wa taifa.

Mwaka wa 1980 NDEA ilifutiliwa mbali na badala yake kukawa na Halmashauri ya Elimu ya Juu (*Higher Education Act*). Kupitia msaada wa halmashauri hii, waratibu wa lugha za Kiafrika huweza kukutana kila mwaka kujadili njia za kuimarisha uwanja huu. Mswada huu ulitiliwa nguvu zaidi baada ya kuanzishwa kwa vyama vya wataalamu kama Kituo cha Taifa cha Lugha ya Kigeni (*National Foreign Language Center-NFLC*), mwaka 1987, na Shirikisho la Walimu wa Lugha za Kiafrika (*African Language Teachers' Association-ALTA*) mwaka 1988 (Sanneh & Omar, 2003). Wakati huo huo, kwa mara ya kwanza, uthamini wa *Fullbright-Hays* ulitolewa kwa wanafunzi wa Kiswahili na Kihausa ili kuwawezesha kushiriki katika kuzifunza lugha hizi ng'ambo (Afrika) wakati wa msimu wa kiangazi (*Group Projects Abroad-GPA*).

Katika miaka ya tisini, programu za lugha za Kiafrika zilifanya warsha mbalimbali ili kuwazoesha walimu wa lugha husika mbinu za kufundisha na kutahini usemaji wa lugha hizo. Mbinu hizi zilitayarishwa na kupendekezwa na Baraza la Marekani la Ufundishaji wa Lugha za Kigeni (*American Council on the Teaching of Foreign Languages-ACTF*). Mapendekezo haya yalikubalika na utekelezaji wake ukaanza mara moja. Kwa bahati mbaya, utekelezaji huu haukudumu kwa sababu ya kubadilikabadilika kwa walimu wa lugha za Kiafrika.[1]

Kutokana na msaada wa Chama cha Taifa cha Mashirika ya Lugha Zisizofundishwa sana (*National Council of Organizations of Less Commonly Taught languages- NCOLCTL*), ALTA iliweza kugharamia mfululizo wa pili wa warsha za kujadili mpango wa kufundisha lugha hizi. Kuliundwa vikundi vya kushughulikia lugha tatu zilizoonekana zikifundishwa sana. Lugha hizi zilikuwa Kiswahili, Kiyoruba na Kihausa. Baadaye, vikundi hivi vilipanuliwa zaidi na wajibu wake kuongezwa na kuwa vikundi vya kushughulikia lugha za Afrika Kusini, Kati na Magharibi.

Mwaka 1993, Taasisi ya Msimu wa Kiangazi ya Ushirika wa Lugha za Kiafrika (*Summer Cooperative African Language Institute-SCALI*) ilifanyika kwa mara ya kwanza katika Chuo Kikuu cha Yale. Taasisi hii iliweza kutumia rasilmali kutoka vyuo husika na kuleta pamoja wanafunzi kutoka vyuo mbalimbali, ambao, zaidi ya kubadilishana mawazo ya utafiti wao, walijifunza mojawapo wa lugha za Kiafrika zilizofundishwa. Wakati huo huo, kulianzishwa mfuko wa pesa ujulikanao kama FLAS (*Foreign Language and Area Studies Fellowship*) ambapo wanafunzi huweza kuomba pesa kwa madhumuni ya kujifunza lugha. Pesa hizo wanaweza kuzitumia kujifunza lugha humu humu nchini Marekani au katika nchi ya Afrika kupitia programu iliyoidhinishwa na Wizara ya Elimu ya Marekani. Tangu kuanzishwa, taasisi ya SCALI ilikuwa ikifanyika hadi mwaka wa 2011 ilipofutiliwa mbali baada ya malalamiko kwamba ilikuwa ghali mno kuitayarisha na hasa ilipokosa kuwavutia wanafunzi wengi.[2]

Katika miaka ya tisini, Shirika la Programu za Masomo ya Kiafrika (*Association of African Studies Programs*) lilichukua uratibu wa Mradi wa Vikundi Ng'ambo wa *Fullbright-Hays (Group Project Abroad-GPA)*. Katika miaka ya themanini, mradi huu uliwapeleka wanafunzi Kenya, lakini baadaye ulihamia Tanzania. Mradi mwingine uliogharamiwa mwaka wa 1999 ni wa Kizulu wa kuwapeleka wanafunzai Afrika ya Kusini. Mradi huu wa Kizulu umesita kufadhiliwa mwaka wa 2012 kwa sababu ya bajeti. Miradi ya Kiswahili na Kiyoriba bado inaendelea. Baada ya kufungwa kwa programu ya SCALI, vyuo vingi vilianzisha programu zao binafsi. Baadhi viliamua kuwapeleka wanafunzai ng'ambo (Afrika) na kuwafunsidhia huko. Vyuo vingine vilianzisha programu na kuwafundishia wanafunzi wake vyuoni mwao. Vyuo ambavyo havikuweza kuanzisha programu zao viliwatuma wanafunzi wake katika programu tofauti zilizaoanzishwa.[3]

Vivuto vya Wamarekani katika kujifunza Kiswahili
Kivuto cha lugha na masomo ya Kiafrika kinaweza kujitokeza kwa njia mbili: kivuto cha chuo-husika na kivuto cha wanafunzi. Ili lugha yoyote ya Kiafrika, Kiswahili kikiwemo, iweze kuanzishwa na kukua Marekani inategemea sana aina ya programu (kama ufadhili ni wa Idara ya Elimu au wa chuo), na kujitolea kwa wakuu wa chuo na wa idara katika kukuza programu yenyewe. Msukumo wa chuo husaidia programu ya lugha kuanzisha uhusiano na idara nyingine inayotoa masomo mengine kama vile Historia, Jiografia, Anthropolojia, Sayansi-siasa, Isimu, Fasihi-linganishi, Sosiolojia, Sanaa za Maonyesho, Muziki na kadhalika. Uhusiano huu hunata zaid endapo walimu-husika wa masomo haya ni Waafrika au wanaunga mkono masomo ya Kiafrika. Idara nyingine ambazo zimeonyesha kuvutiwa na Kiswahili (na lugha nyingine za Kiafrika) ni Kilimo, Uchumi, Elimu-viumbe, Elimu-mimea, Uandishi-habari, Utangazaji, Mazingira, dawa au tiba na Elimu kwa jumla. Tofauti na idara zilizo na uhusiano wa moja kwa moja, idara nyingine hutegemea lugha ya Kiswahili (au lugha nyingine za Kiafrika) kutoa huduma zao. Kwa mfano madaktari wanaonuia kuhudumu katika mojawapo ya nchi za Afrika Mashariki na Kati hujifunza Kiswahili ili waweze kufanya kazi zao. Watu wengine ambao wanalenga kufanya utafiti au kazi za kujitolea katika maeneo haya pia wanajifunza Kiswahili.

Baada ya sheria ya serikali na msukumo wa Waafrika-wa-Amerika wa kutaka kuanzishwe masomo na lugha za Kiafrika vyuoni, lugha hizi ziliweza kukua kwa kiasi na kuwa kama masomo mengine. Wanafunzi, bila kutegemea kabila, walianza kuvutiwa na madarasa hasa ya Kiswahili. Kuna sababu kadha ambazo husababisha wanafunzi wa Marekani kuchukua somo la Kiswahili. Katika vyuo vingi, kuna uhitaji wa kutosheleza somo la kigeni. Mwanafunzi yeyote wa shahada ya kwanza hawezi kufuzu bila kuonyesha kwamba amejifunza lugha ya kigeni kwa kipindi fulani. Kutegemea chuo, idara au somo kuu la mwanafunzi, muda wa kujifunza lugha ya kigeni unaweza kuwa mwaka mmoja, mihula miwili au mitatu. Ingawa kuna lugha nyingine za kigeni zinazofundishwa kama Kijerumani, Kihispania, Kiitaliano, Kifaransa na kadhalika, wengi wa wanafunzi ambao huendelea na lugha hizi ni wale ambao walijifunza lugha hizi katika shule za sekondari au za juu. Wanafunzi ambao hawakujifunza lugha hizi kabla ya kujiunga na vyuo huhiari kuchukua Kiswahili (au lugha nyingine ya Kiafrika) kwa sababu itakuwa lugha ngeni kwa wanafunzi wote; yaani wote wanaanza pamoja na ushindani utakuwa sawa.

Kunao pia wanafunzi ambao walijaribu kujifunza lugha nyingine za Uropa bila mafanikio. Hawa nao huja kujaribu lugha ambayo ni tofauti kabisa la lugha yao ya kwanza. Utafiti umeonyesha kwamba baadhi ya ujuzi wa lugha ya kwanza unaweza kutumika katika kujifunza lugha ya pili (Odlin, 1989). Kwa sababu Kiswahili hutumia herufi za Kirumi, wanafunzi hawahitaji kujifunza herufi upya kama vile katika madarsa ya Kichina, Kiarabu au Kijapani. Baada ya mazoezi kidogo, wao wanaweza kutumia ujuzi wao wa lugha ya kwanza na kuanza kusoma (hata kama hajaifahamu lugha inayohusika).

Kama inavyojulikana, Marekani ni nchi yenye wahamiaji kutoka nchi nyingi duniani. Nchi za Bara la Afrika nazo hazikubaki nyuma katika swala hili la wahamiaji. Watoto wa wahamiaji hawa huhiari kujifunza lugha ambayo wanaweza kujihusisha nayo, na kwa minajili ya kuendeleza utamaduni wao. Wanafunzi ambao wanaweza kusema Kiswahili, huhimizwa kuchukua madarasa ya juu kama yale ya fasihi, lakini wale ambao wamezaliwa na kukulia Marekani huanza na madarasa ya chini kama Wamarekani wenzao. Kwa sababu ya uwezekano wa kupanuka kwa lugha ya Kiswahili barani Afrika na kukua kwa uchumi katika bara hilo, madarasa ya Kiswahili pia huwavutia wanafunzi kutoka bara Ashia kama vile Wachina, Wajapani, na Wakorea.[4]

Kuna wanafunzi ambao hujifunza Kiswahili kwa sababu wanatarajia kuzuru Afrika ya Mashariki au ya Kati. Licha ya wale ambao wanahusika na usomi, kunao wengine ambao wanajishughulisha na miradi hasa ya kidini na huhitaji ufahamu wa lugha na utamaduni wa Waswahili. Mara kadha kunapatikana wanafunzi ambao ni watu waliostaafu na wanatarajia kuzuru Afrika kama watalii. Katika Marekani watu wa umri wa juu wanaruhusiwa kujisajilisha madarasa katika vyuo vya serikali bila malipo yoyote. Kwa hivyo wakati mwingine kunapatikana wanafunzi wazee ambao wanajitayarisha kutembelea Afrika ya Mashariki. Kwa jumla wanafunzi ambao hujiunga na madarasa ya Kiswahili kwa malengo yao wenyewe (zaidi ya maamuzi ya chuo) huwa na ari zaidi ya kujifunza (Wa'Njogu, 2000).

Shule nyingi za masingi, sekondari, na hata za juu nchini Marekani hazifundishi mambo ya Afrika. Kwa hivyo mambo mengi ambayo wanafunzi wanajua kuhusu Afrika ni yale yanayotokana na vyombo vya habari kama magezeti, televisheni, na mtandao. Mambo mengi huwa si ya kweli, na hayalengi kuonyesha picha nzuri kuhusu Afrika. Mara nyingi huwa ni habari zinazohusu njaa, magonjwa, vita vya kikabila, ukame n.k. Baadhi ya wanafunzi huchukua madarasa ya Kiswahili kujaribu kujua ukweli wa mambo haya. Kwa hivyo, madarasa ya Kiswahili hujaliza mapengo haya kwa kufundisha historia, jiografia, siasa, dini na imani mbalimbali za Afrika; zaidi ya kufundisha lugha.

Baada ya uvamizi wa kigaidi wa Septemba 11, 2001 umuhimu wa lugha za kigeni ulitiliwa mkazo sana na serikali ya Marekani. Kwa sababu hiyo vyuo vinavyoweza kutoa mafunzo ya juu kwa wanafunzai wao katika lugha za kigeni vinapata ufadhili mkubwa kutoka serikali. Kwa kuwa sababu za wanafunzi za kujifunza Kiswahili kama lugha ya kigeni ni nyingi na tofauti, silabasi, vifaa, na mbinu za kufundishia hulenga kutosheleza malengo hayo. Hata hivyo ufundishaji wa Kiswahili kama lugha ya kigeni Marekani hukumbwa na changamoto tofauti.

Changamoto za kufundisha Kiswahili kama lugha ya kigeni
Matatizo haya yanaweza kuchunguzwa katika vipengele tofauti kama vile: walimu, vifaa, wanafunzi, na ufadhili.

Walimu
Baadhi ya walimu wanaofundisha Kiswahili kama lugha ya kigeni hawajachukua mafunzo ya kazi hiyo. Wengi wao ni wanaisimu na

hufundisha lugha hizi kwa sababu ya uwezo wao wa kuzisema kama lugha ya kwanza, au kwa sababu ya ujuzi wao wa kiisimu katika lugha hizi. Walimu hawa husisitiza zaidi muundo wa lugha badala ya kufundisha jinsi ya kuitumia lugha. Tatizo lingine ni kwamba kazi za walimu hawa ni za muda tu, na wala si za kudumu. Kwa hivyo muda wao mwingi huutumia kujishughulisha na mambo mengine ya utafiti wao badala ya Kiswahili. Walimu hawa basi hutegemea sana uzoefu wao, vipawa vyao, na vitabu wanavyotumia (Batibo 2003).

Kulingana na Schleicher na Moshi (2000) chini ya asili mia 10 ya vyuo na vyuo vikuu vinavyofundisha lugha za Kiafrika vina walimu wa kudumu wa kufundisha lugha hizi. Ajabu ni kwamba kati ya vyuo hivi hakuna hata kimoja chenye programu iliyoanzishwa kwa ufadhili kutoka kwa serikali (*Title VI*). Sababu ya tukio hili ni kwamba vyuo vilivyo na walimu wa kudumu vilianzisha programu zao bila kutegemea mfuko wa serikali na kwa hivyo vilitenga fedha kwa madhumuni ya kukuza programu zao. Hata hivyo walimu hawa huhitajika wafundishe masomo mengine katika nyanja zao za kitaaluma kama vile isimu au fasihi. Kwa sababu utathmini wa kazi zao hutegemea sana masomo haya mengine, walimu hawa huzingatia masomo haya zaidi ya lugha katika utafiti wao na machapisho yao; na hivyo kuinyima lugha hii nafasi ya kufanyiwa utafiti na wale wanaoifundisha. Utafiti huu ungesaidia kuboresha zana na mbinu za ufundishaji.

Asilimia kubwa ya walimu wa Kiswahili huwa ni wakufunzi wa uzamili na wa uzamifu. Wengi wa wanafunzi hawa huwa wanaendelea na masomo yasiyohusiana na lugha ya Kiswahili au mbinu za ufundishaji wa lugha za kigeni. "Utaalamu" wa walimu hawa huwa ni ule wa kuisema lugha ya Kiswahili. Ingawa walimu hawa hujibidiisha kufanya kazi nzuri, huwa wanakumbwa na tatizo la kuishiwa na muda wa kujitayarisha kwa masomo yao wenyewe na kujitayarisha kwa masomo ya kufundisha. Na kana kwamba haya si matatizo ya kutosha, vyuo vingi haviwatambui wanafunzi hawa kama wafanyakazi wa chuo na kwa hivyo mishahara yao huwa duni na hawawezi kujiunga na vyama vya wawakilishi wa wafanyakazi. Ingawa walimu hawa wanapewa jina la walimu wasaidizi, walimu ambao huwa wanastahili kuwasiadia huwa hawaingii madarasani haya hata siku moja.Katika vyuo vingine, walimu hawa "wasaidizi" huwa ndio walimu pekee wanaofundisha.

Kunao pia walimu wengine ambao huwa na shughuli nyingine mijini na hupewa kazi ya kufundisha Kiswahili kwa malipo ya saa hizo tu wanazofundisha. Walimu hawa huajiriwa kwa masaa kwa sababu labda chuo hakina pesa au hakitaki kutumia pesa katika programu ya lugha za Kiafrika, na huishia kuchukua hatua hii (ya kutoa mafunzo) kwa sababu ya msukumo wa wanafunzi.

Wanafunzi wanaofundishwa na walimu ambao hawakuhitimu katika masomo yao huwa hawayazingatii sana masomo haya. Pia kwa sababu ya uchache wa ujuzi miongoni mwa walimu wasiofuzu, wao huishia kufundisha vitu vilivyo rahisi kwao badala ya kuzingatia mahitaji ya wanafunzi na programu kwa jumla.

Katika kulishughulikia swala la mafunzo ya walimu, Kituo cha Rasilmali za Lugha za Afrika (African Language Resource Center-*NARC*) kimekuwa kikithamini warsha za majuma mawili kila msimu wa kiangazi kwa walimu ambao wangetaka kuboresha ujuzi wao wa kufundisha. Mwalimu yeyote wa lugha za Kiafrika anaweza kushiriki. Miaka ya hivi karibuni, Chama cha Taifa cha Mashirika ya Lugha Zisizofundishwa sana (*National Council of Organizations of Less Commonly Taught languages- NCOLCTL*) kimekuwa kikitoa mafunzo ya mbinu za kufundishia kwa walimu wa Kiswahili kupitia programu ya *Startalk*.Warsha hii ya wiki tatu imewafaidi walimu kiasi.Kila mwaka walimu wasiopungua kumi huchaguliwa kushiriki. Kwa vile programu hugharamia karibu kila kitu, ushindani huwa ni mkali sana.

Zana za kufundishia

Kwa jumla kuna uhaba wa zana za kufundishia Kiswahili kama lugha ya kigeni. Zana zinazotumiwa aghalabu huwa katika hali ya vitabu, kanda za kusania sauti, kanda za video, visahani vya CD, mtandao na kadhalika. Kila zana ya kufundishia huwa imetengenezwa kukidhia mahitaji fulani. Kwa vile malengo ya wanafunzi wanaojisajilisha katika madarasa ya Kiswahili ni tofauti, kuna haja ya kuwa na zana tofauti ili kutosheleza mahitaji yao. Kwa mfano wanafuzi wa isimu hutaka masomo yapangwe kwa kuzingatia sarufi. Wanafunzi ambao wangetaka kuzungumza zaidi huhitaji masomo yapangwe kwa njia ya mazungumzo ili waweze kushirikishwa sana katika mazungumzo. Kuna wanafunzi ambao hutaka kuwa na ufahamu zaidi wa utamaduni na kwa hivyo huhitaji mambo ya utamaduni yapenyezwe katika kila somo. Zana nyingine pia huzingatia mbinu za wanafunzi za kujifunza. Kuna wanafunzi ambao hutaka kuyatazama mambo kijumla, na wengine hutaka kutazama mambo kwa vipengele vyake. Hadi sasa hakujatolewa zana inayojisimamia yenyewe katika kutosheleza mahitaji ya mwalimu, wanafunzi, progamu na chuo.

Vitabu

Katika mwaka wa kwanza wa kujifunza Kiswahili, kuna vitabu kadha vinavyotumiwa kufundishia. Vitabu hivi ni: *Kiswahili:Msingi wa Kusema, Kusoma, na Kuandika* cha Thomas Hinnebusch na Sarah Mirza; *Kiswahili kwa Kitenda* cha Sharifa Zawawi; *Tuseme Kiswahili* cha F.E.M.K. Senkoro, na *Tujifunze Kiswahili* cha John Mugane miongoni mwa vingine. Kuna vitabu vingine lakini hivyo hutumiwa kama vya marejeleo. Vitabu vilivyotajwa vimejaribu kuwasilisha lugha na utamaduni kwa njia mwafaka kwa wanafunzi wa mwaka wa kwanza. Vitabu hivi vimezungumzia mambo ya kimsingi kwa kuzingatia kwamba watumizi wa vitabu hivi hawana ufahamu wowote wa maisha katika Afrika ya Mashariki (Biersteker, 1982). Mazungumzo, ufahamu, sarufi, msamiati,na mazoezi vinatosheleza mahitaji ya kiwango hiki.

Udhaifu mkubwa wa vitabu vya mwaka wa kwanza ni kuegemea sana katika isimu. Waadishi wa vitabu hivi, nafikiri kwa sababu wao ni wanaisimu, walifikiri wanafunzi wote wa Kiswahili ni wanaisimu au wana ujuzi wa isimu au wanastahili kuwa wanaisimu. Kwa mfano. Kitabu cha Mugane kimejaa maelezo ya migao katika vitenzi na mkubaliano wa irabu. Ingawa maelezo haya yanawafaa wanafunzi wa isimu au wanafunzi walio na elimu ya kiisimu, kwa wanafunzi wengi ambao wanataka kuitumia lugha kuwasiliana hizi ni habari za kuwapoteza. Udhaifu mwingine ni wa kutegemea michoro badala ya picha halisi. Picha halisi huonyesha jinsi kitu kilivyo. Michoro inaweza kufikiriwa kama maoni ya mchoraji. Udhaifu huu unaonekana sana katika kitabu cha Hinnebusch na Mirza. Kitabu cha Senkoro kimejaribu kushughulikia udhaifu ulio katika vitabu viwili tulivyotaja kwa kutumia picha halisi. Hata hivyo kuna picha nyingi mno ambazo madhumuni yake hayajaelewa na nyingine zimechukuliwa katika mazingira yasiyo halisi ya Afrika Mashariki na Kati (kunakosemwa Kiswahili).

Katika mwaka wa pili, walimu huchukua mikondo tofauti. Katika kiwango hiki baadhi ya walimu huwatanguliza wanafunzi wao katika usomaji wa magazeti. Pia masomo mengi huwa yameegemea sana katika utamaduni. Baadhi ya vitabu vilivyoandikwa kutimiza mahitaji katika kiwango hiki ni: *Tuimarishe Kiswahili Chetu* cha Lioba Moshi;*Masomo ya Kisasa* cha Ann Biersteker (2006), na *Tusome Kiswahili* cha Leonard Muaka na Angaluki Muaka. Kitabu cha Biesrteker kimechukua sura kutoka vitabu mbalimbali vya fasihi na kutungia mswali ya ufahamu. Pia kina maelezo ya msamiati na sarufi. Hata hivyo, hakina mazoezi ya sarufi. Kitabu hiki kinahitaji mwalimu mwenye uzoefu ili aweze kutunga mazoezi ya sarufi kwa vipengele vinavyojitokeza. Ni kitabu kizuri cha kuwatanguliza wanafunzi katika kusoma fasihi. Kitabu cha Lioba Moshi kwa jumla ni chepesi na rahisi kwa wanafunzi wa kiwango hiki. Kama kile cha Muaka na Muaka kina makala yenye uhalisia wa mambo na mazoezi mbalimbali.

Katika mwaka wa tatu na wa nne (wanafunzi wanapopatikana) walimu huchukua mikondo tofauti kutegemea mahitaji ya wanafunzi. Mikondo mikuu ni kutanguliza fasihi au kuendelea na sarufi zaidi au kusoma makala kuhusu taaluma mbalimbali kama vile sheria, kilimo, mazingira, tiba, haki na kadhalika (Wa'Njogu, 2011). Kitabu cha Alwiya Omar na Leonce Rushubirwa *Tuwasiliane kwa Kiswahili* (2007) kinachowalenga wanafunzi wa mwaka wa tatu ni mwafaka sana hasa kwa mambo ya utamaduni. Hata hivyo, huwa ni kifupi mno kwa mwalimu ambaye anategemea kitabu kupanga kazi yake. Wanafunzi wa mwaka wa tatu wanaweza kukipitia kitabu hiki kwa muhula mmoja.

Kanda za kunasia sauti

Tolea la kwanza la *Kiswahili: Msingi wa kusoma, kusema, na kuandika* na *Kiswahili kwa kitendo* liliambatana na kanda za kunasia sauti. Kila somo lilikuwa na ukanda wake. Kanda hizi hazikutoa mafunzo au mazoezi zaidi ya yale yaliyokuwa katika vitabu-husika. Kuna kanda nyingine zilizotayarishwa kwa madhumuni ya kujifunza Kiswahili, lakini hizi zimewalenga watalii. Kanda hizi zimetayarishwa na wafanyabiashara bila kuzingaia mbinu za kujifunza na kufundisha lugha ya kigeni. Kanda hizi huwa ni mkusanyika wa vifungu vinavyofikiriwa na watayarishaji kwamba vitahitajika na watu wanaozuru maeneo ambapo Kiswahili kinazungumzwa. Mara nyingi maneno yanayotolewa katika kanda hizi huwa yako nje ya muktadha na kinachotolewa huwa ni tafsiri tu ya neno. Hii haimaanishi kwamba kanda hizi hazifai. Zinaweza kutumika kwa mazoezi ya kusikiliza ya ziada, lakini si kwa mwanafunzi anayetaka kuanza kujifunza Kiswahili.

Video

Kuna video chache zilizotengenezwa kwa madhumuni ya kufundishia Kiswahili. Kwa mfano: *Kiswahili:Lugha na Utamadun*. Video hizi zilitayarishwa na Lioba Moshi wa chuo kikuu cha Georgia kupitia ufadhili wa Wizara ya Elimu ya Marekani. Video hizi zimelenga wanafunzi wa mwaka wa kwanza na wa pili. Video hizi huandamana na kitabu. Kwa jumla kuna video nane zenye masomo ishirini na nne. Mambo mbalimbali yamehusiswa katika video hizi. Kwa mwalimu ambaye hajui jinsi ya kutumia video kufundishia, atakuwa na kazi ngumu kwani hakutolewa mazoezi katika video wala katika kitabu. Video hizi zilirekodiwa nchini Tanzania kwa lengo la kunasa shughuli mbalimbali za kawaida kwa Watanzania katika hali yao halisi. Video nyingine ziko katika lugha ya Kingereza, kwa mfano, *The Africans: A tripple heritage* za Ali Mazrui. Ingawa video hizi ni za Kiingereza, huweza kutazamwa na wanafunzi kujadili katikaKiswahili.

Filamu na visahani vya sidii

Kufikia sasa visahani vya sidii vya kufundishia Kiswahili ni vichache mno. Mara nyingi visahani hivi ni sawa na vitabu kwani huwa ni vifungu vya maneno vya kuwafundishia watalii- ambavyo hutegemea hasa tafsiri ya moja kwa moja na neno kwa neno.Kampuni ya Rosetta Stone imetoa sidii moja ya Kiswahili.Sidii hii ni mkusanyiko wa maneno na vifungu vilivyo nje ya muktadha. Mafunzo na mazoezi ya sidii hii yanategemea picha na sauti. Picha karibu zote zilizotumiwa zimepigwa Marekani na kwa hivyo hazitoi uhalisi wa mambo kama yalivyo katika Afrika ya Mashariki. Sidii nyingine kama*Talk the Talk: Swahili* ni mkusanyiko wa maneno nje ya muktadha.

Kuna filamu kadha zilizopo katika Kiswahili. Filamu moja ya zamani ni ile ya *Arusi ya Mariamu*. Filamu hii ni ya zamani, si ya rangi na hata mitambo ya kucheza video inabadilishwa na ile ya DVD na hakujafanywa bidii kuigeuza katika DVD. Filamu nyingine ni *Maangamizi*. Ingawa filamu hii ni nzuri na hutumika katika madasa ya juu, imejaa mambo ya uchawi na wanafunzi wanaweza kufikiri maisha yetu ndivyo yalivyo. Filamu za juzijuzi kama *Tusamehe* na *Bongoland* namba 1 na 2 ni nzuri na zina uhalisi hasa *bongoland* namba 2 kwa vile imerekodiwa Tanzania. Wanafunzi wa viwango vya juu wanaweza kutumia filamu hizi kukuza lugha na kuuelewa utamaduni wa watu wa Afrika ya Mashariki. Hata hivyo, kwa vile filamu hizi hazikutayarishwa kwa malengo ya kufundisha pana haja ya mwalimu kuwa mbunifu katika kutayarisha kazi za wanafunzi kabla na baada ya kutazama filamu.

Mtandao

Katika mtandao kuna mafunzo ya Kiswahili si haba yanayotolewa na makampuni, watu binafsi, shule na vyuo. Kwa sababu ya himizo la matumizi ya kompyuta, walimu wengi wamejibidiisha kuweka kazi zao kwenye mtandao. Wafanya biashara nao wamechukua nafasi ya kuweko kwa kifaa hiki kupanua na kutangaza biashara zao. Matumizi ya mtandao yanaelekea kuwa na faida kwa sababu wanafunzi wanaweza kufanya kazi zao wakati wowote na kumpelekea mwalimu wao kwa barua-pepe kutoka mahali popote penye mtandao. Kwa kufanya hivyo inapunguza gharama ya karatasi. Mtandao pia umewawezesha wanafunzi na wapenzi wa Kiswahili kuweza kusema na kusikiliza habari na vipindi mbalimbali katika lugha ya Kiswahili kutoka maeneo mengi ambamo Kiswahili kinatangazwa kama Ujerumani, Uingereza, Ujapani, Uchina, Afrika-Kusini n.k. Shida iliyopo ni kwamba kurasa nyingi zilizoko kwenye mtandao zinahitaji kuhaririwa kwani zimejaa makosa hasa ya kisarufi. Hata hivyo kuna baadhi ya kurasa za mtandao ambazo zinafaa. Kurasa hizi ni kama vile KAMUSI (ya Ann Biersteker na Martin Benjamin), KIKO (ya Liomba Moshi na Alwiya Omar) na SALAMA (ya John Mugane).

Licha ya kuwawezesha walimu na wanafunzi kutazama maneno kutoka Kiingereza hadi Kiswahili au kutoka Kiswahili hadi Kiingereza, KAMUSI huwa na nafasi ya mazungumzo na viungo vya mambo mbalimbali kama habari (kutoka nchi mbalimbali-Afrika, Ulaya, Esia na Amerika), na maonyesho ya picha kutoka Afrika Mashariki na maeneo mengine kunakosemwa Kiswahili. KAMUSI ina maneneo zaidi ya 60,000 na bado haijakamilika. Walimu na wanafunzi wa Kiswahili mahali popote duniani wanaweza kutumia KAMUSI na kuchangia hazina yake ya maneno.

KIKO ina visehemu vya video. Kwa hivyo wanafunzi wanaweza kuona vitendo na kusikia sauti. Masomo ya mwaka wa kwanza yamekamilika. Ukurasa huu pia unaweza kutumiwa na wanafunzi wa Kiswahili mahali popote. Ili kuweza kutumia ukurasa wa SALAMA mtu huhitaji idhini kutoka kwa mtayarishi. Masomo ya mwaka wa kwanza na wa pili yamekamilika. Pia kuna picha na sauti pamoja na kamusi katika ukurasa huu.

Ufadhili

Kama tulivyoona hapo juu, Kiswahili (na lugha zingine za Kiafrika) hutegemea ufadhili kutoka kwa Idara ya Elimu ya Marekani kwa kiwango kikubwa. Ufadhili huu huwa ni wa kushindaniwa baina ya vyuo mbalimbali. Kila baada ya miaka minne wanaohusika hupeleka maombi yao. Wanaokosa kushinda hulazimika kusubiri kwa kipindi cha miaka minne. Vyuo vingi huona ugumu au hukataa kuchukua masomo haya kwa sababu ya gharama, na pia baadhi ya viongozi hawaoni faida ya masomo haya kwa Wamarekani na kwa hivyo huyapinga sana. Hata pale msaada unapotolewa huwa hautoshi kukidhia mahitaji ya usimamizi, ufundishaji, na utengenezaji wa vifaa vya kufundishia lugha hizi.

Uhaba wa wanafunzi

Siku hizi mambo mengi yanafasiriwa kiuchumi.kwa sababu ya gharama ya elimu wanafunzi hutaka kujua faida ya kujifunza Kiswahili. Kwa vile Kiswahili hakitumiki kama lugha ya kufundishia elimu ya juu (kama vile Kiingereza, Kifaransa, n.k), huonekana kama lugha duni na ambayo matumizi yake si ya kimsingi. Mradi katika Afrika lugha za kigeni zimepewa kipaumbele, itaendelea kuwa vigumu kukiendeleza Kiswahili kama lugha ya kigeni. Uhaba wa wanafunzi pia huathiri kiasi cha ufadhili unaotolewa na vyuo. Kila mwisho wa mwaka, takwimu za idadi ya wanafunzi waliojisajilisha madarasani huhitajika na madarasa ambayo huwa na wanafunzi wachache huwa na tishio la kufungwa.

Historia inaonyeshwa kwamba Kiswahili kilienea kipitia misafara ya wafanyabiashara. Hata hivyo nafasi hii sasa imechukuliwa na lugha za kigeni kiasi kwamba lugha ya Kiswahili haijitokezi kama chombo cha kujikomboa kiuchumi. Wawekezaji kutoka nje wanaona hawahitaji Kiswahili kufanya biashara katika Afrika ya Mashariki (na hasa Kenya na Uganda) kwa sababu ya matumizi ya Kiingereza.

Maabara

Ingawa vyuo vina maabara za kompyuta, ni vyuo vichache vilivyo na maabara iliyotengwa kwa maksudi ya lugha za Kiafrika. Vyuo vingi huwa na maaabara ya lugha za kigeni na uhitaji huzidi nafasi zilizomo kwa sababu ya wingi wa lugha za kigeni zinazofundishwa. Pia baadhi ya vyuo huwa na wakati maalum wa kufundisha lugha za kigeni. Kwa mfano katika Chuo kikuu cha Yale madarasa yote ya mwaka wa kwanza ya lugha za kigeni hukutana saa tatu na nusu asubuhi kila Jumatatu hadi Ijumaa. Kwa hivyo ili kupata nafasi ya kutumia maabara ni lazima maombi yafanyiwe mapema.

Tatizo jingine ni uhaba wa programu za kompyuta za Kiswahili. Kwa mfano mpaka sasa hakuna programu ya kusahihisha tahajia ya Kiswahili. Baadhi ya vifaa vya kufundishia Kiswahili kwa kompyuta vilivyoko vimetengenezwa na wafanya- biashara na nyingi hazifai kwa matumizi ya darasani. Hata pale ambapo pana mitambo ya kompyuta, walimu wengi bado wanahitaji mafunzo na uzoefu wa matumizi ya vifaa hivi. Kama vile ni vigumu kwa kipofu kumwongoza kipofu mwingine njia, mwalimu asiye na welendi wa matumizi ya kompyuta hawezi kuwafundisha wanafunzi kwa kutumia kifaa hicho.

Mapendekezo ya masuluhisho kwa baadhi ya matatitzo

Kuwa na walimu waliofuzu na wa kudumu kunaweza kusaidia kukua kwa proagramu kwa njia mbalimbali. Kwanza, kunaweza kuwavutia wanafunzi. Wanafunzi wengi wa vyuo Marekani hujua zaidi kuhusu masomo na hasa ya lugha kupitia kwa wanafunzi wengine. Katika utafiti mdogo uliofanywa na mwandishi wa makala hii, wanafunzi walipoulizwa jinsi walivyojua kuhusu Kiswahili, wengi (asilimia 60) walisema ni kupitia kwa wanafunzi wengine (Wa'Njogu, 2001). Kwa sababu ya mafunzo na ujuzi, mwalimu aliyefuzu atakuwa na mbinu za kuwavutia na kuwahamasisha wanafunzi na hivyo kuongeza idadi. Walimu waliohitimu na wa kudumu wataipa pragramu sifa kutokana na kushiriki kwao katika kongamano mbalimbali za taifa na kimataifa. Walimu hawa pia wanaweza kupelekea kushawishika kwa chuo kuchukua programu ya lugha za Kiafrika, na hapo kuondoa kutegemea Idara ya Elimu ya Marekani.

Ingawa kuna vitabu na vifaa vichache, bado kuna haja ya kuendelea kutayarisha vingine zaidi. Vitabu vinavyotumiwa madarasani havitoshelezi mahitaji ya chuo, programu, walimu na wanafunzi. Kuna haja ya kuchapisha vitabu zaidi vya marejeo vinavyoeleza dhana na vipengele tofauti vya lugha na utamaduni. Kitabu kilichochapishwa na NALRC (*National African Language Resource center*) cha marejeo (*Swahili Reference Grammar*) ni mwanzo mzuri lakini kina udhaifu wake. Kamusi pia zilizoko Marekani haziwafai sana wanafunzi. Wanafunzi huvunjika moyo wanapokosa neno fulani katika kamusi, au wakiona maneno yana maana nyingi na hawakutolewa mifano ya matumizi. Kamusi zinazochapishwa na TUKI (Taasisi ya Uchunguzi wa Kiswahili) zingefaa sana, lakini mara nyingi hazifiki Marekani na zikifika huwa ghali mno. Wanafunzi walio na bahati ya kufika Kenya au Tanzania huhiari kuzinunua huko. Kamusi inayopatikana kwenye mtandao (*Swahili Internet Living Dictionary*), bado haijakamilika.

Kwa vile siku hizi wanafunzi wana kompyuta zao, na madarasa mengi ya kisasa yana huduma za mtandao, itakuwa rahisi kuwahimiza wanafunzi kuzileta kompyuta zao madarasani na kutumia. Pana haja kubwa kwa walimu wa Kiswahili kushirikiana na wataalamu wa mitambo ya kompyuta ili wapangiwa warsha za mara kwa mara na kutolewa mafunzo ya matumizi ya vifaa hivi.

Nchi za Afrika ya Mashariki na Kati zinastahili kuchangia katika kupanua mafunzo ya Kiswahili nje ya Afrika. Njia moja ni kuwafadhili wanafunzi kusoma ng'ambo huku wakichangia kufunza Kiswahili. Njia nyingine ni kutoa nafasi kwa wanafunzi wa kigeni kusoma Kiswahili katika Afrika ya Mashariki. Njia hii imetumiwa na nchi ya Uchina na matokeo yamekuwa ya kuvutia sana. Wanafunzi watakaokuja kusoma katika vyuo vyetu watakuja na pesa zaidi za matumizi na hivyo nchi itapata pesa za kigeni. Bila shaka wanafunzi hawa watatembelewa na jamaa zao na hapa kutapatikana pesa za kigeni. Mradi wa kubadilishana walimu ni njia nyingine. Walimu kutoka Afrika ya Mashariki wanaweza kubadilishanwa na walimu wa nje na hapo kukuza tajiriba zao na uzoefu wa kufundisha. Kwa njia hii lugha ya Kiswahili itakuwa kitega uchumi.

Hitimisho

Umuhimu wa lugha ya Kiswahili katika elimu ya Marekani hauwezi kudunishwa. Hata hivyo pana haja ya kujitolea zaidi kwa viongozi wa vyuo na taasisi za elimu katika kuzifadhili programu za lugha hii. Waalimu wa lugha ya Kiswahili (popote walipo) wanastahili kuonyesha umuhimu wa lugha hii kwa wanafunzi wa kigeni. Tusipojitolea katika kuikuza lugha hii na kuipa hadhi barani Afrika, itaendelea kuwa vigumu kuvishawisha vyuo kuendelea kuifundisha. Kuna haja ya kuwa na usawazisho wa malengo na shabaha. Mambo yalivyo sasa wanafunzi hufundishwa vitu tofauti hata wakiwa katika viwango sawa. Tofauti hii inatatiza wanafunzi wanapohama kutoka chuo kimoja hadi kingine kwani hawawezi kuendelea na programu ya Kiswahili.

Vifaa vyenye picha na sauti, kama vile kanda za video, visahani vya sidii,na DVD hutoa nafasi na kukuza uwezo wa kufikiri na ubunifu miongoni mwa wanafunzi. Vifaa vile pia huonyesha mazingira katika uhalisi wake.Zaidi ya kufundishia lugha, vifaa hivi huwa njia rahisi ya kufundishia vipengele tofauti vya utamaduni.Aidha vifaa hivi hutoa nafasi nzuri ya mjadala katika lugha husika kutegemea fasiri za wanafunzi.Kwa hivyo pana haja ya kuendelea kutengeneza vifaa vinavyochukua mwelekeo huu.

Kwamba lugha ya Kiswahili si mojawapo ya lugha kuu za kigeni zinazifundishwa Marekani, si sababu ya kubakia nyuma kiteknolojia. Wengi wa wanafunzi wanaojisajilisha katika madarasa ya Kiswahili huwa wamejifunza lugha nyingine ya kigeni (vyuoni, katika shule za sekondari, au shule za juu) na huwa wameona vifaa vya teknolojia vinavyotumiwa. Pia masomo mengi sasa yanahusisha matumizi ya teknolojia, na kwa hivyo Kiswahili ni lazima kijiunge na mkondo huu kama kinataka kushindania wanafunzi na masomo mengine. Ingawa lugha ya Kiswahili inakabiliwa na shida mbalimbali, kuna uwezekano wa kukikuza na kuwa somo linalojisimamia. Kinachohitajika ni ushirikiano mkubwa miongoni mwa walimu na vyuo Marekani na Afrika katika jitihada za kulikuza somo hili.

Tanbihi

[1] Wengi wa walimu hawa walikuwa wanafunzi wa shahada za uzamili na uzamifu. Walipomaliza masomo wengi wao walichukua kazi za kudumu au zenye kandarasi ya muda. Kwa vile masomo ya wengi wao hayakuhusiana na lugha ya Kiswahili, kazi zao zilikuwa nje ya ufundishaji wa lugha hii.

[2] Ilisemekana kwamba kuna wakati walimu walikuwa wengi kuliko walimu- baada ya walimu kuajiriwa halafu wanafunzi wasitikezee au wakati mwingine mwalimu anajikuta na mwanafunzi mmoja. Ada ya shule ya mwanafunzi moja haingetosha kumlipa mwalimu mshahara na kulipia gharama ningine za programu.

[3] Tazama mwisho wa makala kuona orodha ya programu zinazoendelea wakati wa msimu wa kiangazi.

[4] Nchi hizi zina ushirikiano wa kibiashara na nchi nyingi za Afrika.

Marejeleo

Alwiya, O & Rushubirwa, L (2007). *Tuwasiliane kwa Kiswahili.* Madison: Wisconsin: NALRC Press.

Batibo, HM. (2003). "The Teaching of Kiswahili as a Foreign Language in Africa: A case of study from Eastern and Southern Africa." *Journal of the African Language Teachers Association,* 3:19-34.

Biersteker, A. (2006). *Masomo ya Kisasa: Contemporary Readings in Kiswahili* (2nd Ed). New Haven: CT: Yale University Press.

Bokamba, E. G. (2002). *African language Program Development and Admininstration: A History and Guidelines for Future Programs.* Madison: Wisconsin NALRC Press.

Folarin-Schleicher, A. & Moshi, L. (2000). *The Pedagogy of African Languages: An Emerging Field*. The National East Asian Languages Resource Centre, The Ohio State University & The National African Language Resource Centre. Madison: University of Wisconsin.

Hinebusch, T. & Mirza, S. (1998). *Kiswahili: Msingi wa Kusoma, Kusema, na Kuandika*. Maryland: University Press of America.

Kunz, P.S. (1993). Haari za Kiswahili: The History of Kiswahili Instruction at the K-12Level in Madison, Wisconsin. ERIC (ED.360863).

Mazrui, A.M. (1997). "The future of African languages in the American academy." *Prism*, 3, 1.

Moshi, L.J. (1998). *Kiswahili Language and Culture*.Kensington: MD: Dunwood Press.

Moshi, L.J. (1988). *Tuimarishe Kiswahili Chetu*. Maryland: University Press of America.

Muaka, L. & Muaka, A. (2006). *Tusome Kiswahili*. Madison: Wisconsin. NALRC Press.

Mugane, J.M. (1999). *Tujifunze Kiswahili*.Athens, Ohio: Aramati Digital Technologies Publications.

Odlin, T. (1989). *Language transfer: Crosslinguistic influence in laanguage learning*. Cambridge: NY: Cambridge University Press.

Temu, M.L.N. (1992)."African American Students' Self-awareness Through Kiswahili Language." *Journal of Black Studies*, 22, 4, 532-545.

Senkoro, F.E.M.K. (2003). *Tuseme Kiswahili*. Madison: Wisconsin. NALRC Press.

Sanneh, S. & Omar, A. (2002). African language Study, in the 21st Century: Expansion through collaboration and technology. Unpublished paper presented at the 45th ASA Annual Conference, Washington, DC. December 5-8 2002.

Wa'Njogu, J.K. (2011). "Zaidi ya Fasihi na Isimu, Mengine Yawezekana: Kiswahili na Taaluma Nyingine." *Journal of the African Language Teachers association* (Language Specific-Kiswahili), 1, 39-50.

Wa'Njogu, J.K. (2005). "Motivation, Ethnicity, and Gender versus Achievement in Swahili as a Foreign Language in a College setting: A Correlational Study."*Journal of the African Language Teachers association,* 6, 45-66.

Wa'Njogu, J.K. (2001). A descrptive study of Motivation, Ethninicy, Gender, and Achievement in Kiswahili as a Foreign language in a college setting: Students' Perspectives. Unpublished Ph.D Dissertation.

Zawawi, S. (1988). *Kiswahili kwa kitendo.* New Jersey: Africa World Press.

SURA YA TANO

UFUNDISHAJI WA KISWAHILI SEKONDARI: NAFASI NA CHANGAMOTO ZA VITABU VYA KIADA

Ombito Elizabeth Khalili na Mamai Margaret Nasambu

Utangulizi

Nchini Kenya, uchapishaji wa vitabu vya kiada vya Kiswahili ulipata msukumo mkubwa tangu mwaka wa 1985 Kiswahili kilipofanywa somo la lazima katika mfumo wa elimu wa 8-4-4. Vitabu vya kiada, ziada, marejeleo, kamusi na vya fasihi vilichapishwa kwa wingi ili kukidhi soko la wasomaji shuleni. Taasisi ya wakuza mitaala nchini Kenya ilipewa jukumu la kukadiria ubora wa viwango vya miswada ya vitabu vya kiada kabla ya kuvichapisha ili vitumike shuleni kutokana na umuhimu wa vitabu kwa utekelezwaji wa mitaala ya elimu. Sehemu ya kwanza ya makala haya inaangazia umuhimu wa vitabu vya kiada katika ufundishaji. Mchango wa vitabu vya kiada unafungamanishwa na nadharia ya Masharti ya Ujifunzaji ya Gagn'e (1962). Sehemu ya pili ya makala inajadili michakato ya uteuzi wa vitabu vya kiada pamoja na changamoto za matumizi ya vitabu vya kiada katika ufundishaji wa Kiswahili. Kisha makala yanadahili maendeleo ya Kiswahili kutokana na kuwepo kwa machapisho ya vitabu vya kiada.

Umuhimu wa vitabu vya kiada katika ufundishaji wa Kiswahili

Vitabu vya kiada ni machapisho yaliyoandaliwa na wataalamu wa somo kwa kuzingatia mtaala ili yatumike kwa ujifunzaji wa somo husika. Kata kitabu cha kiada mada huteuliwa kwa uangalifu mkubwa na kuwasilishwa kwa lugha teule inayoafiki wanafunzi wa kiwango kilichokusudiwa. Lengo kuu la makala katika kitabu cha kiada ni kurahisisha weledi wa dhana kwenye mtaala. Vitabu vya kiada ni sehemu ya nyenzo asilia za kufundishia taaluma yoyote ile. Kila somo katika mtaala wa shule lina vitabu vya kiada na mwongozo wa mwalimu kwa kila darasa au kiwango cha ufundishaji.

Nchini Kenya, sera inayoelekeza utekelezwaji wa mtaala uliofanyiwa marekebisho ya mwaka wa 2002 inahitaji Wizara ya Elimu kuidhinisha vitabu sita kwa kila somo katika kila darasa. Kutekelezwa kwa sera hii kulikusudiwa kuwapa wanafunzi na walimu mitazamo mbalimbali ya waandishi tofauti kuhusu dhana katika masomo. Hata hivyo, mwalimu anatakiwa kuteuwa kitabu kimoja kutoka kwenye ile orodha rasmi ya Wizara ya Elimu ili kitumike kwa ufundishaji wa Kiswahili shuleni. Sera hii imechangia vipi kuimarishwa kwa ufundishaji wa Kiswahili katika shule za sekondari?

Vitabu vya kiada vinapatikana kwa urahisi kama nyenzo ya kufundishia somo. Ufundishaji wa stadi ya kusoma katika somo la Kiswahili unatangulizwa kwa kutumia vitabu vya kiada, ingawa vitabu vya fasihi na hata magazeti yana matini yanayoweza kutumiwa (Litz, 2000). Katika mtaala wa Kiswahili kwa shule za sekondari, taarifa na vifungu vya ufahamu husomwa kutoka kwa vitabu vya kiada. Mwalimu wa Kiswahili hutegemea kupata uelekezi kuhusu mada, kina cha mada, mfululizo wa mada na mantiki ya ufundishaji katika vitabu vya kiada. Licha ya kuwa walimu wengi wamehitimu katika taaluma ya ufundishaji, vitabu vya kiada hutegemewa kwa sababu vinatarajiwa kuandikwa na wataalamu wa kiusomi na ufundishaji wa Kiswahili. Hawa ni pamoja na wasomi, wahadhiri wa vyuo vya walimu, wahadhiri wa vyuo vikuu na wataalamu katika mitaala ya Kiswahili. Waandishi hutegemewa kupima kina cha uzamifu wa mada kuhusu dhana inayostahili kufunzwa kwa kipindi kimoja. Mada katika kitabu cha kiada zinahitajika kuwa za ukweli na za kisasa, mintaarafu ya mtaala wa somo, kwa vile kitabu cha kiada ni nyenzo yenye ushawishi mkubwa katika ufundishaji wa somo lolote lile.

Mazoezi na tamrini katika kitabu cha kiada husaidia mwalimu na mwanafunzi kukadiria utekelezwaji wa madhumuni ya somo (Litz 2000). Kuwemo kwa mazoezi toshelevu kitabuni humsaidia mwanafunzi kupima weledi wa dhana alizofunzwa na huchangia katika kujiandaa kwa mtihani wa kitaifa. Mwanafunzi hutumia kitabu cha kiada kujifahamisha kuhusu mada, dhana, mitazamo, stadi na maadili yanayompasa kujifunza katika mtaala wa somo (Crisp, Anderson, Orme na Lister, 2005). Hata hivyo, ni vigumu kupima mchango wa vitabu vya kiada katika kupatiliza maadili na mitazamo chanya kwa mwanafunzi aliyevitumia kujifunza Kiswahili.

Vitabu vya kiada hutumika kama kumbukumbu ya marejeleo kuhusu somo baada ya muda wake uliotengwa kenye ratiba ya shule kukamilika. Mwanafunzi anatarajiwa kujisomea kwa kasi yake mwenyewe ili kujikumbusha yale aliyofunzwa. Kwa mujibu wa nadharia ya Masharti ya Ujifunzaji, ni muhimu kitabu cha kiada kiandikwe kwa lugha rahisi inayoeleweka na mwanafunzi. Pia dhana zinapaswa kufafanuliwa na kusawiriwa kwa michoro, picha, majedwali au ramani ili kuchangia wepesi wa kukumbukika katika akili za mwanafunzi. Hili litawezeshwa kupitia matumizi ya chapa zinazosomeka kwa urahisi na wakati mwingine picha na michoro ya rangi. Kitabu cha kiada kinapaswa kuiteka akili ya mwanafunzi na kumwezesha kuhusisha dhana na yale anayoyafahamu.

Ijapokuwa, vitabu vya kiada vina mchango kwa ufundishaji wa Kiswahili, lugha aliyotumia mwandishi wa kitabu cha kiada hutatiza weledi wa dhana (Muhammad na Kumari, 2007). Katika somo la Kiswahili, baadhi ya vitabu vya kiada havibainishi wazi dhana za isimujamii kama vile uwili-lugha, wingi- lugha, uchanganyaji- msimbo na uhamishaji- msimbo. Dhana hizo zinapotoholewa kutoka kwa lugha ya Kiingereza na kutofafanuliwa kwa mifano iliyo rahisi kwa kiwango cha mwanafunzi huenda zisieleweke kwa mwanafunzi wa shule ya sekondari. Sharti mwandishi wa kitabu cha kiada cha Kiswahili awe na uzoefu mkubwa wa kutafsiri dhana za kiisimu ili kuzisawiri kwa lugha nyepesi inayoeleweka kwa mwanafunzi. Mwanafunzi anahitajika kusoma vitabu vya marejeleo, vikiwemo vile vya Kiingereza ili aelewe dhana za kiisimu kwa lugha ya Kiswahili.

Vile vile katika harakati za kushughulikia mada zote kwenye mtaala, baadhi ya wandishi wa vitabu vya Kiswahili huorodhesha tu vichwa vya mada bila kuhusisha mada na miktadha halisi ya ujifunzaji (Mohammad na Kumari, 2007). Mtaala wa Kiswahili (KIE, 2002) unabainisha wazi kuwa sharti masuala ibuka kama vile teknolojia ya habari na mawasiliano, ufisadi, haki za kibinadamu, ajira ya watoto, maradhi ya Ukimwi na uhifadhi wa mazingira yashirikishwe katika kitabu cha kiada. Kutokana na uchunguzi wetu wa matini za vitabu vya kiada vya Kiswahili, masuala ibuka kama vile teknolojia ya habari na mawasiliano ya mejumuishwa, japo kwa njia yenye utata. Kwa mfano, mchapishaji wa kitabu kimoja cha kiada alichapisha picha ya tarakilishi, printa, kipepesi na kijalidi katika mazingira ya ofisi. Kisha, mwanafunzi anahitajika kuvitambulisha vyombo hivyo kwa lugha ya Kiswahili na kueleza dhima zake. Dhana ya teknolojia ikisawiriwa hivyo kitabuni huenda ikatatiza ujifunzaji kwa mwanafunzi asiyekuwa na uzoefu wa kuingiliana na vyombo vya kisasa vya teknolojia ya mawasiliano. Vitabu vya kiada vinapaswa kuhimiza ufundishaji wa msamiati katika muktadha wa stadi kama vile kusikiliza na kuongea, kusoma au kuandika; sio tu kuchora picha na kumhitaji mwanafunzi aorodheshe majina ya dhana.

Inadaiwa kuwa vitabu vya kiada hutoa mielekeo ya kifalsafa na kisaikolojia ya mwandishi hasa kupitia kiwango chake cha lugha na ilhamu zake (Litz, 2000). Uchunguzi wa matini ya baadhi ya vitabu vya kiada ulibaini kuwa baadhi ya taarifa za ufahamu zilizochapishwa kwenye vitabu vya kiada zilikuwa na wingi wa tamathali za usemi zilizoakisi mazoea ya waandishi. Kwa mfano, mwandishi mmoja alitunga taarifa zenye wingi wa vitate na ndefu sana zilizohitaji muda mwingi kuzisoma kabla ya kujibu maswali ya ufahamu. Taarifa ndefu zenye wingi wa vitate huenda zikawatatiza wanafunzi hadi kiwango cha kutofurahia kujifunza Kiswahili kutokana na ubanifu wa muda uliotengewa kipindi kimoja.

Wakati mwingine, vitabu vya kiada huchangia mielekeo hasi kuhusu mila na desturi za kijamii kwa watumiaji wake (Ibala 2007). Mitazamo hiyo inaweza kuhusu masuala ya kijinsia, uhusiano wa kijamii na ugavi wa majukumu ya kijinsia katika jamii. Jinsia moja inapojitokeza kutengewa nafasi za kazi duni au kuhusishwa na matendo hasi katika kitabu cha kiada, mwanafunzi huchukulia hali hiyo kuwa halisi na ya kuaminika. Vitabu vya kiada vina uwezo mkubwa wa kuathiri hisia za mwanafunzi anayevisoma kuhusu maswala ya kijamii.

Vitabu vya kiada vya lugha vina uwezo wa kufunza mwanafunzi mila na desturi za kigeni bila hiari yake. Hali hii inaweza kuchangia mtazamo chanya kwa ujifunzaji wa mila za kigeni (Litz 2000). Mila za kigeni hufungamana na vitabu kwenye lugha husika kama Kiingereza, Kifaransa au Kijerumani kwa wanafunzi wasiokuwa watumiaji wa lugha hizo. Katika muktadha wa nchi ya Kenya, vitabu vya kiada vya Kiswahili husheneni zaidi mila za kiafrika. Maadili na mila za kigeni hujitokeza zaidi kwenye maandishi ya fasihi andishi. Ushairi jadi wa Kiswahili unafungamana zaidi na desturi za Waarabu waliotawala eneo la pwani ya Afrika Mashariki. Hata hivyo vitabu vya kiada husawiri zaidi mila na desturi za waafrika.

Ubora wa kitabu cha kiada ni kuwa huandikwa na wataalamu wa somo husika kama vile wataalamu wa somo, walimu, na wakuza mitaala (Montagnes, 1999). Udhaifu wa kauli hii ni kwamba, uzito unaotiliwa kwa mada fulani unaweza kuashiria umuhimu wa mada hiyo kwenye mtaala. Mada zinazopewa maelezo ya utondoti kitabuni huchukuliwa na wanafunzi kuwa na umuhimu mkubwa na zenye uwezekano mkubwa wa kutahiniwa huku wakizipuuza mada nyingine (Crisp et al. 2005). Uchunguzi wa matini za vitabu vya kiada vya Kiswahili ulionyesha kuwa baadhi ya mada kama vile isimujamii na fasihi simulizi zilishughulikiwa kwa upeo mdogo jambo ambalo linazirudisha. Kuna uwezekano kuwa katika shule ambamo vitabu hivyo viliteuliwa kuwa vya kiada wanafunzi wangezipuuza baadhi ya mada hali ambayo inaweza kuchangia ujifunzaji chanya wa Kiswahili.

Baadhi ya wasomi hushikilia kuwa vitabu vya kiada vinachochea tafakari za kina katika akili za mwanafunzi kuhusu mada, mbali na kuwapa majibu sahihi kwa maswali ya tamrini. Tafakari za kina huimarishwa na mikakati ya ufundishaji inayoegemezwa kwa nadharia bunilizi za ufundishaji ambazo huwapa wanafunzi fursa ya kutumia dhana walizojifunza kujibu maswali kwenye tamrini. Mazoezi katika kitabu cha kiada cha Kiswahili yanapaswa kuwachochea wanafunzi kujibu maswali ya ngazi za juu za kisaikolojia kama vile maswali ya mjadala, mlinganisho, uhakiki na tathmini kuhusu dhana walizojifunza. Katika uchunguzi wetu wa vigezo vya uteuzi vilivyotumiwa na walimu kuteua vitabu vya kiada shuleni, tulibaini kuwa baadhi ya walimu wa Kiswahili walizingatia urefu na wingi wa mazoezi kitabuni bila kukadiria viwango vya maswali yaliyotungwa. Vile vile, mwongozo wa mwalimu uliteuliwa kulingana na kuwepo kwa idadi toshelevu ya majibu iliyolingana na idadi ya maswali katika kitabu cha kiada kilichoteuliwa. Mwanafunzi anayekitumia kitabu cha kiada kwa sababu ya wingi wa maswali ya mazoezi ana uwezekano mkubwa wa kujifunza kukariri majibu bila kulenga kufahamu dhana. Huu ni mchango hasi wa kitabu cha kiada kwa ujifunzaji wa Kiswahili.

Maandalizi ya mwanafunzi kwa mtihani wa kitaifa huimarishwa na vitabu vya kiada. Katika shule za upili, wanafunzi huamini zaidi dhana jinsi zilivyoelezwa kwenye kitabu cha kiada kuliko makala ya mwalimu. Mwandishi wa kitabu cha kiada cha somo lolote anapaswa kutumia lugha inayoafiki kiwango cha umilisi wa lugha cha mwanafunzi ili kuchochea ilhamu na hisia zake. Kwa mfano, lugha ya Kiswahili ina viwango tofauti vya msamiati vinavyopaswa kutathminiwa na mwandishi na kuteuliwa kwa makini ili vichangie ujifunzaji wa somo la ushairi. Ingawa ushairi wa kimapokeo ulisawiri sana istilahi za kilahaja, pana umuhimu wa kuchuja baadhi ya istilahi ili zisikwamize ujumbe wa malenga. Hili linatokana na ukweli kuwa ushairi wa arudhi unaotungwa katika karne ya ishirini na moja unasheheni istilahi za kisasa. Kadri lugha ya Kiswahili inavyokua ndivyo upeo wake wa msamiati unavyopanuka. Pia ni muhimu kwa mtunzi wa kitabu cha kiada kuhakikisha kuwa dhana zilizomo kitabuni zimepewa fasili sahili.

Utegemeaji wa vitabu vya kiada kwa maandalizi ya mtihani hutokea pia miongoni mwa walimu hasa wanapofanya maandalizi ya somo kabla ya kulifunza. Mwalimu wa somo la Kiswahili hutegemea kupata mwelekeo kuhusu utaratibu wa kuliendesha somo, njia na nyenzo zilizopendekezwa katika mwongozo wa mwalimu. Mwandishi wa kitabu cha kiada anapaswa kurejelea mtaala husika na mwongozo wa mwalimu kutoka kwa Taasisi ya Wakuza Mitaala ya Kenya. Ni muhimu pia kuzingatia mapendekezo ya Ripoti za Baraza la Mitihani nchini Kenya zinazotokana na tathmini ya mitihani ya kitaifa kila mwaka ili kufanikisha malengo ya kufunza Kiswahili katika shule za upili.

Changamoto za vitabu vya kiada kwa ujifunzaji wa Kiswahili

Utafiti wetu ulibaini kuwa sera ya kuidhinishwa kwa vitabu sita vya somo la Kiswahili kwa kila darasa ilizua changamoto chanya na hasi kwa ujifunzaji wa Kiswahili darasani. Katika kiwango cha uteuzi wa kitabu cha kiada, utafiti ulibaini kuwa mwalimu Mkuu wa Idara ya Lugha alihusika kwa uteuzi kwa asilimia 64 ya shule huku mwalimu wa Kiswahili akihusishwa kwa asilimia 18. Changamoto hasi ni kuwa katika shule ambako mwalimu aliyesimamia Idara ya Lugha hakuwa mwalimu wa Kiswahili, kulikuwa na uwezekano wa kuteua kitabu cha kiada kisichomwafiki mtumiaji. Mwalimu wa Kiswahili anatakiwa kuhusishwa katika uteuzi wa kitabu cha kiada moja kwa moja ili apate ufahamu wa kina kuhusu kitabu husika kabla ya kukiteuwa. Ufahamu wenyewe utatokana na uzingativu kuwa katika uteuzi wa kitabu cha kiada, vigezo vya kuzingatiwa ni madhumuni ya somo yanayofungamana na mtaala wa darasa fulani. Wahusika kwenye uteuzi wanafaa kukadiria iwapo mada za kitabu zinazingatia mtaala. Kwa mfano, mada zipangwe kwa kuzingatia mfuatano wa stadi za kusikiliza, kuongea, kusoma na kuandika. Mpangilio huu unafungamana na Masharti ya Ujifunzaji ya Robert Gagn'e. Lugha na msamiati uliotumiwa uafiki umri wa wanafunzi ili uwe mwepesi kueleweka.

Kitabu cha kiada cha Kiswahili kinapaswa kuwa na mvuto kupitia jalada, ukubwa wa chapa na michoro inayoimarisha dhana zinazoelezwa kitabuni. Katika utafiti wetu, kigezo cha mvuto wa kitabu kilizingatiwa kwa asilimia 14 ya walimu wa shule za upili. Matokeo haya yanalingana na yale ya utafiti wa Ibala (2007) yaliyobaini kuwa baadhi ya vitabu vya kiada vilivyoteuliwa kufunzia Kiswahili shuleni vilikuwa na michoro iliyosawiri jinsia ya kike kwa njia hasi. Inaelekea kuwa walimu wengi hawakuzingatia ufaafu wa michoro ama mvuto wa kitabu kabla ya kukiteua kuwa kitabu cha kiada cha kufunzia Kiswahili.

Madhumuni, njia na mbinu za kufunzia lugha ya Kiswahili zinapaswa kuangaziwa kwa uwazi katika mwongozo wa kitabu cha kiada ili kumwelekeza mwalimu. Maoni ya asilimia 43 ya walimu katika utafiti huu yalionyesha kuwa vitabu vya kiada na miongozo ya walimu walioteuwa iliwapa maelekezo kuhusu madhumuni, njia na mbinu za kufunzia somo la Kiswahili. Huu ni mchango chanya wa kitabu cha kiada kwa ujifunzaji wa Kiswahili ingawa, asilimia 57 ya walimu walidai kuwa vitabu vya kiada walivyotumia kufunzia Kiswahili havikuwapa maelekezo toshelevu kuhusu ufunzaji.

Katika ngazi ya matumizi, vitabu vya kiada vimechangia pakubwa ujifunzaji wa Kiswahili kwenye mitaala ya elimu nchini Kenya. Kwa miaka hamsini iliyopita, walimu wametegemea vitabu vya kiada kufanya maandalizi ya somo, kuunda maazimio ya kazi na kutunga tathmini za kukadiria ujifunzaji wa Kiswahili darasani. Matokeo ya utafiti wetu yanaonyesha kuwa asilimia 73 ya walimu walitumia vitabu vya kiada kutunga mijarabu ya wanafunzi. Huu ni mchango chanya wa matumizi ya vitabu vya kiada kwa ufunzaji wa Kiswahili. Hata hivyo, changamoto hasi ni kuwa ni asilimia 36 ya walimu wa Kiswahili waliotumia vitabu vya kiada kuandaa mpangilio wa somo. Matokeo haya yanaashiria kuwa idadi kubwa ya walimu hawakutumia vitabu vya kiada kuandaa mpangilio wa somo, hali ambayo inaathiri ujifunzaji wa somo la Kiswahili kwa kina. Pia uchunguzi kuhusu matumizi ya vitabu vya kiada unaashiria kuwa asilimia 46 ya walimu walitumia vitabu vya kiada pekee kwa ufunzaji, bila kurejelea mtaala wa somo. Haya ni matumizi hasi ya vitabu vya kiada darasani kwa sababu ufunzaji unapaswa kuelekezwa na mtaala wa somo ili kutimiza malengo ya elimu yaliyopendekezwa. Matokeo haya yanathibitisha madai ya Kawoya (1988) kuwa baadhi ya walimu wa Kiswahili nchini Kenya hutegemea sana kitabu cha kiada bila kurejelea vitabu vingine. Kutegemea zaidi kitabu cha kiada bila kuzingatia mtaala kunaweza kumpotosha mwanafunzi hasa ikiwa mada zote zilizorodheshwa katika mtaala hazikuzingatiwa kwa kina na mwandishi wa kitabu cha kiada.

Mapendekezo

Ingawa sera ya uteuzi wa vitabu vya kiada vya Kiswahili ilikusudiwa kuboresha ujifunzaji wa Kiswahili, pana haja ya washika dau wote kushirikishwa katika uteuzi kuanzia kiwango cha miswada hadi uteuzi wa vitabu vya kiada shuleni. Vigezo vyote vya uteuzi vinapaswa kuzingatiwa ili kuthibiti ubora wa viwango vya vitabu vya kiada vya Kiswahili. Pili, vitabu vya kiada na miongozo ya walimu inapaswa kumwelekeza mwalimu kwa njia iliyo wazi kuhusu hatua na mikakati ya ufundishaji wa dhana. Vitabu vya kiada vinapaswa kufanyiwa marekebisho ya mara kwa mara ili kutimiza mahitaji ya mtaala na kusawiri mada kwa usasa. Walimu wa Kiswahili wanastahili kuhamasishwa kuhusu vigezo vya uteuzi wa vitabu na matumizi chanya ya vitabu vya kiada katika ufundishaji wa Kiswahili.

Hitimisho

Miaka hamsini baada ya uhuru nchini Kenya sera ya kuteuwa na kuidhinishwa kwa vitabu sita kwa kila somo kwenye mtaala imekipa Kiswahili msukumo mkubwa na kuimarisha ufunzaji walugha hiyo shuleni. Kutokana na wingi wa machapisho ya vitabu vya kiada vya Kiswahili, mwanafunzi anapata mitazamo ya waandishi tofauti kuhusu dhana moja. Mwanafunzi ana vitabu vya marejeleo vya kusoma ili kukielewa vema Kiswahili darasani. Sera ya vitabu vya kiada imechochea waandishi wengi kuandika vitabu vya Kiswahili vikiwemo vya fasihi, hasa ya watoto. Mashindano katika uchapishaji wa vitabu kwa lugha ya Kiswahili ni mchango chanya kwa ukuaji wa lugha hii. Hata hivyo, kuwepo kwa vitabu tofauti vya kiada vya kujifunzia Kiswahili pekee hakutoshi kutimiza malengo ya mtaala. Pana haja ya walimu wa Kiswahili kubuni mikakati faafu ya kuteua na kutumia vitabu vilivyoidhinishwa ili kuboresha ujifunzaji wa Kiswahili. Mwanafunzi anastahili kuelekezwa kurejelea kitabu chochote cha kiada kilichoidhinishwa bila kubagua waandishi. Hili litawezekana ikiwa mwalimu atakuwa mfano bora katika matumizi ya vitabu vyote vya kiada katika maadalizi ya somo analolifunza.

Marejeleo

Crisp, B.R., Anderson, M.R., Orme, J. & Lister, P.G. (2005). *Learning and teaching in social work education: Textbooks and frameworks on assessment.* London: University of Glasgow. Retrieved from: http://www.brown.uk.com.

Hutchinson, T. & Torres, E. (1994). 'The textbook as an agent of change'. *ELT Journal* Vol. 48/4 pp. 315-328. Retrieved from: 203.72.145.166/ELT/files/48-4.3.pdf.

Ibala, H.K. (2007). 'Usawiri wa wanawake katika vitabu vya kiada vya somo la Kiswahili sekondari nchini Kenya'. Master's Thesis Masinde Muliro University of Science and Technology, (Unpublished).

Kawoya, V. (1988). *Mbinu za kufundishia Kiswahili*. Nairobi: Nairobi University Press.

K.I.E. (2002). *Secondary education syllabus*: Vol.1. Nairobi: Author.

Litz, D.R. (2000). 'Textbook evaluation and ELT management: A South Korean case study'. *The Asian EFL Journal* Retrieved from: http://www.melta.org

Ministry of Education, Science and Technology (2004). *Sessional Paper no 5 October 2004. A Policy Framework for Education, Training and Research in Kenya in the 21st Century*. Retrieved from: http://planipolis.iiep.uenesco.org.

Montagnes, I. (1999). Textbooks and learning materials 1990-1999 A global survey EFA 2000 Assessment: Thematic study on teaching/ learning environments. Retrieved from *http://www.unesco.org*.

Muhammad, R.F. & Kumari, R. (2007). 'Effective use of textbooks: A neglected aspect of education in Pakistan'. *Journal of Education for International Development* 3:1. Retrieved from: http://www.equip123.net.

Republic of Kenya (1999). *Totally Integrated Quality Education and Training (TIQET) Report of The Commission of Inquiry into The Educational System of Kenya*. Nairobi: Government Printers.

SURA YA SITA

UFUNDISHAJI WA KISWAHILI KATIKA NCHI ZA KIGENI: MFANO WA CHUO KIKUU CHA SYRACUSE

Miriam Osore na Brenda Midika

Utangulizi

Ufundishaji na ujifunzaji wa lugha za Kiafrika katika nchi za kigeni una historia ndefu. Kwa mujibu wa Moshi katika Bokamba (2000: uk 26-27), ufundishaji wa lugha za Kiafrika haukuanzia madarasani bali ulianzia nyanjani katika karne ya 15 ambapo wamishenari walitaka kujua zaidi kuhusu lugha za jamii walizokuwa wakieneza injili. Walianza kwa kuandika makamusi na vitabu vya sarufi ambavyo viliwahamasisha wanaisimu kama vile Wilhelm Bleek ambaye alichapisha kitabu *A Comparative Grammar of African Languages*. Miongoni mwa wanaisimu wengine ni kama James Frederick Schon na Carl Meinhof ambaye alichapisha kitabu cha fonolojia ya lugha za Kibantu na Johann Ludwig Krapf aliyechapisha kitabu cha kwanza cha sarufi ya Kiswahili.

Mafunzo ya lugha za Kiafrika nchini Marekani yalianzishwa miaka ya 1950, kama kipengele muhimu cha sheria ya Taifa, *The National Defense Act* ya 1958. Sheria hii ilianzisha vituo vya mafunzo kuhusu Afrika. Mafunzo haya yalihusisha hasa lugha na fasihi. Kuanzia wakati huo vyuo nchini Marekani vimekuwa vikifunza lugha za Kiafrika ikiwemo lugha ya Kiswahili. Katika kuadhimisha miaka 50 ya Kiswahili ni muhimu kutathmini namna taaluma ya ufundishaji wa Kiswahili katika nchini za Kigeni inavyoendelea na mchango wake katika maenezi ya Kiswahili kimataifa. Makala haya yanalenga kufafanua ufundishaji wa lugha ya Kiswahili nchini Marekani. Yanagusia mbinu za ufundishaji kama, matumizi ya teknolojia na changamoto ambazo walimu Waafrika wanakumbana nazo katika kufundisha wazungu Kiswahili hasa katika Chuo Kikuu cha Syracuse.

Historia ya ufundishaji wa lugha za kiafrika Marekani

Kama ilivyotajwa, mpango wa kufundisha lugha za Kiafrika Marekani una historia ndefu. Moshi (2011) anaeleza kuwa utekelezaji wa sheria ya Taifa ya *The National Defense Act* ya mwaka wa 1958 ulikuwa chanzo cha mabadiliko ya mitazamo kuhusu Lugha za Kiafrika huko Marekani. Kutokana na hatua hiyo, taaluma ya Lugha za Kiafrika ilipiga hatua kubwa kuanzia mwaka 1999. Hata hivyo, ufundishaji wa Lugha za Kiafrika umepitia changamoto nyingi kwa mfano, mbinu zinazotumiwa kufundisha, uteuzi wa lugha zitakazofunzwa, ufadhili wa programu zinazolenga Lugha za Kiafrika na kutokuwepo kwa wanafunzi wa kutosha. Baadhi ya changamoto hizi zimeweza kukabiliwa kupitia juhudi za ushirikiano baina ya walimu wa lugha hizi na washikadau wa sekta ya lugha za Kiafrika kama vile watafiti na wanafunzi wa shahada za juu.

Sheria ya Taifa ya *The National Defense Act* ya mwaka wa 1958, iliidhinisha masomo ya lugha za kiafrika kuanzishwa katika vyuo na vituo maalumu vilivyochaguliwa ili kutimiza malengo ya sheria hii. Hii ilitokana na utetezi wa haki za watu weusi ambao walitaka kujitambulisha na bara la Afrika na lugha za Afrika. Waafrika hawa walitaka kujihusisha na Afrika pamoja na mila, desturi na utamaduni wake. Kutokana na mwamko huu wanafunzi wengi wenye asili ya Afrika (Waafrika Weusi) walidai mafunzo ya lugha za Kiafrika yatolewe katika mitaala yao. Haya yalitendeka katika miaka ya 1960 (Temu, 1992). Waafrika wengi walikuwa wamesikia kuhusu utamaduni wa bara la Afrika ambalo lilikuwa asili yao. Temu (1992) anaeleza kuwa ili kuweza kujihusisha zaidi na kujifahamisha vilivyo kuhusu Afrika, vyuo vililazimika kutoa mafunzo ya lugha na tamaduni za Kiafrika. Miongoni mwa lugha ambazo zilipendekezwa zilikuwa Kiswahili, Hausa, Yoruba na Kiigbo. Temu (1992) anafafanua zaidi kuwa kufikia miaka ya 1960, lugha za Kiafrika hazikuwa zimepewa umaarufu sana. Hata hivyo, Kiswahili ndicho kilipewa umaarufu zaidi ya lugha nyingine na ndicho kilikuwa lugha yenye idadi kubwa ya wanafunzi.

Kufikia miaka ya 1970 lugha za Kiafrika zilikuwa zinaendelea kupata umaarufu katika vyuo kadhaa. Wiley (2008) anaeleza kuwa kuanzia mwaka wa 1972 kulikuwa na ushirikiano baina ya wasimamizi wa mipango ya masomo ya Kiafrika, walimu na wapenzi wa lugha za Kiafrika. Kongamano la kila mwaka la Isimu ya Lugha za Kiafrika lililoanzishwa mwaka wa 1970 liliwaleta pamoja walimu wa lugha za Kiafrika kwa ajili ya kubadilishana maoni kuhusu ufundishaji na ujifunzaji wa lugha za Kiafrika. Hata hivyo, kongamano hili halikuzingatia sana maswala ya ufundishaji wa lugha za Kiafrika bali lilijikita zaidi katika isimu ya lugha za Kiafrika (Moshi, 2011). Kutokana na mikutano ya walimu wa lugha za Kiafrika katika kongamano hili, *Chama cha Walimu wa Lugha za Kiafrika* kilianzishwa. Chama hiki kilitokana na kubaguliwa kwa lugha za Kiafrika nchini Marekani (Moshi, 2011). Sababu nyingine ya uundaji wa chama hiki ilikuwa ni kushughulikia hali ya ufundishaji wa lugha za Kiafrika hasa mbinu za ufundishaji na vifaa vya kufundishia. Walimu hawa walikutana katika vyuo kadhaa kujadili njia na mbinu za kuboresha ufundishaji wa lugha za Kiafrika (Moshi 2011).

Miaka ya 1980 ilishuhudia kukua kwa taaluma ya lugha za Kiafrika. *Kituo cha Kitaifa cha Lugha za Kiafrika (National African Resource Centre)* kilianzishwa mwaka wa 1988. Kituo hiki kimekuwa na jukumu kubwa la kusambaza vifaa vya kufundishia lugha za Kiafrika miongoni mwa walimu wa lugha hizo. Juhudi za *Baraza la Kitaifa la Mashirika Yanayoshughulikia Lugha Zisizofunzwa sana Nchini (National Council of Organizations of Less Commonly Taught Languages, NCOLCTL)*, na ushirikiano wa walimu wanaofunza lugha hizi umechangia zaidi katika kukua kwa taaluma ya ufundishaji wa lugha za Kiafrika. Taaluma ya lugha za Kiafrika imeendelea kukua na kwa sasa lugha hizi zinaendelea kupata ongezeko la idadi ya wanafunzi. Wiley (2008) anaeleza kuwa katika mwaka wa 2001-2002 wanafunzi 1500 walijisajili kwa masomo ya lugha za Kiafrika katika vyuo vya Marekani huku 139 wakifadhiliwa kwa masomo zaidi katika lugha za Kiafrika. Kama ilivyokwisha kuelezwa hapo juu, Kiswahili ndiyo lugha ya Kiafrika inayofunzwa nchini Marekani na yenye umaarufu zaidi. Wiley (2008) anasema kuwa taasisi za elimu 106 nchini Marekani hutoa masomo ya Kiswahili huku 32 zikitoa masomo ya lugha ya Kiyoruba, 16 ya Kiwolofu na 8 ya Kihausa.

Vyuo vingi vya Marekani hutegemea wanafunzi au walimu kutoka Bara la Afrika kuja kufunza masomo ya lugha hizi za Kiafrika chini ya wasimamizi wa programu za lugha hizi. Walimu hawa huwa wanafunzi wa masomo mengine, hasa fasihi ya Kiafrika na isimu ya lugha za Kibantu. Moshi (2011) anafafanua kuwa hali ya kushirikisha nyanja hizi mbili na ufundishaji wa lugha za Kiafrika ndiyo imekuwa msingi mkuu wa kuzishikilia lugha za Kiafrika katika nafasi ifaayo. Hali hii imewezesha walimu hawa kufadhiliwa kimasomo. Kwa upande mwingine, juhudi za serikali ya Marekani katika kutambulisha Kiswahili kama mojawapo ya lugha muhimu zimewezesha Kiswahili kupata ufadhili zaidi. Maelezo haya yanadhihirisha kuwa kwa zaidi ya miaka 50, lugha ya Kiswahili imeendelea kupata umaarufu na kuenezwa zaidi Marekani.

Hali ya ukuaji wa ufundishaji na ujifunzaji wa lugha za Kiafrika nchini Marekani imepata changamoto si haba katika miaka ya hivi karibuni. Ufadhili wa miradi ya ufundishaji wa Kiswahili ulipunguka katika miaka ya 2008-2011 kutokana na mfumuko wa uchumi ulimwenguni. Upungufu wa ufadhili uliathiri masomo katika vyuo kadhaa. Ingawa vyuo vingi vya kibinafsi viliathiriwa sana na upungufu huu, viliendelea kutoa masomo ya lugha ya Kiswahili. Chuo Kikuu cha Syracuse ni mojawapo ya vyuo vya kibinafsi nchini Marekani vilivyoendelea kutoa masomo ya lugha ya Kiswahili.

Historia ya ufundishaji wa Kiswahili katika Chuo Kikuu cha Syracuse

Lugha ya Kiswahili ndiyo lugha ya pekee ya Kiafrika inayofundishwa katika Chuo Kikuu cha Syracuse. Masomo ya Kiswahili yalianzishwa mwaka wa 1972 katika Mpango wa Masomo ya Kiafrika. Masomo haya yalifundishwa hadi mwaka wa 1980. Katika mwaka huo, ufadhili wake ulipunguka na hivyo basi masomo yakasitishwa. Mnamo miaka ya 1990 hakukuwepo na masomo ya Kiswahili na kufikia miaka ya awali ya 2000 masomo ya Kiswahili hayakuwa yamerejeshwa.

Katika mwaka wa 2005 Idara ya Lugha, Fasihi na Isimu katika Chuo hiki ilichukua jukumu la kufufua masomo ya Kiswahili huku ikitegemea walimu wa Kiswahili kutoka kwa Shirika la Fulbright. Walimu hawa wanafadhiliwa na mradi wa *Fulbright Foreign Language Teaching Assistantship - FLTA*. Masomo ya Kiswahili yameendelea kukua katika Chuo cha Syracuse chini ya mradi huu wa Fulbright. Mwanafunzi anatarajiwa kumaliza kozi nzima ya Kiswahili ikiwa ni *SWA 101- Beginner Swahili, SWA 102 na SWA 201- Intermediate Swahili,* na *SWA 202-Advanced Swahili*. Wanafunzi wa Chuo kutoka idara mbalimbali huruhusiwa kuchukua masomo ya Kiswahili hata kama hawajajisajili au kulipia mojawapo ya kozi hizi. Madarasa hujumuisha wanafunzi wa isimu, uhandisi, masomo ya uhusiano wa kimataifa, biashara, historia, habari na mawasiliano na kadhalika. Mara nyingi darasa huwa na wanafunzi ambao hawajajisajili katika mifumo ya vyuo lakini wana ruhusa kutoka kwa msisimazi wa idara ya Lugha, Fasihi na Isimu. Idadi hii ya wanafunzi imeendelea kuongezeka zaidi na kufikia mwanzo wa muhula wa masomo wa 2013/2014 wanafunzi waliotaka kujifunza SWA 101 walikuwa takribani 13. Kiwango hiki kinaonyesha ukuaji katika masomo ya Kiswahili katika Chuo hiki.

Katika mwaka wa masomo wa 2013/2014 Chuo Kikuu cha Syracuse hakitaweza kutoa masomo ya Kiswahili kutokana na changamoto zisizoepukika. Kwanza, wanafunzi wanaotaka kujifunza Kiswahili wameongezeka lakini wanafunzi wanaolipia kozi hii sio wengi sana. Vyuo vingi nchini Marekani hutoa masomo mengi huku vikizingatia viwango vya wanafunzi waliojisajili na kulipia kozi. Katika Chuo hiki wanafunzi wenye haja ya kukisoma Kiswahili ni wengi ilhali wale waliojisajili walikuwa 3 pekee. Hivyo basi, idadi hii ndogo ya wanafunzi waliojisajili iliathiri masomo ya Kiswahili. Pigo kubwa zaidi kwa masomo ya Kiswahili ni kuwa Chuo Kikuu cha Syracuse hakikuweza kupata mwalimu wa Kiswahili chini ya mradi wa Fulbright. Kutokana na mfumuko wa uchumi ulimwenguni, Serikali ya Marekani imekuwa ikipunguza viwango vya ufadhili wa miradi mingine ikiwemo mradi wa Fulbright.

Hata hivyo, kuna matumaini kwa kuwa Idara ya Masomo ya Kiafrika inaazimia kuhamisha somo la Kiswahili kutoka Idara ya Lugha, Fasihi na Isimu. Katika Idara hii wapenzi wa masomo ya Kiafrika wanatia bidii zaidi katika kutafuta mbinu nyingine za ufadhili ili kuendelea kukidhi mahitaji ya idadi kubwa ya wanafunzi wanaotaka kujifunza Kiswahili. Kwa upande mwingine vyuo na mashirika kadhaa yameanza kuongeza ufadhili wao kwa miradi ya masomo ya Kiafrika na kwamba Chuo Kikuu cha Syracuse katika miaka ijayo kitaweza kupata ufadhili wa kusisimua masomo ya Kiswahili.

Kiswahili katika Chuo Kikuu cha Syracuse kimepata umaarufu sio tu kutokana na ufadhili wake bali pia kutokana na walimu wenye asili ya Kiafrika wanaofahamu utamaduni na historia ya Afrika Mashariki. Walimu hawa pia wana weledi wa lugha na tajriba ya kuwa katika mazingira halisi ya Kiafrika. Baadhi ya wanafunzi wameeleza kuwa sababu mojawapo ya kusoma Kiswahili ni kutaka kutembelea Bara la Afrika hasa Afrika Mashariki. Lakini siyo tu ule weledi wa lugha ambao utalifanya somo la Kiswahili kufurahisha katika Chuo hiki bali ni kuweza kuelewa utamaduni wa wanafunzi hawa na mbinu za kuweza kuwachangamsha kila siku ili waweze kuja darasani.

Mojawapo ya itikadi ya jamii zilizoendelea ni matumizi ya teknolojia. Hivyo basi, mwalimu kutoka Bara la Afrika lazima ajifunze namna ya kuhusisha teknolojia katika ufundishaji wake. Chuo Kikuu cha Syracuse kimewasisitizia walimu wa lugha kutumia teknolojia katika ufundishaji. Kunayo semina baada ya kila wiki tatu ya kuwafunza walimu mbinu mpya za teknolojia na ufundishaji wa lugha inayoandaliwa na Idara ya Lugha,

Fasihi na Isimu na Idara ya Teknolojia ya Habari na Mawasiliano na Huduma Nyingine. Semina hizi zimewasaidia sana walimu wa lugha katika kuhusisha teknolojia katika ufundishaji wa lugha. Lugha ya Kiswahili pia imenufaika na semina hizi. Teknolojia katika nchi zilizoendelea huathiri mno masomo na katika miaka ya hivi karibuni, suala kubwa katika ufundishaji wa lugha ni utumiaji wa teknolojia katika ufundishaji lugha utakaomnufaisha mwalimu na mwanafunzi.

Teknolojia, ufundishaji na ujifunzaji wa Kiswahili

Teknolojia ni njia kuu ambayo inaweza kuathiri ufundishaji wa lugha ya pili au lugha ya kigeni. Katika nchi zilizoendelea, teknolojia ni nyenzo kuu katika ufundishaji. Ufundishaji kwa kutumia teknolojia hutegemea vifaa vya kiteknolojia katika kukidhi malengo ya mwalimu ya kuwasilisha hoja na mafunzo kwa wanafunzi. Ufundishaji wa lugha za pili au za kigeni na matumizi ya Kompyuta (*Computer Assisted Language learning*) ni vifaa ambavyo hutiliwa maanani sana. Hoopingarner (2009) anaeleza kuwa mbinu nzuri zaidi katika kutumia teknolojia ili kusaidi katika ufundishaji na ujifunzaji wa lugha, ni mbinu ambayo huona teknolojia kama kifaa cha kuwezesha ufundishaji na ujifunzaji wa lugha. Mbinu hii huona teknolojia kama kifaa cha kusisimua mafunzo na kutoa fursa zaidi za kufanya mazoezi ya lugha. Pia mbinu hii huchukulia teknolojia kama jukwaa la kutangamana na kutoa majukumu yaliyo na mwelekeo wa kumnufaisha mwalimu na mwanafunzi.

Blake (2008) katika *A Brave New Digital Classroom: Technology and Foreign Language Teaching* anafafanua mbinu za kumsaidia mwalimu mgeni anayebadilisha mazingira yake na kujikuta katika mazingira ya nchi iliyoendelea. Mwalimu huyu anatarajiwa kufunza lugha ya kigeni akitumia teknolojia. Blake anafafanua mambo manne ambayo ni kinyume na matumizi ya teknolojia. Mambo haya huathiri mwelekeo wa mwalimu mgeni katika ufundishaji wake wa lugha ya kigeni. Mambo haya yanajumuisha:

(i) Lazima mwalimu afahamu kuwa *teknolojia pekee haiwezi kutimiza mahitaji ya ufundishaji wa lugha* bali ujumuishaji wa teknolojia na mbinu zingine za ufundishaji ni jambo msingi katika matumizi ya teknolojia katika ufundishaji wa lugha.

(ii) Teknolojia ni tofauti na mbinu zingine za ufundishaji ambazo *hujikita katika misingi ya kinadharia*. Teknolojia haijikiti katika misingi yoyote ya kinadharia, ni jukumu la mwalimu kujiwekea misingi yake katika matumizi ya teknolojia katika kufundisha lugha. Mwalimu ana jukumu la kuweka misingi yake katika kuunda itikadi yake ya matumizi ya teknolojia na ufundishaji wa lugha.

(iii) Sio tu teknolojia ya *kisasa ambayo tunahitaji kujua bali pia teknolojia ya hapo awali*. Teknolojia hubadilika na sio tu kuwa teknolojia hubaki pale pale. Ingawa teknolojia inabadilika ni muhimu kufahamu namna ya kujumuisha teknolojia ya awali na teknolojia ya kisasa.

(iv) Teknolojia *haiwezi kuchukua nafasi ya mwalimu*. Mwalimu ni msaidizi tu katika matumizi ya teknolojia na kwamba lazima teknolojia itumike katika kufanikisha masomo na sio katika kuchukua nafasi ya mwalimu.

Cetto (2011) anaeleza kuwa la msingi ni kukumbuka kwamba teknolojia yaweza kuboresha kiwango cha ufundishaji wa lugha na kuwezesha kiwango cha mwalimu katika kufunza lugha. Katika miaka ijayo, ufundishaji wa lugha za Kiafrika utaathiriwa sana na teknolojia. Mugane (1997) anafafanua kuwa teknolojia inatoa fursa ya kuboresha ufundishaji wa lugha za Kiafrika na kwamba utenganishaji wa lugha na teknolojia hautanufaisha ufundishaji na ujifunzaji wa lugha za Kiafrika. Mwalimu na mwanafunzi wanaweza kunufaika zaidi na matumizi ya teknolojia katika kujifunza lugha kutokana na fursa nyingi ambazo teknolojia hutoa ili kuboresha sio tu matamshi, bali utangamano wa lugha inayofunzwa na mandhari halisi ya lugha hiyo. Miongoni mwa teknolojia ambayo inatumika chuoni Syracuse kuboresha ufundishaji wa Kiswahili ni kama vile YouTube, Google Docs, mitandao ya kijamii, mtandao, video na CD. Mambo hayo yamefafanuliwa hapa chini.

YouTube

YouTube ni aina ya teknolojia inayopatikana mtandaoni na hutumia video ambazo zinasambazwa kwa umma. Mtu yeyote anaweza kutazama video za Youtube. Snelson (2008) anaeleza kuwa video ina thamani kubwa kama kiwasilisha cha picha ambacho huleta uhalisia katika ubongo wa mwanafunzi. Video humwezesha mwalimu kuonyesha maeneo ya mbali, historia ya jamii, wanyama, hadithi za digitali na mengi zaidi. Mwanafunzi huweza kuhuisha masomo kupitia kutazama mazingira ya pwani mwa Kenya, maisha mjini Nairobi, maisha katika sehemu za bara na mazingira tofauti. Kupitia *YouTube* mwalimu huwapa wanafunzi mazoezi kama vile kutafuta wimbo wa Kiswahili ambao wanafunzi wanaweza kuusikiliza kisha wakaandika hadithi kuhusu wimbo huo. Wanafunzi pia hupewa zoezi la kutayarisha video kuhusu majengo ya shule yao katika lugha ya Kiswahili kisha wakaiweka kwa *YouTube*. Chombo hiki cha teknolojia ni chombo muhimu sana katika kutimiza wajibu wa kunufaisha masomo. Hata hivyo, Snelson (2008) anafafanua kuwa kwa sababu baadhi ya maudhui kwenye *YouTube* hayakidhi mahitaji ya kisomo, inakuwa vigumu kwa mwalimu kuchagua ni sehemu ipi itakidhi malengo ya somo lake.

Google Docs

Google Docs ni hati ambazo hupatikana mtandaoni. Mtu yeyote anaweza kuzitumia katika kuandika na kurekebisha kazi ya mtu au watu kadhaa. Jambo la kufahamu ni kuwa katika matumizi ya hati hizi, ambazo huwa katika mifumo ya hati za Microsoft kama vile *Microsoft Word, Microsoft Power Point, Microsoft Excel*, zinaweza kutazamwa na kurekebishwa na mwalimu. Mfumo huu wa *Google Docs* ni mbinu ya usomaji kwa ushirika. Mwalimu hutumia hati hizi kuboresha uandishi wa wanafunzi wa lugha ya Kiswahili. Mwalimu anaweza kutoa anwani ya hadithi na kuiweka katika hati za *Google Docs* kisha wanafunzi wakatarajiwa kukamilisha hadithi hiyo. Wanafunzi wengi wanaweza kutazama shughuli ya kila mmoja wao. Wana uhuru wa kufuta na kurekebisha tungo zao. Mwalimu pia hupata fursa ya kurekebisha kazi za wanafunzi. Tatizo la aina hii ya teknolojia ni kuwa lazima kuwepo na mtandao.

Mitandao ya kijamii – Facebook na Blogu

Mitandao ya kijamii imatumiwa kuboresha ufundishaji wa lugha ya Kiswahili kupitia mazungumzo na maingiliano baina ya wanafunzi na mwalimu. Kwa mfano, kwa kutumia *Facebook* mwalimu huanzisha kikundi cha somo lake na kuwaalika wanafunzi kwenye kikundi hicho. Kila mwanafunzi hutarajiwa kukubali mwaliko huo. Baada ya kukubali mwaliko, mojawapo ya zoezi la kila wiki hutolewa. Zoezi hili huwa ni kuchapisha angalau chapisho moja au kusasisha hali, kuuliza maswali au hata kusambaza mambo wanayopata kuhusu lugha ya Kiswahili. Baadhi ya mazoezi yaliyotajwa hufanywa katika lugha ya Kiswahili. Wanafunzi hutoa maoni kuhusu chapisho au sasisho la mwenzao. Blogu pia hunufaisha masomo ya Kiswahili. Mwalimu huunda blogu na kuchapisha hadithi au shairi. Wanafunzi hutarajiwa kutoa maoni yao au uhakiki wao kuhusu shairi au hadithi hiyo kwenye blogu iliyoundwa.

Mtandao

Mwalimu hutumia mtandao kuwafanyisha wanafunzi mazoezi ya kusoma, kuandika na kusikiliza. Wanafunzi husikiliza habari za moja kwa moja kama ilivyo katika nchi ya Kenya, Uganda au Tanzania kupitia usambazaji wa moja kwa moja. Wanafunzi hupata fursa ya kusoma magazeti ya Kiswahili kutoka nchi ya Tanzania na Kenya. Mtandao wa *Swahili Hub* hutoa nakala ya kielektroniki ya gazeti la *Taifa Leo*.

Video na CD

Vifaa hivi ni vifaa vya kiteknolojia vya jadi. Ingawa vinachukuliwa kuwa vifaa vya jadi vina nafasi kubwa katika kuboresha ufundishaji wa lugha. Mwalimu hutayarisha video na CD kuhusu utamaduni wa Afrika Mashariki kama vile ndoa za tamaduni za Kiafrika, jando nchini Afrika, uzazi barani Afrika, soko la Afrika na kadhalika. Mwalimu anapofunza sehemu hiyo huonyesha video au huweka CD aliyotayarisha ili wanafunzi waweze kufahamu utamaduni wa jamii inayozungumza lugha inayofundishwa. CD pia hutumiwa kuboresha matamshi. Mwalimu hurekodi sauti za Kiswahili na huwapa wanafunzi CD hiyo ambayo wanatarajiwa kuzitambua sauti hizo.

Vifaa hivi vya teknolojia vinanufaisha mafunzo ya Kiswahili katika Chuo Kikuu cha Syracuse huku vikifanya ufundishaji na ujifunzaji wa lugha ya Kiswahili kufurahisha. Lugha ya Kiswahili kwa kweli imenufaika zaidi na teknolojia hii. Ufundishaji wa Kiswahili katika miaka hamsini iliyopita umeathiriwa sana na teknolojia. Maendeleo haya hayapo tu katika nchi za ng'ambo bali pia hata katika Ukanda wa Afrika Mashariki. Hata hivyo, walimu wanaotoka Afrika Mashariki hukumbwa na changamoto katika juhudi zao za kufunza Kiswahili katika vyuo nchini Marekani.

Changamoto za ufundishaji wa lugha ya Kiswahili nchini Marekani

Ufundishaji wa lugha yoyote hasa ile ya pili au ya kigeni hukumbwa na changamoto kadha wa kadha. Kiswahili katika mazingira ya nchi ngeni kimepata changamoto zake. Changamoto hizi bado zingali zinakabiliwa na kuna juhudi zaidi mwaka baada ya mwaka zinazofanywa. Washikadau wana matumaini kwamba sekta ya Kiswahili nchini Marekani itanawiri na kuendelea kupiga hatua. Miongoni mwa changamoto hizi ni idadi ya usajili wa wanafunzi katika somo la lugha ya Kiswahili, mielekeo hasi ya wanafunzi kuhusu lugha za Kiafrika- Kiswahili ikiwemo, ufadhili wa lugha ya Kiswahili na kubaguliwa kwa lugha za Kiafrika dhidi ya lugha zenye misingi imara kama vile Kifaransa, Kihispania na Kijerumani.

Katika miaka ya 1970 tatizo kubwa kwa lugha za Kiafrika lilikuwa ni *usajili wa lugha hizo katika vyuo vya Marekani.* Temu (1992) anaeleza kuwa Tume ya Rais ya Kuchunguza Hali ya Lugha za Kigeni nchini Marekani ilieleza kuwa tatizo kubwa lililokumba Lugha za Kiafrika lilikuwa usajili mdogo wa wanafunzi. Ripoti ya tume hii ilionyesha kuwa asilimia kumi na tano tu ya wanafunzi wa shule za upili za Marekani ndio walijifunza lugha za Kiafrika. Asilimia hiyo ilikuwa imepunguka kutoka asilimia ishirini na nne mnamo mwaka wa 1965. Idadi hii ikilinganishwa na lugha zenye umaarufu zaidi kama vile Kifaransa, Kihispania na Kijerumani ilikuwa ya chini mno. Katika Chuo Kikuu cha Syracuse, lugha ya Kiswahili imekuwa na wanafunzi wachache wanaojisajili na kulipia masomo ya lugha hiyo ilhali kunao wanafunzi wengi wanaotaka kujifunza Kiswahili bila kulipia. Kwa upande mwingine wanafunzi wenye asili ya Kiafrika huwa wachache zaidi katika kundi la wasiolipia. Kutokana na idadi ndogo ya wanafunzi wanaojisajili, huwa ni vigumu kumfadhili mwalimu wa lugha ya Kiswahili kutoka Afrika Mashariki. Hata hivyo, katika Chuo Kikuu cha Syracuse kuna matumaini kutokana na juhudi za Idara ya Lugha, Fasihi na Isimu kutanguliza somo la Mbinu za Utafiti wa Kiisimu huku ikitafuta data ya kiisimu ya lugha za Kibantu. Hatua hii imewafanya wanafunzi wengi kutaka kujifunza lugha ya Kiswahili.

Tatizo lingine ni kwamba wanafunzi wa nchi ya Marekani mara nyingi huwa hawaoni haja ya kujifunza lugha za Kiafrika. Baadhi ya wanafunzi huona kuwa lugha za Kiafrika hazina nafasi za ajira kama lugha za Ulaya. Wanafunzi wa asili ya Afrika pia huwa ni tatizo. Wanafunzi hawa mara nyingi huona kwamba lugha za Kiafrika hazina umuhimu katika maisha yao. Mwalimu anaweza kutatizika sana na mwanafunzi ambaye alichukua somo la Kiswahili ili kutimiza mahitaji ya shahada ya kwanza kwa sababu mwanafunzi huyo wakati mwingine hana motisha ya kusoma na kuifahamu lugha hii. Wakati mwingine huwa hawatii bidii katika kazi ya ziada na mazoezi. Kwa upande mwingine, mwanafunzi anayesoma lugha ya Kiswahili ili kupata maarifa huwa ana motisha ya kutaka kujua mengi na kuifahamu na hata kuwasiliana kwa kutumia lugha hiyo. Idadi kubwa ya wanafunzi wanaosoma Kiswahili chuoni Syracuse ni wale ambao wanataka kujifahamisha zaidi kuhusu Afrika. Hawa huwa wana motisha na huonyesha juhudi katika masomo ya Kiswahili.

Mwalimu aliye na utamaduni na itikadi tofauti kuhusu masomo hutatizika katika juhudi za kujenga mshawasha miongoni mwa wanafunzi wake. Katika bara la Afrika, mwanafunzi anatarajiwa kujisukuma. Wanafunzi wa nchi ya Marekani mara nyingi husukumwa zaidi. Kwa hivyo, changamoto kubwa ni kuzua mbinu za kila siku za kujenga motisha kwa wanafunzi. Wanafunzi wa shahada ya uzamili na uzamifu katika Chuo Kikuu cha Syracuse wana motisha zaidi. Wanafunzi hawa wanapojiunga na masomo ya lugha ya Kiswahili wale wa shahada ya chini wanadumisha viwango vya wanafunzi hawa.

Swala la kubaguliwa kwa lugha za Kiswahili haliwezi kuepukika. Lugha zenye zinazotambulika zaidi hupewa nafasi kubwa katika vyuo vingi. Lugha hizi hujumuisha Kifaransa, Kichina, Kijapani, Kihispania na Kijerumani. Idara nyingi za lugha zinapojipata na lugha ndogo ndogo kama vile Kiswahili huwa hazitilii maanani sana lugha hizi. Katika vyuo vingine Kiswahili na lugha nyingine za Kiafrika hushirikishwa katika Idara za Masomo ya Kiafrika. Kutokana na juhudi hizi lugha za Kiafrika hupata wapenzi na washikadau ambao huandaa na kutayarisha kongamano na semina za kuwaleta wapenzi wa Kiswahili katika chuo kuja kuboresha matamshi yao. Katika Chuo Kikuu cha Syracuse, Idara ya Masomo ya Kiafrika imekuwa katika harakati za kutaka kuhamisha Kiswahili kutoka Idara ya Lugha, Fasihi na Isimu hadi idara hiyo ili iweze kushughulikia lugha ya Kiswahili kikamilifu.

Tatizo kuu ni lile la ufadhili wa lugha ya Kiswahili. Bila ufadhili wa lugha hii ni vigumu mno kuifunza. Ufadhili hujumuisha gharama ya masomo ya mwalimu na pesa za matumizi za mwalimu huyo. Ufadhili wa programu za lugha ya Kiswahili umeathiriwa na mfumuko wa uchumi ulimwenguni. Chuo Kikuu cha Syracuse kimeathiriwa na tatizo hili na kwa sasa hakuna ufadhili wa lugha ya Kiswahili. Kwa hivyo, lugha hii haifundishwi katika Chuo hiki mwaka wa 2013/2014. Hata hivyo, hali ya kijumla ya ufadhili wa lugha za Kiafrika imeanza kupata matumaini zaidi. Baadhi ya mashirika kama vile Shirika la *National Science Foundation* limeendelea kutoa ufadhili wake kwa utafiti wa lugha za Kiafrika. Miaka michache ijayo lugha ya Kiwahili itapata kuendelea, kukua na kufadhiliwa zaidi.

Mapendekezo na Hitimisho

Katika kuadhimisha miaka 50 ya Kiswahili ni muhimu kutambua kuwa washikadau wa Kiswahili Barani Afrika na ng'ambo wana umuhimu katika kueneza Kiswahili kimataifa. Jukumu la kuendeleza lugha ya Kiswahili na lugha nyingine za Kiafrika katika nchi za ng'ambo limeachiwa serikali, vyuo na washikadau wa lugha hizo katika nchi hizo. Lakini washikadau wa lugha ya Kiswahili barani wana nafasi kubwa ya kuboresha hali ya Kiswahili ulimwenguni.

Vyuo vya nchi za Afrika Mashariki vinaweza kuandaa mikataba na vyuo vya nchi za ng'ambo ya kusaidia wanafunzi kuja katika nchi hizi na kujizamisha katika masomo ya Kiswahili kwa angalau mwaka mmoja. Mikataba hii itajumuisha makazi ya wanafunzi hawa na namna ya kuhamisha gredi watakazopata katika vyuo vya Afrika Mashariki hadi vyuo vyao. Miradi hii ipo katika Chuo Kikuu cha Kenyatta lakini ipo haja ya vyuo vyote kuungana na kuwa na sauti moja katika kutafuta nafasi hizi.

Walimu na wanafunzi katika masomo ya Kiswahili wana nafasi ya kuandika mapendekezo ya ufadhili wa miradi maalumu ya kuitangaza lugha ya Kiswahili na utamaduni wake. Miradi hii inaweza kuandikiwa mashirika kama vile *The National Science Foundation* na Shirika la UNESCO ili kutafuta ufadhili wa lugha ya Kiswahili. Ufadhili huu utajikita katika kutafiti maswala ya kitamaduni ya lugha na pia kuunda nafasi za wanafunzi wa ng'ambo kuja Afrika Mashariki. Pia mapendekezo ya miswada ya kuwapeleka wanafunzi wa Kiswahili katika nchi za nga'ambo kusoma na kufundisha Kiswahili ni jukumu la vyuo.

Washikadau wa Kiswahili wanaweza kuungana na mashirika ya utalii Afrika Mashariki katika kutoa matangazo ya kusifu lugha ya Kiswahili na kuonyesha umuhimu wake. Baadhi ya matangazo ya mashirika haya yaweza kutumia nyimbo za Kiswahili lakini yasikomee hapo, bali pia yaendelee kutoa mafunzo kuhusu lugha ya Kiswahili. Mafunzo haya yanaweza kutolewa wakati wa maonyesho ya kimataifa ya utalii nchini Marekani. Washikadau pia lazima wahimize serikali za Kenya, Uganda na Tanzania kuipa lugha ya Kiswahili hadhi kubwa katika masuala ya kitaifa na kimataifa. Hali hii itasaidia baadhi ya wanafunzi kuona umuhimu wa lugha ya Kiswahili Afrika Mashariki na kuisoma.

Katika miaka 50 ya ufundishaji wa Kiswahili imedhihirika kuwa taaluma ya ufundishaji wa Kiswahili inaendelea kukua na kupata umaarufu katika nchi za kigeni. Lugha ya Kiswahili inaendelea kupata wanafunzi na kwa sasa itaendelea kukua katika nchi za ng'ambo. Kila mmoja wetu ana jukumu la kuinua hadhi ya lugha ya Kiswahili. Teknolojia ya kisasa inatoa nafasi kubwa kwa Kiswahili kunufaika nayo. Matumizi ya Kiswahili katika vifaa vya kiteknolojia itawezesha lugha ya Kiswahili kunawiri zaidi na kuendelea kupata wanafunzi wengi. Ni muhimu kufahamu kuwa lugha ya Kiswahili ingali changa, na ikiwa katika miaka hamsini imepata maendeleo ya kiwango cha juu, basi kuna matarajio kwamba lugha hii itaendelea kupata maendeleo zaidi. Changamoto kwa washikadau na wapenzi wa lugha ya Kiswahili barani Afrika zipo sio tu katika kuachia nchi za ng'ambo kukuza lugha ya Kiswahili huko ng'ambo lakini pia kushiriki katika kukuza lugha ya Kiswahili kitaifa na kimataifa.

Marejeleo

Blake, R. (2008). *Brave New Digital Classroom: Technology and Foreign Language Learning.* Washington, D.C: Georgetown UP.

Bokamba, G. (2000). *African Languages Program Development and Administration. A History and Guidelines for Future Programs.* NALRIC, University of Wisconsin, Madison.

Bokamba, G and Mchombo, S. (2009). Review Report of the National African Language Resource Center (NALRC) at the University of Wisconsin-Madison.

Cetto, M (2011). Technology and Second Language Teaching. University of California, Davis.

Hoopingarner, D (2009). "Best Practices in Technology and Language Teaching." *Language and Linguistics Compass* 3.1, 222-233.

Moshi, L. (2011). "A Transformation of African Language Teaching in the United States: The Emergence of a Filed Superstructure." Katika *Selected Proceedings of the 40th Annual Conference on African Linguistics* 26-35. Bokamba, G et al. Somerville M.A. Cascadilla Proceeding Project.

Mugane, J. (1997). "Learning African Languages with evolving Digital Techonology." *African Learning.*

Snelson, C. (2008). "Web-Based Video in Education: Possibilities and Pitfalls." *TCC 2008 Proceedings.*

Temu, N. (1992). "African -American Students' Self Awareness through Kiswahili Language." *Journal of Black Studies.*

Wiley, D. (2008). Priorities for U.S Instruction in the African Languages: New Criteria and New Choices. *E-LCTL Initiative: A National Project for U.S EDVI Programs, National Planning for the Teaching of less Commonly Taught Languages.*

SURA YA SABA

CHANGAMOTO ZA KUJIFUNZA KIRAI NOMINO CHA KISWAHILI MIONGONI MWA WANAFUNZI: MCHANGO WA VITABU VYA KOZI VILIVYOIDHINISHA

Leah Mwangi, Leonard Chacha Mwita na Jacktone O. Onyango

Utangulizi

Lugha ya Kiswahili ina hadhi ya lugha rasmi na lugha ya taifa nchini Kenya. Kwa sababu ya hadhi ya lugha hii, somo la Kiswahili hufunzwa kama somo la lazima katika shule zote za msingi na za upili nchini. Aidha, wanafunzi wengi wa Kiswahili wana lugha zao za kienyeji na kwa hivyo hujifunza Kiswahili kama lugha ya pili (L2). Ujifunzaji huu hutokea kupitia mifumo miwili mikuu: upataji lugha na ufunzaji rasmi unaofanyika darasani. Mafanikio katika ujifunzaji rasmi wa L2 huathiriwa na mambo kama vile: mbinu za kufunzia, vitabu vya kozi anavyotumia mwanafunzi, uwezo na hali ya kisaikolojia ya mwanafunzi. Katika utafiti huu, mchango wa vitabu vya kozi vilivyoidhinishwa ulitathminiwa.

Vitabu hivi vilichaguliwa kwa sababu mara nyingi uwezo wa mwanafunzi na hali yake ya kisaikolojia ni mambo ya kidhahania na yalihitaji utafiti wa kitaaluma ambao ulihitaji muda mwingi na pia ulikuwa ghali kuutekeleza. Dhana ya KN ilichaguliwa kwa sababu ya uamilifu wa dhana hii katika sentensi ya Kiswahili. Hii ndiyo dhana ya kipekee ambayo ina uamilifu wa kiima na shamirisho katika sentensi ya Kiswahili. Sentensi yoyote yenye maana kamilifu huakisi kipengele hiki muhimu cha kisarufi, huku kikiwakilishwa na maneno kamili au viambishi mbalimbali.

Tafiti nyingi ambazo zimefanywa kuhusu dhana hii kama vile: utafiti wa Carstens (1991), Reynolds (1989), Naswa (2003) na Olali (1997) ziliangazia kuainisha muundo na nafasi ya KN katika sentensi ya Kiswahili.

Hazikuangazia suala la ujifunzaji wa dhana hii ya KN katika Kiswahili. Wanafunzi waliokuwa wakijifunza lugha hii, walionyesha kukumbwa na changamoto nyingi katika harakati za kujifunza dhana hii. Utafiti huu ulifanywa ili kubainisha changamoto zilizotokana na mchango wa vitabu vya kozi walivyotumia wanafunzi. Lengo kuu ni kutathmini mchango wa vitabu hivi katika kufanikisha ujifunzaji wa dhana ya KN katika Kiswahili.

Shule tatu za upili kutoka wilaya ya Nyandarua ya Kati zilishirikishwa katika utafiti huu. Wanafunzi wa kidato cha nne walichaguliwa. Mtafiti alipitia nakala mia moja kumi na saba za wanafunzi hawa ili kubainisha yale waliyofunzwa kuhusu dhana ya KN katika Kiswahili. Aidha, nakala tatu za vitabu vya kozi vilivyokuwa vikitumiwa na wanafunzi hawa zilipitiwa. Nakala hizi ni *Chemchemi za Kiswahili* - kidato cha Tatu (kitabu cha wanafunzi na *Mwongozo wa mwalimu*), *Kiswahili Kitukuzwe* - Kidato cha tatu (kitabu cha wanafunzi na *Mwongozo wa Mwalimu*) na *Kiswahili Fasaha* - Kidato cha Tatu (kitabu cha wanafunzi na *Mwongozo wa Mwalimu*).

Mbinu za kufunzia dhana ya KN zilizopendekezwa

Waandishi wa vitabu hivi vitatu vya kozi walipendekeza mbinu mbalimbali zitumiwe katika ufunzaji wa dhana ya KN katika Kiswahili. Kwa mfano, Wamitila na Waihiga (2004b) walitoa mapendekezo yafuatayo kuhusiana na ufunzaji wa dhana hii:

- Anza kwa kuwakumbusha wanafunzi vifupi vya maneno.
- Wapatie sentensi za kawaida fupi.
- Kisha toa utangulizi wa kirai.
- Eleza sifa za kila fungu ili iwe rahisi kutofautisha.
- Endelea hivyo hadi mafungu yote ya virai yashughulikiwe.
- Wafanye mazoezi yaliyomo.

Mbinu iliyopendekezwa na waandishi hawa inawiana na mbinu isiyokuwa wazi kama ilivyoelezwa na Dodson (1967) na mbinu ya usanisi kama ilivyofafanuliwa na Fromkin na wengine (2011); inamzunguka mwalimu. Katika mbinu hii, wanafunzi hufunzwa kanuni za kisarufi na kutahiniwa kuhusu kanuni walizofunzwa. Mchango wao katika somo huwa haba na hili huwafanya kutoingiliana na lugha wanayojifunza kupitia unenaji. Kilicho wazi ni kuwa mbinu hii ilikuwa maarufu katika miaka ya 1960 pale ambapo unenaji wa lugha anayojifunza mwanafunzi haukutiliwa maanani. Hata hivyo, katika miaka ya hivi karibuni wataalamu wa ufunzaji wa L2 wanapendekeza kuwa walimu watumie mbinu ambazo zitamwezesha mwanafunzi kuzungumza lugha anayojifunza hata katika mazungumzo ya kawaida yasiyoratibiwa (Wilkins 1972, Krashen 1981, Fromkin na wengine 2011).

Fauka ya haya, mbinu hii ina athari hasi kwa wanafunzi wa L2 ifuatavyo: huwafaa wanafunzi ambao wana kiwango cha juu cha uelewa na ufahamu wa mambo. Aidha itawafaa wanafunzi ambao husoma vitabu vingi ili waweze kuboresha umilisi wao wa dhana walizofunzwa. Kwa wale ambao hutegemea tu mafunzo waliyopewa na walimu wao, huenda mbinu hii isiwafae hasa ikiwa watashindwa kuelewa mada wanayofunzwa.

Kutowashirikisha wanafunzi katika somo huweza kukuza viathiri hasi miongoni mwa wanafunzi hasa wale ambao kiwango chao cha kuelewa mambo ni cha chini. Hawa hubaki nyuma na aghalabu huhisi kuwa dhana inayofunzwa ni ngumu kwao kuielewa. Viathiri hasi hivi ni pamoja na: wasiwasi, kutojiamini, kukosa motisha wa kufanya vyema, kusahau na kutomakinika wakati wa somo. Kulingana na Krashen (1987), viathiri hasi vinapokuwa juu hujenga kizingiti ambacho huzuia ujifunzaji wa L2 kufanikiwa.

Pia, ufunzaji wa aina hii hulenga kukuza ujifunzaji lugha na hupuuza upataji lugha hasa kwa wanafunzi ambao wana matatizo ya kuzungumza lugha ya Kiswahili. Jambo hili ni kinyume na mapendekezo ya Krashen (1987), kuwa mbinu za ufunzaji wa L2 zilenge upataji lugha kwani huu ndio humwezesha mwanafunzi kutoa kauli huku ujifunzaji ukisaidia tu kurekebisha na kupanga kile ambacho mwanafunzi amejifunza kupitia upataji.

Kwingineko, Penny (1996) anaona kuwa kuna uwezekano wa kutimiza lengo hili kupitia mazoezi ya kisarufi. Hata hivyo, hili litawezekana tu pale ambapo mazoezi mapana na yenye dhima ya kustawisha siyo miundo ya kisarufi pekee bali pia unenaji wa mwanafunzi akitumia L2 yatatolewa. Tutathmini aina ya mazoezi ya kisarufi yaliyotolewa na waandishi hawa.

Kwa kuhitimisha, mbinu iliyopendekezwa na waandishi hawa imepitwa na wakati katika ufunzaji wa L2 wa kisasa. Ina madhara mengi kwa wanafunzi wa Kiswahili na kwa hivyo inafaa kupigwa marufuku.

Wizara ya Elimu (2004b) ilipendekeza yafuatayo:

- Waulize wanafunzi kutoa maana ya sentensi.
- Waongoze wanafunzi kueleza sehemu mbalimbali za kimsingi za sentensi ya Kiswahili.
- Washirikishe wanafunzi kueleza maana ya kirai.
- Waongoze wanafunzi kutambua virai.
- Waelekeze kutambua na kutaja aina mbalimbali za virai.
- Wahusishe wanafunzi kutoa mifano ya virai mbalimbali.
- Waelekeze kufanya zoezi.
- Sahihisha kazi zao.
- Wasaidie wale wenye udhaifu.

Waititu na Wengine (2004b) kwa upande wao walipendekeza utaratibu ufuatao ufuatwe. Mwalimu awakumbushe wanafunzi aina za maneno kwa njia ya maswali. Wakielewa aina za maneno, huu utakuwa msingi bora wa kujifunza aina za virai. Wahimize kutoa mifano yao ya sentensi kwa kila aina ya kirai. Aidha, waandishi hawa wanapendekeza njia zifuatazo zitumiwe kufunzia dhana hii:

- Maelezo na ufafanuzi.
- Majadiliano.
- Maswali na majibu.
- Tajriba.
- Makundi.

Mbinu zilizopendekezwa na Wizara ya Elimu (2004b) na Waititu na Wengine (2004b) ni mbinu ya kutoa na kupokea; inamzunguka mwanafunzi. Mbinu hii, kupitia mwongozo wa mwalimu, huweza kuwashirikisha wanafunzi wote katika somo. Hili huvuta nadhari ya wanafunzi na aghalabu wao humakinika kwa muda mrefu. Aidha, mbinu hii husaidia katika kudhibiti baadhi ya viathiri hasi kama vile kutojiamini, kukosa motisha na wasiwasi. Jambo hili ni muhimu na linaoana na maoni ya Krashen (1987), kuhusu mchango wa viathiri chanya. Kwake wanafunzi ambao wana motisha, wanajiamini na wana kiwango cha chini cha wasiwasi wana nafasi nzuri ya kujifunza L2.

Pili, mbinu hii inampa mwanafunzi nafasi ya kuingiliana na lugha anayojifunza. Kupitia maingiliano haya, mwanafunzi huweza kupata pembejeo ya kiwango kimoja juu kwani wanafunzi wote huwa hawako katika kiwango kimoja cha umilisi wa lugha. Aidha, mbinu hii huwawezesha wanafunzi kurekebishana makosa mbalimbali ya kisarufi na kimatamshi. Hili linaoana na maoni ya Krashen (1987), kwamba matumizi ya ujitathmini yawe haba na yatumiwe tu kurekebisha au kuboresha uzungumzi wa mwanafunzi.

Mwisho, mbinu hii huweza kuwafanya wanafunzi kufanya usomi wa awali ili waweze kuchangia katika masomo yajayo. Mambo haya yote huweza kuinua ari ya wanafunzi ya kujitahidi na hatimaye kufanya vyema. Katika kuhitimisha, imedhihirika kuwa waandishi wa vitabu viwili kati ya vitatu vilivyotathminiwa walifanikiwa katika kupendekeza mbinu za kisasa zilizopendekezwa kwa ufunzaji wa L2. Iwapo walimu wa lugha watafuata mapendekezo haya, hatuna budi kama taifa kupiga hatua kubwa katika kuimarisha ujuzi wetu wa kisarufi katika lugha hii. Haya ni maendeleo muhimu katika ukuaji wa Kiswahili hapa nchini. Hii ni baada ya kuzingatia kuwa Kiswahili ni lugha inayokua na kwamba dhana ya KN ni dhana mpya katika silabasi ya shule za upili. Dhana hii ilianza kufunzwa katika shule za upili mnamo mwaka wa 2005. Mapendekezo kama haya ni ishara tosha kuwa lugha hii inaendelea kukua.

Miundo ya KN iliyoshughulikiwa

Kila kitabu kimeshughulikia miundo ya aina nne, Wamitila na Waihiga (2004a) kwa mfano, wameorodhesha miundo ifuatayo ya KN cha Kiswahili.

- KN → N+V Hapa sehemu ya KN inawakilishwa na nomino na kivumishi chake. Kwa mfano,

  (i) *Watu watatu*

- KN → V+N Katika muundo huu, sehemu ya KN inawakilishwa na kivumishi kinachofuatwa na nomino. Kwa mfano,

  (ii) *Kile kiti*

- KN → W+V Sehemu ya KN katika muundo huu inawakilishwa na kiwakilishi kikifuatiwa na kivumishi. Angalia mfano ufuatao,

  (iii) *Wewe pekee* umefaulu.

- KN → T+V Sehemu ya KN katika muundo huu inawakilishwa na nomino ya kitenzi-jina ikifuatiwa na kivumishi. Kwa mfano,

  (iv) *Kucheza kwake* ni kubaya.

Mifano iliyodondolewa hapo juu na mingine iliyo katika kitabu inabainisha kwamba waandishi hawa walisisitiza ufunzaji/ujifunzaji wa muundo wa KN ulio na uamilifu wa kiima katika sentensi. Aidha, virai nomino vilivyo ndani ya virai vingine havikuangaziwa. Jambo hili linaweza kuleta utata kwa wanafunzi wanaojifunza Kiswahili kuhusiana na uamilifu wa KN cha Kiswahili. Pia wanafunzi waliofunzwa kwa kutumia kitabu hiki pekee, wanaweza kuwa na utata wa kutunga na kubainisha KN kilicho ndani ya KN kingine.

Wizara ya Elimu (2004a), inaorodhesha miundo minne ya KN ifuatavyo:

- **KN → N** Hapa sehemu ya KN inawakilishwa na nomino moja. Kwa mfano,

    (i) *Chakula* kimepikwa.

- **KN → Nomino mbili** Katika muundo huu, sehemu ya KN inawakilishwa na nomino mbili zilizounganishwa kwa kiunganishi. Kwa mfano,

    (ii) *Baba* na *dada* wameondoka.

- **KN → N+V** Sehemu ya KN inawakilishwa na nomino moja na kivumishi. Kwa mfano,

    (iii) *Mti mkubwa* umeanguka.

- **KN → N+KT** Katika muundo huu, sehemu ya KN inawakilishwa na nomino moja na kikundi tenzi. Kwa mfano,

    (iv) *Mwalimu wetu mgeni ametufundisha virai*

Waandishi hawa walisisitiza virai nomino vilivyokuwa na uamilifu wa aina moja: kiima. Mifano iliyopo hapo juu na mingine iliyosalia kitabuni inathibitisha kuwa hawakushughulikia KN kilichokuwa na uamilifu wa aina nyingine yoyote.

Pili, ubainishaji wao wa virai nomino vinavyoundwa kwa nomino mbili unazua utata. Mfano wa (ii) hapo juu, ulifaa kuakisi muundo wa KN kilichojengwa kwa N+U+N ambapo kiunganishi "na" kinafaa kuwa sehemu ya KN husika. Ubainishaji ulioonyeshwa hapo juu unaweza kuzua utata miongoni mwa wanafunzi kuhusiana na tofauti iliyopo kati ya KN na nomino.

Mwisho, muundo wa nne katika kitabu hiki unazua utata. Kikundi tenzi hakiwezi kuwa sehemu ya KN. Hii ni kwa sababu nomino ikiongezwa kikundi tenzi au hata kikundi tenzi kikiwa pekee huweza kuunda sentensi kamili inayojisimamia kimaana. Kwa mfano, kitenzi *"ametufundisha"* kinaweza kuwa sentensi kamili inayojisimamia. Vivyo hivyo, *"mwalimu wetu mgeni ametufundisha"* ni sentensi kamili wala si sehemu ya KN katika sentensi husika. Kwa hivyo, muundo waliokusudia waandishi ni ule wa KN kinachojengwa kwa nomino na kirejeshi. Mifano yao mingineyo inadhihirisha hili.

Kwa hivyo, wanafunzi wanaotumia kitabu hiki kama nyenzo ya kipekee wanaweza kuchanganyikiwa katika ujifunzaji wa dhana hii ya KN kuhusiana na miundo tuliyoeleza hapo juu.

Waititu na wengine (2004a), baada ya kueleza maana ya KN, walitoa mifano ifuatayo ya KN cha Kiswahili:

(i) *I*mepasuliwa.
(ii) *Gabushi na Hasani* wanasafiri pamoja.
(iii) *Ziwa la Bogoria* limeanza kukauka kwa uhaba wa maji.
(iv) *Yeye* alielekea huku.

Mifano hii inaakisi miundo mitatu ya KN katika Kiswahili:

- KN → W

Mifano ya (i) na (iv) inadhihirisha muundo huu.

- KN → N+U+N

Mfano wa (ii) unaakisi muundo huu.

- KN → N+KH

Mfano wa (iii) unaakisi muundo huu wa KN cha Kiswahili.

Tatizo katika njia ambayo waandishi hawa walitumia katika kuelekeza wanafunzi wa Kiswahili ni kutotaja miundo inayodhihirika katika mifano waliyotoa ya KN cha Kiswahili. Wanafunzi waliachiwa jukumu la kujibainishia aina ya miundo inayojitokeza katika mifano hii iliyotolewa. Jambo hili lina hatari kwa wanafunzi ambao hawafanyi usomi wa ziada na wanaotegemea kitabu kimoja. Hatari iliyopo ni kuwa mifano hii inafunza ufahamu unaohusiana na ubainishaji wa miundo ya KN tu na kupuuza utunzi wa miundo mbalimbali ya KN.

Kutokana na maelezo haya, tunaweza kutamatisha sehemu hii kwa kusema kuwa miundo iliyoshughulikiwa na waandishi hawa ilikuwa michache sana hasa kwa wanafunzi waliokuwa wakitumia kitabu kimoja kama nyenzo ya kujifunza. Kusisitiza uamilifu wa kiima, kutoa mifano yenye makosa na kutoa mifano ya sentensi zenye sehemu ya KN bila kubainisha miundo husika ni udhaifu ambao unahitaji kuangaliwa iwapo tutaboresha ufahamu wa wanafunzi kuhusiana na dhana hii ya KN. Hii ni kwa sababu mambo haya yanaweza kuwa chanzo cha utata kuhusu tofauti zilizopo kati ya KN na nomino na pia nafasi ya KN katika sentensi ya Kiswahili. Je, KN hutokea mwanzoni, katikati au mwishoni mwa sentensi? Ili wanafunzi waweze kulijibu swali hili, wanahitaji maarifa kuhusu uamilifu wa KN katika sentensi ya Kiswahili.

Mazoezi yaliyotolewa

Wamitila na Waihiga (2004a) wametunga jumla ya maswali kumi na moja katika kutahini ufahamu wa wanafunzi wa dhana ya KN katika Kiswahili. Maswali haya yanatahini uwezo wa mwanafunzi wa kubainisha miundo minne ya KN kama walivyoifafanua hapo juu.

Kati ya maswali haya kumi na moja, sita (asilimia 54.5) yalitahini uwezo wa mwanafunzi wa kubainisha KN kilicho na muundo wa N+V, matatu (asilimia 27.3) muundo wa T+V, swali moja moja (asilimia 9.1) yalitahini muundo wa W+V na V+N kila moja. Kuhusiana na uamilifu wa KN katika sentensi, maswali tisa (asilimia 81.8) yalitahini uwezo wa mwanafunzi wa kubainisha KN kilichokuwa na uamilifu wa kiima katika sentensi. Maswali mawili yaliyobaki (asilimia 18.2) yalitahini KN kilichokuwa na uamilifu wa shamirisho kipozi katika sentensi.

Maswali yote yalilenga kukuza ufahamu wa miundo ya kisarufi au ujifunzaji lugha. Hamna swali ambalo lililenga kukuza mawasiliano ya mwanafunzi kwa kutumia lugha anayojifunza. Zoezi kama hili linapingana na maoni ya Krashen (1987) katika haipothesia yake kuhusu pembejeo. Kulingana na haipothesia hii, ili funzo lifanyike, ni sharti wanafunzi washiriki katika unenaji ili waweze kujifunza kutokana na usemi wa wenzao walio katika kiwango cha juu cha umilisi wa lugha. Penny (1996) anasisitiza kuwa walimu wawape wanafunzi mazoezi ambayo yatalenga kukuza umilisi wao wa kanuni za kisarufi kando na mawasiliano yao. Mazoezi kama haya ndiyo ambayo yatamwezesha mwanafunzi wa L2 kuwasiliana ambalo ndilo lengo kuu la kujifunza L2 (Rutherford (1987).

Kulingana na Krashen, upataji lugha ni muhimu kuliko ujifunzaji lugha. Kwa hivyo, mafunzo yote pamoja na njia za utahini zinafaa kukuza upataji lugha kwa kiwango kikubwa. Kwake Krashen, ujifunzaji lugha hufanya kazi haba ya kurekebisha, kupanga na kukosoa kile ambacho mwanafunzi amejifunza kupitia upataji lugha. Kwa hivyo mwelekeo waliotumia waandishi pamoja na njia za ufunzaji walizopendekeza zitumiwe na walimu zinapingana na maoni ya wataalamu wa ufunzaji L2.

Wizara ya Elimu (2004a) wametunga jumla ya maswali saba kuhusu dhana hii ya KN katika Kiswahili. Kati ya maswali haya, mawili (asilimia 28.6) yalitahini muundo wa KN kilichojengwa kwa nomino moja, swali moja moja (asilimia 14.3 kila muundo) kwa miundo ya N+U+N, N+V na N+ kishazi tegemezi na mengine mawili (asilimia 28.6) kutahini muundo wa N+KV. Mbali na muundo wa N+KV, miundo mingine ni kama ilivyojitokeza hapo juu.

Kutokana na mwongozo wa majibu uliotolewa na waandishi, virai nomino vilivyokuwa na uamilifu wa kiima vilipewa kipaumbele. Katika maswali yote saba, ni virai nomino ambavyo vilikuwa na uamilifu huu ambavyo vilipaswa kubainishwa huku vile ambavyo vilikuwa na uamilifu wa aina nyingine vikipuuzwa. Kwa mfano, katika sentensi:

- Baba amenunua ng'ombe mzuri.

Nomino "baba" imetolewa kama jibu mwafaka huku "ng'ombe mzuri" ambacho pia ni KN katika sentensi hii kikipuuzwa. Zoezi hili, hivyo basi, lilikuza umilisi wa mwanafunzi wa kubainisha KN kilichokuwa na uamilifu wa kiima kwa kiwango cha asilimia mia moja. Hii ni kwa sababu hatuna swali ambalo lilitahini KN kilichokuwa na uamilifu wa aina nyingine yoyote. Aidha, maswali yote yalihusu ubainishaji wa miundo huku utunzi wa miundo hii ukipuuzwa.

Licha ya kukuza ujifunzaji lugha na kupuuza upataji lugha, maswali haya pia ni machache sana kuweza kukuza umilisi wa mwanafunzi wa kutoa miundo hii baadaye. Kwa mfano, miundo ya KN → N+U+N/N+V/N+ kishazi tegemezi ilitahiniwa kwa swali moja tu kila muundo.

Waititu na wengine (2004a) wana jumla ya maswali mawili. Swali la kwanza lina maswali manne huku la pili likiwa na maswali kumi. Swali la kwanza linamtaka mwanafunzi kutunga sentensi zinazodhihirisha virai vya aina mbalimbali hususan, virai nomino, virai vivumishi, virai vielezi na virai vihusishi. Swali hili linalingana na maoni ya wataalamu wa L2 kama vile

Krashen (1987) na Penny (1996) kuhusu jinsi L2 inavyofaa kufunzwa. Hii ni kwa sababu swali hili linampa mwanafunzi uhuru wa kuwasiliana ama kwa kutumia usemi au maandishi na kutoa kile ambacho amekipokea. Iwapo wanafunzi watatunga sentensi zao na kuzisoma darasani, swali hili litakuwa limewasaidia wanafunzi sio tu katika kujifunza miundo ya kisarufi bali pia katika kukuza mawasiliano yao. Jambo hili litawafaidi kwani wataweza kupata pembejeo la kiwango cha juu kutokana na kauli zinazotolewa na wenzao darasani.

Katika swali la pili, mwandishi ana jumla ya sentensi kumi na kisha kuwauliza wanafunzi kutambulisha virai mbalimbali. Sentensi zote kumi zina miundo tofauti tofauti ya virai nomino ambavyo vina uamilifu tofauti. Mifano ya miundo ya virai nomino iliyotahiniwa na swali hili ni ifuatayo: KN kilichojengwa kwa N+V (asilimia 40 ya maswali yote), N+KH (asilimia 30), N (asilimia 10) na N/W+kishazi tegemezi (asilimia 10) kila muundo.

Kati ya virai nomino vilivyotahiniwa katika sentensi zote kumi, saba (asilimia 70) vilikuwa na uamilifu wa kiima katika sentensi huku vitatu (asilimia 30) vikiwa virai vilivyofumwa ndani ya virai vingine. Kama waandishi wengine waliotangulia, waandishi wa nakala hii walilenga kukuza umilisi wa virai nomino vilivyo na uamilifu wa kiima katika sentensi.

Katika kuhitimisha sehemu hii, inabainika kuwa kwa kutunga maswali mawili yaliyo na mielekeo tofauti waandishi hawa wanafaulu katika kuoanisha dhima ya ufunzaji wa L2 ambayo ni kufunza miundo ya kisarufi na kukuza mawasiliano ya mwanafunzi. Hata hivyo, hili lingewezekana tu pale ambapo wanafunzi wote wangeshirikishwa katika kujibu swali la kwanza wakiwa kama kundi au darasa.

Kwa hivyo, kitabu kimoja kilifaulu katika kutoa mazoezi ambayo yanafungamana na maoni ya wataalamu wa L2 kuhusu zoezi la kisarufi. Kwamba dhima ya zoezi la kisarufi ni kukuza ujuzi wa mwanafunzi wa kuwasiliana kwa kutumia lugha anayojifunza mbali na kukuza ufahamu wake kuhusu miundo ya kisarufi. Ni matumaini yetu kuwa waandishi wa vitabu hivi vya kozi (waliopo na wanaoinukia) wataimarisha vitabu vyao ili viweze kuwa na manufaa makubwa kwa wanafunzi wa lugha ya Kiswahili.

Hitimisho na Mapendekezo

Tunaposherehekea miaka hamsini ya maendeleo ya Kiswahili hapa nchini, tunawahongera waandishi mbalimbali ambao wamejitolea kuwaelekeza walimu na wanafunzi kuhusu namna ya kujifunza dhana mbalimbali za kisarufi. Ni kwa kupitia juhudi zao kati ya mambo mengine, ambapo wanafunzi wengi walionyesha umilisi wa kiwango fulani wa kujifunza dhana ya KN cha Kiswahili. Utafiti huu ulidhihirisha kuwa shule nyingi hutegemea vitabu vya kozi kutekeleza mafunzo. Shule mbili kati ya tatu zilizotafitiwa zilitegemea vitabu hivi kiwango cha asilimia mia moja. Hivyo, utafiti huu unapendekeza:

- Waandishi wapendekeze matumizi ya mbinu za kisasa za kufunzia L2 zinazolenga kuimarisha mawasiliano ya mwanafunzi.
- Washughulikie miundo mingi ipasavyo na waepuke ubainishaji ulio na makosa.
- Suala la uamilifu wa KN lizingatiwe.
- Maswali ya mazoezi yaoane na miundo iliyoshughulikiwa.
- Miradi mipana, isiyoegemea baadhi ya miundo na inayolenga kumwezesha mwanafunzi kuwasiliana kwa L2 izingatiwe.

Miaka kadhaa iliyopita, lilikuwa ni jambo muhali kupata wanafunzi walio na ujuzi wowote kuhusu dhana hii muhimu ya kisarufi. Hata hivyo, kwa sasa wanafunzi wa shule za upili walionyesha umilisi kuhusiana na dhana hii ya kisarufi. Hii ni hatua kubwa ambayo tumepiga katika kukuza na kuimarisha ujifunzaji wa dhana hii kote nchini. Ni matumaini yetu kuwa waandishi wa vitabu vya kozi watazingatia mapendekezo yaliyotolewa katika makala haya ili tuweze kudhibiti baadhi ya changamoto zinazowakumba wanafunzi wetu katika harakati zao za kujifunza lugha hii muhimu ya Kiswahili.

Marejeleo

Carstens, V. (1991). *The Morphology and Syntax of Determiner Phrases*. Unpublished Doctoral Thesis, University of California. Los Angeles.

Dodson, C. J. (1967). Language Teaching and the Bilingual Method. New York: Pitman Publishing Corporation

Fromkin, V., Rodman, R. and Hyams, N. (2011). *An Introduction to Language*. Los Angeles: Wads Worth.

Krashen, D. (1987). *Principles and Practice in Second Language Acquisition*. London: Prentice Hall International Limited.

Naswa, A.K. (2003). *The Syntax of Noun Phrase Movement in Kiswahili*. M.A. Dissertation: Kenyatta University.

Olali, T. (1997). *Kikundi Nomino cha Kiswahili*. M.A. Thesis: University of Nairobi.

Penny, U. (1996). *A course in Language Teaching: Practice and Theory*. London: Press Syndicate of the University of Cambridge.

Reynolds, K.H. (1989). *The Structure of the Kiswahili Nominal*. PhD Dissertation. University of Washington.

Rutherford, W. E. (1987). *Second Language Grammar: Learning and Teaching*. New York: Addison Wesley Longman Inc.

Waititu, F. na Wengine (2004a). *Kiswahili Fasaha*: Kitabu cha Mwanafunzi; Kidato cha Tatu. Nairobi: Oxford University Press, East Africa Ltd.

Waititu, F. na Wengine (2004b). *Kiswahili Fasaha*: Mwongozo wa Mwalimu; Kidato cha Tatu. Nairobi: Oxford University Press, East Africa Ltd.

Wamitila, K. na Waihiga, G. (2004a). *Chemchemi za Kiswahili:* Kidato cha Tatu; Kitabu cha Wanafunzi. Nairobi: Longhorn Publishers (Kenya) Ltd.

Wamitila, K. na Waititu, G. (2004b). *Chemchemi za Kiswahili*: Kidato cha Tatu: Mwongozo wa Mwalimu. Nairobi: Longhorn Publishers (Kenya) Ltd.

Wizara ya Elimu, (2004a). *Kiswahili kwa Kidato cha Tatu*; Kitabu cha Wanafunzi (Toleo la Tatu). Nairobi: Kenya Literature Bureau.

Wizara ya Elimu, (2004b). *Kiswahili kwa Kidato cha Tatu*; Mwongozo wa Mwalimu (Toleo la Tatu). Nairobi: Kenya Literature Bureau.

Wilkins, D.A. (1972). *Linguistics in Language Teachings*. London: Edward Arnold (publishers) Ltd.

SEHEMU YA TATU

KISWAHILI KAMA NYENZO YA MAENDELEO YA UCHUMI WA TAIFA

SURA YA NANE

KISWAHILI KAMA LUGHA YA MAWASILIANO KATIKA SHUGHULI ZA BENKI: CHANGAMOTO ZA TAFSIRI

Jacktone O. Onyango

Utangulizi

Lugha ya Kiswahili imechangia pakubwa katika kuleta maendeleo ya uchumi wa taifa la Kenya. Hii ni lugha inayotumiwa kufanikisha mawasiliano ya kibiashara katika sekta mbalimbali ikiwa ni pamoja na sekta ya huduma za benki. Hata hivyo, licha ya Kiswahili kuwa lugha rasmi ya taifa, bado haitumiwi kikamilifu katika utoaji wa huduma za benki. Sababu mojawapo inayochangia hali hii ni kwamba kuna changamoto za kutafsiri kwa Kiswahili baadhi ya istilahi zinazotumiwa kuendesha shughuli za benki. Kwa misingi hiyo, makala hii inalenga kuchunguza istilahi zinazotumiwa katika mawasiliano ya benki na changamoto za kutafsiri istilahi hizo kwa Kiswahili. Matokeo ya utafiti huu yatachangia kuimarisha matumizi ya Kiswahili katika shughuli za benki kutokana na uundaji wa istilahi zinazofaa kufanikisha mawasiliano. Istilahi hizo zinaweza kutumiwa katika mawasiliano ya ana kwa ana, uandishi wa stakabadhi za benki na utoaji wa huduma za benki mtandaoni. Istilahi hizo pia zinaweza kuchapishwa katika kamusi ya kitaaluma ambayo itachangia kuziba pengo la marejeleo ya kileksikografia. Kwa kufanya hivyo, watu wengi wataweza kufikiwa na huduma za benki na hivyo basi kuchangia kuleta maendeleo ya uchumi wa taifa. Kama anavyosema Sewangi (hakuna mwaka wa chapisho: uk. 84), uzalishaji na uenezaji wa maarifa unaweza kufanyika kwa ufanisi ikiwa lugha inayotumika inafaa na lugha inayofaa ni ile inayofikisha ujumbe au inayoeleweka kwa watu wanaohusika.

Nafasi ya Kiswahili kwa jumla

Matumizi ya Kiswahili katika shughuli za benki yanajitokeza kwa njia nne muhimu. Kwanza, Kiswahili hutumiwa kutajia majina ya akaunti mbalimbali zinazofunguliwa katika benki, kwa mfano, *Jijenge Account* katika benki ya Equity. Pili, mikopo mbalimbali inayotolewa na benki pia hujulikana kwa majina ya Kiswahili, kwa mfano, *Biashara Loan, Maji Loan* na *Jamii Safi Loan* katika benki ya Equity. Tatu, Kiswahili hutumiwa pia katika Mitambo ya Kutoa Pesa, yaani *ATMs*. Nne, Kiswahili hutumiwa pia katika mazungumzo ya ana kwa ana kati ya wateja na wahudumu wa benki. Tano, lugha hii hutumiwa katika kutoa matangazo kuhusu bidhaa mbalimbali zinazotolewa na benki. Matangazo hayo huandikwa kwenye vikaratasi. Mwisho, Kiswahili hutumiwa katika kuandika ilani kama zile za kuwatahadharisha wateja wajiepushe kuomba usaidizi kutoka kwa wateja wengine wakati wanapotumia Mitambo ya Kutoa Pesa. Hata hivyo, Kiswahili hakijapewa nafasi ya kutumika kama lugha ya kuandikia nyaraka nyingi za benki. Kwa mfano, nyaraka ambazo hutolewa katika shughuli za kuomba mikopo na kuweka fedha kwenye benki hutumia Kiingereza pekee. Hali hii husababishwa na changamoto za kutafsiri istilahi zilizomo katika nyaraka hizo.

Kutopatikana kwa baadhi ya huduma za benki kwa lugha ya Kiswahili ambayo ni lugha ya taifa na pia lugha rasmi ni jambo linalowakera sio tu wakereketwa wa Kiswahili bali pia wateja wengi ambao hawaielewi vizuri lugha ya Kiingereza. Jambo hili huwasababishia usumbufu wa kuomba msaada kutoka kwa wateja wengine ili waweze kujaza nyaraka fulani za benki. Pia kutoielewa vizuri lugha ya mawasiliano kunaweza kuwapelekea baadhi ya wateja kufanya uamuzi usio wa busara katika masuala ya uombaji mikopo. Aidha, kuna hatari katika uzoefu wa kuomba msaada kutoka kwa wateja wengine kwa sababu ni rahisi sana mwombaji kutapeliwa.

Kama anavyosema Amayamu (2001:180), wahudumu wa taaluma mbalimbali wanapozidi kukitumia Kiswahili, itakuwa rahisi sana kwao kuwasiliana na umma na pia kuleta huduma zao za kitaaluma karibu na wananchi. Wahudumu hao ni pamoja na wanasheria, madaktari, wahasibu, wachoraji wa ramani za mijengo na wafanyakazi wa mabenki. Kwa kuzingatia matatizo hayo, makala hii ni muhimu kwa sababu inakusudia kuchangia katika kuleta suluhisho kwa njia mbili: kwanza, itasaidia katika kuunda istilahi za kutumiwa kutafsiri nyaraka za benki kwa Kiswahili na hivyo basi kurahisisha mawasiliano. Pili, itasaidia wateja kuelewa masharti ya mikopo kabla ya kuichukua.

Changamoto za kutafsiri istilahi za benki

Kuna changamoto za kipekee zinazoweza kumkumba mtu anayetafsiri istilahi zinazotumiwa katika shughuli za benki. Kwanza, istilahi za benki hutoka katika taaluma mbalimbali kama vile uchumi, hesabu, teknolojia na uanasheria. Kwa hivyo mtafsiri ambaye hana ufahamu wa kutosha wa masuala yanayohusu taaluma hizo atakuwa na shida ya kuelewa maana ya dhana mbalimbali zinazohitaji kutafsiriwa kwa Kiswahili. Kwa mfano, kutoelewa masuala ya kisheria huenda kukamtatiza kutafsiri istilahi za kisheria zinazohusiana na shughuli za benki kama vile kusoma na kuelewa mikataba ya mikopo.

Pili, mabenki hayana sera ya kuwaajiri wataalamu wa Kiswahili ambao wangekuwa wakisaidia katika kutafsiri nyaraka mbalimbali zinazotumiwa katika shughuli za benki kila siku. Mara nyingi mabenki hutegemea kupata huduma hizo kutoka kwa watu wa nje ambao hupewa kandarasi ya kutafsiri nyaraka mbalimbali ambapo tafsiri zingine huwa si sanifu.

Tatu, kwa hivi sasa, hakuna kamusi ya kitaaluma iliyokusanya istilahi za benki ambayo ingekuwa ikisaidia katika kutafsiri nyaraka za benki. Kamusi zilizopo ni zile ambazo zimekusanya istilahi za kijumla tu ambazo hazijikiti katika shughuli za benki hasa, kwa mfano, *Kamusi ya Biashara na Uchumi* (TUKI, 1999) na *English-Swahili Dictionary* (TUKI, 1996).

Nne, baadhi ya istilahi za benki huwa na maana zinazohusiana sana hivi kwamba ni vigumu wakati mwingine kupata visawe kamili vya istilahi hizo kwa Kiswahili. Kwa mfano, *dividend, profit, interest, commission, bonus*. Hoja hii inaungwa mkono na wataalamu wa tafsiri kama vile Catford (1965:49) anayesema kwamba si rahisi kupata visawe kamili vya tafsiri kwa sababu ya tofauti za kiisimu kati ya lugha chanzo na lugha lengwa. Tofauti hizo ni pamoja na za kifonolojia, kisarufi na kileksia.

Mifano ya istilahi za benki

Ifuatayo ni sampuli ya istilahi hamsini ambazo husikika zikitumiwa mara kwa mara katika shughuli za benki. Makala hii inapendekeza visawe vifuatavyo vya tafsiri za istilahi hizo kwa Kiswahili.

1. Account Balance — Salio kwenye Akaunti
2. Agent Banking — Huduma za Benki ya Wakala
3. Agent Banking Commission — Malipo ya Utoaji wa Huduma za Benki ya Wakala

4.	Agent Float	–	Pesa za Matumizi ya Wakala
5.	Annuity	–	Malipomwaka
6.	Bad Debts	–	Madeni Viza (Madeni yasiyoweza kulipwa)
7.	Bankruptcy	–	Taflisi
8.	Check Off	-	Makato ya Uanachama
9.	Cheque	–	Hundi
10.	Clearing House	–	Ofisi ya Kubadilishia Hundi za Benki
11.	Collateral	–	Dhamana ya Mkopo
12.	Compound Interest	–	Riba Mchanganyiko
13.	Credit	–	Maingizo ya Fedha Zilizotolewa
14.	Credit Balance	–	Salio la Upande wa Malipo
15.	Credit Card	–	Kadi ya Mkopo
16.	Creditor	–	Mdai
17.	Debit	–	Daiwa hesabu
18.	Debit Balance	–	Salio la Upande wa Madeni
19.	Debtor	–	Mdaiwa au Mdeni
20.	Default	–	Shindwa Kulipa Madeni
21.	Deposit	–	Weka fedha Benki
22.	Deposit slip	–	Stakabadhi ya Kuwekea Fedha Benki
23.	Dividend	–	Gawio la Faida
24.	Dormant Accounts	-	Akaunti Bwete (Akaunti Zisizotumika kwa Muda)
25.	Emergency Loans	–	Mikopo ya Dharura
26.	Flat Interest	–	Riba Isiyobadilika
27.	Foreign Exchange	–	Fedha za Kigeni
28.	Government securities	-	Dhamana za Serikali
29.	Guarantee	–	Dhamana
30.	Insolvent	–	Muflisi
31.	Installments	–	Malipo ya kidogo kidogo
32.	Insurance Premium	–	Malipo ya Bima
33.	Interest on Reducing Balance	–	Riba kwenye Masalio Yanayopungua
34.	Loan	–	Mkopo
35.	Loan Application Form	–	Fomu ya Maombi ya Mkopo
36.	Loan Statement	–	Stakabadhi ya Mkopo

37. Loan Top-up	–	Nyongeza ya Mkopo
38. Monthly Repayment	–	Malipomwezi
39. Mortgage	–	Mkopo wa Rehani
40. Negotiation and Appraisal Fee	–	Ada ya Mashauriano na Utathmini
41. Preference Shares	–	Hisa maalum za Upendeleo
42. Rate of Interest	–	Kiwango cha Riba
43. Security	–	Amana
44. Sundry Creditors	–	Wadai Anuwai
45. Sundry Debtors	–	Wadaiwa Anuwai
46. Temporary Overdraft	–	Ovadrafti (Deni la Muda mfupi katika Akaunti ya Benki)
47. Term	–	Muda
48. Terms	–	Masharti
49. Treasury Bill/Bond	–	Hawala za Serikali
50. Withdraw	–	Chukua Fedha Benki

Hitimisho

Kufuatia hoja ambazo zimetolewa hapo juu pamoja na mifano ya istilahi, ni wazi kwamba kuna tatizo la tafsiri ambalo huzuia matumizi ya Kiswahili kama lugha ya mawasiliano katika shughuli za benki. Ili kukabiliana na tatizo hilo, makala hii inapendekeza hatua zifuatazo kuchukuliwa: Kwanza, utafiti wa kina ufanywe kwa ajili ya kutayarisha na kuchapisha kamusi sanifu ya benki. Pili, mikakati ifanywe na wenye mabenki kuhakikisha kwamba nyaraka zote zinazotumiwa katika benki zinatafsiriwa kwa Kiswahili sanifu. Ili kufanikisha jambo hili, kila benki inafaa kuanzisha kitengo cha tafsiri na kuajiri wataalamu wa kusimamia kitengo hicho. Tatu, tume inayohusika na utekelezaji wa katiba nchini Kenya inapaswa kufuatilia utekelezaji wa Kiswahili kama lugha rasmi katika shughuli za benki na kushirikiana na wenye mabenki ili kuhakikisha kwamba jambo hilo linatimia. Kwa kufanya hayo, Kiswahili kitakuwa kimepewa nafasi inayostahiki na kitachangia pakubwa kuimarisha uchumi wa nchi hii.

Marejeleo

Amayamu, D.M. (2001). "The Role of Kiswahili as a Language in Professionalism." Katika Naomi, I. Shitemi na wengine (wah.) *Kiswahili A Tool for Development: The Multidisciplinary Approach*. Eldoret: Moi University Press.

Catford, J.C. (1965). *A Linguistic Theory of Translation*. Oxford: Oxford University Press.

Sewangi, S.S. (hakuna mwaka). "Nafasi ya Lugha katika Maendeleo ya Uchumi: Mfano wa Kiswahili katika Tanzania." Katika Kihore, Y.M. na A.R. Chuwa (wah.) *Kiswahili Katika Karne ya Ishirini na Moja*. Chuo Kikuu cha Dar es Salaam: TUKI.

TUKI (1996). *English-Swahili Dictionary*. Chuo Kikuu cha Dar es Salaam: TUKI.

Tumbo-Masabo, Z.N. na A. R. Chuwa (1999). *Kamusi ya Biashara na Uchumi*. Chuo Kikuu cha Dar es Salaam: TUKI.

SURA YA TISA

NAFASI YA KISWAHILI KATIKA UTEKELEZAJI WA RUWAZA 2030: TATHMINI YA KIPINDI CHA AWALI 2008 – 2012

Sheila Ali Ryanga

Utangulizi

Mada ya makala ililenga kuchunguza nafasi ya Kiswahili katika kufanikisha malengo ya Ruwaza 2030 katika awamu yake ya kwanza (2008-2012). Nilitaka kujua ikiwa Kiswahili kama lugha ya taifa na rasmi nchini Kenya, ilitumika vilivyo katika kuhamasisha na kusambaza dhana ya Ruwaza 2030 katika kipindi chake cha kwanza 2008-2012. Ikiwa ilitumika, je, ilichangia ufanisi wowote ule uliopatikana katika utekelezaji wa Ruwaza katika kipindo hicho? Adams Bodomo, mtaalamu wa masuala ya lugha alisema kuhusu hali ya lugha kule Ghana kwamba, masuala ya kujadili maendeleo ya kiuchumi, kiviwanda barani Afrika hayajumuishi masuala ya lugha (Bodomo, 1999). Nchini Kenya hali hii si tofauti sana na ile ya nchini Ghana. Hoja za kimaendeleo zinapojadiliwa, Bodomo anaendelea kusema kuwa wataalamu wengi hukimbilia kuzungumzia juu ya "GDP", "GNP" na vigezo vingine vya kiuchumi kama Pato la Siku. Adai kwamba uzingativu wa maendeleo ya nchi na maslahi ya jamii kwa vigezo hivi ni upotofu kwa kiasi fulani, na hupuuza nafasi maalumu ya lugha katika kufanikisha maendeleo.

Sababu mojawapo ni kwamba masuala ya lugha hupuuzwa katika mikakati ya maendeleo kwa kutoeleweka wazi kwa nafasi na maana ya lugha hasa katika jamii. Kwa mujibu wa Bodomo (1999), mtaalamu mmoja wa Kiafrika kuhusu mambo ya kiuchumi alisikika akisema kwamba viashiria vya maendeleo ya kiuchumi vinaweza kuboreshwa na juhudi za watu bila kujali lugha ya matumizi. Baadhi ya wasomi hufikiria kuwa ni bora kutumia Kiingereza kwa sababu Kiswahili hakiwezi kueleza dhana hizi za kiviwanda, teknolojia, na mengine ya kimaendeleo kwa ukamilifu na ufasaha inavyotarajiwa. Fikira hii ni mojawapo niliyotaka kufahamu kutokana na wasailiwa ikiwa ni kweli.

Utafiti ulifanywa Kisiwani Mombasa, eneo la Mombasa City County, ukitumia sampuli ya watu 50 iliyojumuisha wanafunzi wa vyuo vikuu, wakufunzi, wafanyikazi wa daraja la kati kisomo na hati tofauti na wafanyi biashara ndogondogo, waume kwa wanawake wakihojiwa kutaka kutathmini ufahamu wa Ruwaza kipindi hicho, manufaa yaliyoshuhudiwa kipindi hicho na ikiwa matokeo hayo yalichangiwa na Kiswahili na kwa kiasi gani. Kwa hivyo, uteuzi wa sampuli hii ilitokana na mahitaji ya kupata upana wa maoni kutokana na watu wanaofikiriwa kunufaishwa na mikakati ya Ruwaza. Wakati masuala ya wingi lugha yanapofikiriwa kuleta vikwazo vya kimaendeleo, Kiswahili huteuliwa kwa matumizi kama lugha kati na jumuishi. Licha ya hili, huenda ikawa katika kupanga mikakati ya Ruwaza 2030 inayohusu kusambaza teknolojia, kuboresha uchumi, na kuendeleza uthabiti wa viwanda, suala la nyenzo ya mawasiliano haikuzingatiwa; waliotayarisha hawakutia maanani kuwa walengwa wa Ruwaza hii nchini walijumuisha watu mashinani, wafanyibiashara ndogo ndogo, raia wa kawaida waliohitaji ufafanzi wa elimu hii kwa inayowafaa zaidi na wanayoitumia katika maisha yao ya kila siku. Ni wazi kwamba si Wakenya wengi wanaowasiliana kwa Kiingereza, hivyo uhitaji wa kuwatayarisha wakufunzi na wafafanuzi wa Ruwaza 2030 katika lugha ya Kiswahili ni jambo la dharura ili kuweza kujumuisha raia wa wa viwango tofauti.

Nafasi na wajibu wa lugha

Uhusiano kati ya Kiswahili na maendeleo utaonekana katika mjadala wa matokeo ya utafiti. Kwanza wajibu wa lugha yo yote ile ni mawasiliano, kupitisha ujumbe, upokezi wake na maelewano kati ya wanaowasiliana. Mawasiliano yanahusu kusikizana, kuambizana, kuelewana kwa kutumia lugha. Simala (2000) azidi kufafanua kwamba raia huyaelewa maendeleo kuwa mfumo wa kijamii, ujifunzaji wa pamoja na mchakato bunifu ambao kwao, mfumo wa kijamii huongeza uwezo na matamanio yake ya kuhudumia wanachama wake katika mazingira yao. Kuambatana na fikra hizi basi, lugha ina nafasi muhimu tunapochukulia maendeleo kama kuendeleza utamaduni wa jamii, uchumi, na mabadiliko ya kiteknolojia katika jamii. (Ryanga na Ngowa 2012) waeleza kuwa tabia inaelekezwa na mwelekeo wa kilugha katika fikra za mtu. Naye mwana soshologia Pierre Bourdieu ameelezea kinadharia na kihalisi uwezo unaopatikana katika lugha (Gay, 1999: 304).

Uwezo huo husaidia ama kutinga ufasiri wa ujumbe unaowasilishwa kwa yule mpokezi. Lugha inayotumika na wengi katika maisha ya kila siku ndiyo inayohusishwa na juhudi za kimaendeleo. Hili lashinikizwa na de Saussure (1959), anapozungumzia nafasi ya lugha, kwamba ni mfumo wa ishara zinazoashiria maana na uhalisia wa ulimwengu wa waongezi.

Hivyo, ni muhimu kufahamisha watu juu ya dhana ngeni kama hii Ruwaza 2030 na kuihusisha na ulimwengu wanamoishi kwa lugha fahamika. Nchini Kenya jambo linapohusu taifa zima, Kiswahili huwa ndiyo lugha inayotumika kufahamisha na kuhamasisha raia. Kiswahili ambayo ni lugha rasmi na ya taifa, hudhihirisha fikra za waongezi wake na kutoa mielekeo kuambatana na tajriba tofauti; inayounganisha makabila yote na ndiyo inayoweza kueleza dhana mpya kuhusu maendeleo ya kiviwanda, kiteknolojia, kiuchumi na mikakati yake mipya katika mifumo inayoeleweka ya kitamaduni, kijamii, kiuchumi na kiteknolojia, kando na lugha za kieneo. Kiswahili huwawezesha raia kupokea dhana mpya wakizipokea kwa misingi ya uelewa wa kimazingira na ujuzi wa kiasili kuwasaidia kuenzi na kukubali mitazamo na mielekeo mipya. Bomoko (1999) asema kuwa mifumo ya imani (ujuzi) mpya huhusishwa moja kwa moja na mifumo ya ujuzi iliyopo kitamaduni. Kuzungumzia dhana ya Ruwaza 2030 kinadharia bila kuikita katika ufahamu wa wapokezi na walengwa kitamaduni na kijamii ni kama kufanya mazingaombwe yanayoshuhudiwa na kupita kama hewa pisi bila mashiko wala athari yoyote kwa walengwa. Haipothesia ya Sapir-Whorf iliyonukuliwa na Bodomo (1999) ilizingatia haya:

> Wanadamu hawaishi katika ulimwengu peke yao ama, peke yake katika ulimwengu wa shughuli za kijamii kama unavyoeleweka, bali wanategemea pakubwa rehema ya lugha maalumu ambayo imekuwa chombo cha kujieleza cha jamii yao. Ni kama ndoto kufikiria kwamba mtu hushabikia uhalisia bila matumizi ya lugha, na kwamba lugha hiyo ni nyenzo ya kisadfa katika usuluhishaji wa matatizo maalumu ya kimawasiliano ama tafakari. Hoja nyeti ni kuwa "ulimwengu halisia" kwa kiasi kikubwa umejengwa kwenye misingi ya kaida za lugha za jamii....Tunaona, kusikia na kuathirika kitajriba kwa sababu kaida za lugha za jamii yetu hutuelekeza kuteua kufasiri dhana kwa njia fulani (Sapir 1929).

Nukuu hii inakita lugha ya jamii, katika taifa la Kenya ikiwa ni Kiswahili (lugha rasmi na vile vile ya taifa) katika uelewa, ufasiri na utekelezaji wa Ruwaza 2030 kwa jamii mbalimbali nchini humu.

Ruwaza 2030 nchini Kenya

Dhana ya Ruwaza 2030 ilizinduliwa nchini Kenya mnamo Juni 10, 2007 kwa nia ya kuinua uchumi, na kufanya nchi kuwa katika kiwango sawa na mataifa yaliyoendelea kiuchumi bara Asia; dhana ilitarajiwa kuleta mabadiliko ya kiuchumi, kiviwanda na kijamii nchini Kenya. Aidha, Ruwaza 2030 kwa jumla yahusu mpango wa kuimarisha na kuufanya huru uchumi kwa msaada wa Benki Kuu ya Ulimwengu tangu 1993. Masuala ya Ruwaza 2030 yanahusu kani (ushindani) katika nyanja za maendeleo, uchumi, teknolojia na elimu katika hali ya utandawazi, na soko la dunia. Je, walengwa hapa ni akina nani? Ni mikakati ipi iliyopangwa kuwafahamisha raia kwa kina kimawasiliano? Ruwaza 2030 ina nguzo tatu:

Nguzo 3 za Ruwaza 2030

1. Nguzo ya Kiuchumi ni ya kuwaletea Wakenya wote ufanisi kupitia programu ya maendeleo ya kiuchumi- kuleta kipato wastani cha Pato la Kila mtu (GDP) kinachokua kwa kiasi cha 10% kwa mwaka, kwa miaka 25 iliyobaki ya Ruwaza 2030, kuanzia 2013.

2. Nguzo ya Kijamii yahusu kujenga jamii yenye haki na mshikamano iliyo na usawa wa kijamii katika mazingira masafi na yenye usalama.

3. Nguzo ya Kisiasa inaashiria upatikanaji wa mfumo wa kisiasa wa kidemokrasia unaoegemea uhuru wa kila mtu kibinafsi katika jamii nzima ya Kenya.

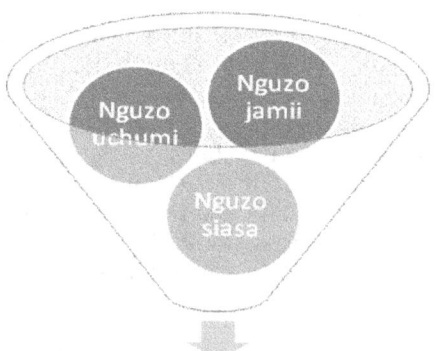

Mchoro 1: *Uhusiano wa Nguzo za Ruwaza 2030 na Lugha (Kiswahili)*

*BAKULI lasimamia LUGHA hapa ikiwa ni Kiswahili kuashiria kwamba utekelezwaji wa nguzo hizo tatu lazima upitie lugha inayowafikia watu ili kuwasaidia kuimiliki. Mchoro waonyesha ijapo nguzo ni tofauti, zinachangiana na fasili yategemea lugha katika muktadha wa mazingira na utamaduni wa walengwa.

Nguzo hizi tatu zinategemea lugha katika utendakazi wake miongoni mwa jamii, jinsi zinavyoathiriana zenyewe. Jamii kwanza huwasiliana kupitia lugha katika juhudi za kuendeleza utu na utangamano. Ili jamii iendelee hutegemea lugha ili kuifahamu hali ya uchumi; ambapo jamii na uchumi nchini huathiriwa na mifumo ya kisiasa inayotegemea lugha pakubwa pia. Kwa ambavyo nguzo tatu za Ruwaza 2030 zinahusu maslahi ya jamii, lugha lazima iwepo (kwenye mchoro ikiashiriwa na 'bakuli' linalobeba dhana hizo), kuziwasilisha kwa jamii kwa njia inayokubalika katika mazingira yao. Kwa hivyo, lengo la Ruwaza la kuinua hali za maisha ya wengi nchini, na kupunguza viwango vya umaskini litafanikiwa kwa matumizi ya lugha faafu inayofahamika na jamii, na itakayoweza kuwashirikisha.

Kuna fikira kuwa mpango na mikakati ya Ruwaza 2030 ni ya wasomi na matajiri kwa vile nyaraka zake zimebaki katika Kiingereza. Baadhi kweli zimetafsiriwa kwa Kiswahili lakini hizi hazijawafikia wengi wala kusambazwa. Hali kadhalika yaonekana kuwa mipango ya kuwafahamisha watu mashinani haikuzingatia kuwafunza na kuwapa wahamasishi na wafafanuzi wa Ruwaza ujuzi wa kutosha wa kufanya vile kwa Kiswahili kwa upande wa msamiati, sarufi, na mtiririko wa lugha, hivyo kuongeza mshikili zaidi katika kusambaza ufahamu wake.

Kipindi cha awali cha Ruwaza 2030 (2008-2012)

Kipindi hiki kilikuwa ndicho msingi wa utekelezaji wa Ruwaza 2030. Kipindi hiki ni kama kielelezo mahsusi cha taifa ambacho chaelezea makubaliano katika sera, mabadiliko, hatua za vigezo vya miradi na mipango ambayo ingetekelezwa na Muungano wa Vyama Tawala kipindi cha 2008 -2012. Kipindi hiki kilichukua mahali pa Mkakati wa Urekebishaji Kiuchumi wa Afya na Uzalishaji wa ajira wa 2003 -2007. Kuhusu changamoto za Ruwaza kipindi hiki, Mheshimiwa Nicholus Gumbo (May 2008) alieleza kuwa changamoto ya dharura nchini Kenya, ni kujenga modeli ama kielelezo ambacho kinahusiana moja kwa moja na ukuaji wa uchumi; kwamba kulingana na hali ilivyo, jibu lazima liwe katika uvumbuzi na uwajibikaji. Ni lazima tuache mbinu za kawaida za utendakazi, ili tufuate mbinu zinazohusisha na kuwashirikisha jamii. Ni wazi lengo lilikuwa kubadilisha Kenya kisiasa iweze kuwa na uwezo wa kishindani ulimwenguni kupitia kuwa na uchumi wastani, kuwapa Wakenya maisha bora kufikia mwaka wa 2030. Miongoni mwa vipaumbele katika mpango huu, ni utaratibu wa utekelezaji wa miradi ya kuleta uwiano na makubaliano nchini, na uundaji upya wa haraka wa uchumi ili kurekebisha uzorotefu na uharibifu uliotokea baada ya uchaguzi wa Disemba 2007.

Malengo ya Ruwaza 2030 (2008-2012)

Malengo anuai yaliyotarajiwa kufikia mwisho wa kipindi cha awali cha Ruwaza, 2008-2012 yalifafanuliwa vyema katika hotuba iliyotolewa na Rais Mwai Kibaki (Republic of Kenya 2010):

- Kupata kiwango cha ukuaji wa uchumi 10% katika kiwango cha usawa nchini
- Kupunguza idadi ya Wakenya wanaoishi chini ya kiwango kinachokubalika cha umaskini kutoka 46% hadi 28%
- Uzalishaji wa ajira kwa vijana
- Upataji wa usawa wa kijinsia katika mipango ya kitaifa
- Kusawazisha maendeleo katika kanda zote nchini
- Uwezo wa kusomesha wengi bure
- Kusambaza taarifa ya ujuzi kwa wengi
- Kuboresha uchumi na kuongeza GDP kwa wote

Kama tulivyotaja awali lugha inayowafikia watu, kuwagusa na kuwabadilisha kimielekeo ni ile inayofungamana na ufahamu na utamaduni wa jamii. Hivyo, mikakati na taratibu katika utekelezaji wa Ruwaza 2030 (2008-2012) ilihitaji kufafanuliwa kwa ufasaha ili iweze kubeba taifa zima katika kufanikisha na kufaidi wote kwenye lengo la kufifisha na hata kuondoa umaskini nchini, kuboresha mapato ya wengi, kufikia wote mashinani. Jambo hili linagusia sera na azimio maalumu. Kwa mfano, utekelezaji wa azimio lililoleta elimu ya bure iliyofika mashinani ulipitia katika utaratibu wa shule. Je maeneo ya kiuchumi, viwanda na teknolojia ambayo hayana mfumo maalumu wa kufuatwa, ujuzi wake utaelezwaje kote? Yamkini haikubainika kwa watayarishi wa Ruwaza kuwa itahitaji kujumuisha watu , wengi wao wakiwa hawawezi kuwasiliana kwa Kiingereza, lugha asili ya nyaraka za Ruwaza 2030. Japo Katiba 2010 ilipitisha

Kiswahili kuwa lugha rasmi ya pili nchini, (baada ya kuwa lugha ya taifa miongo zaidi ya mitatu), matumizi yake bado yalikuwa hayajatiliwa mkazo. Utafiti huu umeonyesha kuwa kutozingatia hili kulizorotesha ufanisi wa malengo ya kipindi hiki katika utekelezaji wake kama inakavyodhihirika katika majibu ya wasailiwa.

Matokeo ya utafiti

Baada ya ukusanyaji na uchanganuzi wa data, matokeo yaliyodhihirika ni kama yafuatayo.

Ufahamu wa Ruwaza kwa wananchi

Swali liliulizwa ikiwa msailiwa alifahamu ikiwa Ruwaza 2030 inahusu nini. Ilithibitika kwamba asili mia 95, walikiri kutofahamu dhana ya Ruwaza kwa undani ila kuisikia tu ikizungumzwa, lakini hawakupata kusoma nyaraka zo zote zake, wala kuona matokeo dhahiri na mafanikio kutokana na utekelezaji wa ruwaza hiyo. Ushahidi wa ufahamu wao ni kuwa walisema ilihusu kuboresha hali za kijamii na kiuchumi kupitia uzalishaji wa ajira, viwanda na ujuzi wa kiteknolojia. Ufahamu huu unalingana na malengo ya kipindi cha 2008-2012, kama yalivyotangulia kuelezwa, hivyo kuonyesha kiwango kizuri cha ufahamu.

Walengwa

Wengi walisema kuwa walengwa wa Ruwaza kipindi hiki walikuwa vijana wakichukua nafasi sawa na wanawake wengine wakitaja wananchi kwa jumla. Upande wa vijana ulihusu miradi kama "Kazi kwa Vijana" iliyoasisiwa na Rais Kenyatta na Naibu wake William Ruto. Pengine matumizi ya Kiswahili na viongozi hawa yalisaidia kushinikiza dhana hiyo. Walengwa wanawake kwenye Ruwaza huweza kutokana na azimio la kuidhinisha asilia mia 10 ya wanawake kwa kila daraja ya uongozi nchini kisiasa na nyadhifa nyinginezo. Asilmia ndogo (1%) ya wasailiwa walisema kuwa Ruwaza iliwalenga wasiojiweza, huku asilimia 1, wakisema kuwa ililenga watu waliokosa ajira nchini na wananchi kwa jumla. Ingawaje, kusema hili kungekuwa tu ikiwa utekelezaji wa Nguzo za Ruwaza ungezingatiwa.

Viwango vya mafanikio ya malengo ya 2008-2012

Wasailiwa walipotakikana kutaja mafanikio ya kipindi cha Ruwaza cha 2008-2012, orodha ilijumuisha:

- Elimu ya bure ya shule ya msingi;
- Kuondolewa karo za sekondari (ingawa hili ni tamko tu uhalisia haujapatikana);
- Dhana ya Kazi kwa vijana
- Matibabu ya bure ya masuala ya afya ya akina mama na watoto.

Ndiyo, mafanikio yalipatikana katika kufanikisha baadhi ya malengo ya kipindi cha kwanza Ruwaza 2030 (2008-2012), hasa upande wa elimu, afya na kilimo. Kando na hayo, wengi wanalia ngoa, wakisema kuwa Ruwaza 2030 ililenga matajiri wenye pesa, wenye ushindani miongoni mwao, wala si raia wa kawaida, hasa ambavyo Kiingereza bado kimemiliki nyaraka za Ruwaza. Tafsiri ya makala ya Ruwaza iliyofanywa haijaonekana na wengi, wachache waliyoiona wanasema haisomeki kwa sababu ya Kiswahili kigumu. Kuhusu swali ya upungukaji wa kiwango cha umaskini jibu la wote lilikuwa 'la', wakisema umaskini bado umekithiri na hali ya utovu wa ajira bado inaendelea kulemaza wengi.

Ikiwa Kiswahili kimechangia

Kutokana na utafiti uliofanywa, ilidhihirika kuwa lugha iliyotumiwa katika kufunza na kuhamasisha watu kuhusu Ruwaza 2030 kipindi cha awali (2008-2012 ilichangia katika kufanikisha ama kutofanikisha malengo tarajiwa. Kati ya lugha tatu: lugha ya mama, Kiingereza na Kiswahili, hii ya Kiswahili iliibuka bora zaidi (60%) ikifuatwa na Kiingereza (30%) na mwisho lugha ya mama (10%), kuhusu masuala ya Ruwaza. Hivyo tunapoongea kuhusu mchango wa lugha katika kufanikisha Ruwaza 2030, si lugha yo yote ile bali ni Kiswahili kilichotoa mchango chanya. Kiswahili kilitambulika kama lugha pendwa katika kufahamisha dhana ngeni kwa wengi kwa sababu ilikuwa imeshajikita kama lugha ya taifa iliyotapakaa nchini mote, na lugha rasmi iliyofunzwa shule kama somo la lazima. Pengine lugha ya mama haikufana hapa kwa ambavyo utafiti ulifanywa mjini kuliko na mchanganyiko wa makabila tofauti. Ingawaje, sababu hii haina mashiko sana kwa sababu inafahamika kwamba siku hizi ni jambo la kawaida kwa watu wa kabila moja, na wanaotoka eneo moja kuchagua kuongea Kiswahili katika maongezi yao wenyewe katika mazingira ya kinyumbani ama yasiyo ya kirasmi (Ryanga na Ngowa, 2012) kuthibitisha ya kuwa hii ni lugha iliyokubalika kama tambulishi ya nchi katika mawasiliano.

Baadhi ya wasailiwa walitoa mbinu za kuweza kutumia Kiswahili kwa manufaa zaidi, kupitia matumizi ya drama, mashairi na muziki mijini na vijijini, kuchapisha magazeti zaidi kwa lugha ya Kiswahili kando na lile la Taifa Leo, kuwe na majarida ya Kiswahili ya mafunzo kwa viwango tofauti kuhusu mbinu za uzalishaji kazi, ufundi wa kiwanda na kiteknolojia, mbinu za kujitoa katika umaskini kwa ufahamu wa kuanzisha biashara na kunufaika na ukulima wa kibiashara na kadhalika. Ilisemekana kuwa ingawa Kiswahili kilitumika katika mafunzo ya kilimo kwenye redio, ingefaa kuwatayarisha waalimu hao kwa mafunzo ya Kiswahili katika masomo yao ili lugha wanayotumia iweze kufahamika kimsamiati, kisarufi na kupata istilahi mwafaka ili waepuke uchangaji wa ndimi, kutohoa na kutafsiri maneno wakati wa maongezi yao.

Kiswahili kupewa nafasi katika kuhamasisha juu ya Ruwaza 2030

Kuhusu ikiwa Kiswahili na matumizi yake kilichangia katika kuyapendekeza malengo ya Ruwaza 2030 kipindi cha kwanza, wasailiwa walitoa maoni kwamba lugha hii bado haikupewa nafasi stahiki na serikali katika kujadili masuala ya ruwaza kipindi cha awali kama ambavyo ingetakikana ili kuendeleza utekelezaji na umiliki wa dhana ya Ruwaza miongoni mwa wengi. Hivyo hakikuweza kutumika vilivyo kama lugha ya mawasiliano na uhamasisho, inayowafikia wengi nchini wa viwango tofauti kisomo na kijamii, lugha inayotumika viwandani na kwenye biashara rasmi na zisizo rasmi, na iliyo mwafaka katika kueleza na kusaida ukubalifu wa istilahi na dhana ngeni. Malalamishi yalikuwa kwamba kilipotumika Kiswahili, hakukuwa na mpango maalumu wa utaratibu wa mafunzo kuhusu mbinu za uzalishaji ajira, teknolojia na katika kuongeza na kuboresha uchumi. Njia mbalimbali zilitajwa ambazo zilitumia Kiswahili kufunzia Ruwaza 2030 (2008-2012) katika vitongoji vya mji; baadhi ni kama mabaraza mitaani, mikutano ya Machifu na wakuu wa County (Wilaya) ili kuhusisha wasioelimika katika biashara ndogondogo, sekta ya Jua kali na kadhalika, ili nao wanufaike na mipango iliyowekwa.

Nyanja zilizofanikiwa kwa viwango

Wasailiwa walipewa nyanja saba (7) ili waonyeshe viwango vya ufanisi kutokana na matumizi ya Kiswahili katika kuhamasisha na kufunza. Maeneo yafuatayo yalipangwa kama ifuatavyo na wasailiwa kuhusu ufanisi wake katika kipindi cha 2008-2012.

> Kilimo (1), elimu (2), afya (3), uzalishaji wa ajira (4), kupungua kwa gharama ya matumizi ya fedha (5), kupungua kwa umasikini (6) na teknolojia (7).

Kilimo, elimu na afya ni nyanja zilizonufaika sana kwa matumizi ya Kiswahili, katika miradi yake ya mafunzo redioni, kwenye runinga, mabaraza na shuleni. Tena masuala haya hujumuishwa katika vitabu vya kiada shuleni vinavyosomwa na watoto kama hadithi ama vifungu vya ufahamu hivyo wengi kujifunza mengi kutokana na hivyo. Uzalishaji wa ajira yasemekana unadhihirika kwa matangazo na uhamasisho wa mikopo ya biashara inayotangazwa kupitia vipindi vya Kiswahili, na hata kwenye vichekesho. Upunguzaji wa gharama ya matumizi ya fedha umepata nambari 4 kwa sababu wengi wanaona gharama haijapungua, na wachache wakisema wanadhani imeongezeka, hivyo kusababisha kutopungua kwa viwango vya umaskini. Teknolojia ilisemekana kuendelezwa kwa Kiingereza zaidi, na ikidaiwa kuwa Kiswahili hakijajikimu kisawa katika istilahi zake ama katika matumizi yake. Hivyo, bado nyanja hii ni ngeni kwa wengi isipokuwa vijana chipukizi, waliomudu teknolojia na kuweza kujinufaisha kibiashara. Utovu wa kukiwezesha Kiswahili katika nyanja hii kimatumizi (ijapokuwa kitaalamu hatua imepigwa) kumezorotesha utekelezaji wa matumizi yake kimaendeleo. Kumehimizwa tafsiri za vifaa vya taraklishi na kuwepo kwa makamusi ya Kiswahili yanayoweza kuendeleza kazi za Kiswahili.

Vikwazo katika matumizi ya Kiswahili

Matokeo ya utafiti yalionyesha kuwa baadhi ya walengwa wanaopendelea matumizi ya Kiswahili, bado wanakiona kigumu katika viwango kadha vya matumizi yake. Mchoro 2 unaofuata hapo chini unadhihirisha kiwango cha ugumu kulingana na asilimia za maoni ya wasailiwa tu yaani, kutoka nambari 1 ikiwa ngumu zaidi hadi 7 kuwa ugumu kiasi. Msamiati kwa rangi ya bluu iliyokolea (category 1) ndio mgumu zaidi na asilimia 35 kuhusu matumizi ya Kiswahili yanayohusu Ruwaza 2030 kipindi cha awali (2008-2012). Sarufi iliyowakilishwa na rangi nyekundu (category 2) imechukua nambari ya pili kwa ugumu na asilimia 20 Kuchanganya ndimi katika maongezi ya Kiswahili kumechukua nafasi ya tatu kwa aslimia 18 na rangi ya kibichi (category 3); Sheng' kwa ugumu ni ya nne ikiashiriwa na rangi samawati (category 4) na asilimia 15; utovu wa istilahi mwafaka ni nambari ya tano kwa rangi ya bluu mbichi (category 5) kwa asilimia 6 na mwisho utohozi na maneno tafsiri katika rangi ya chungwa (category 6) vilipata asiliamia 6 kwa pamoja.

Mchoro ufuatao wadhihirisha ukweli wa hali hii:

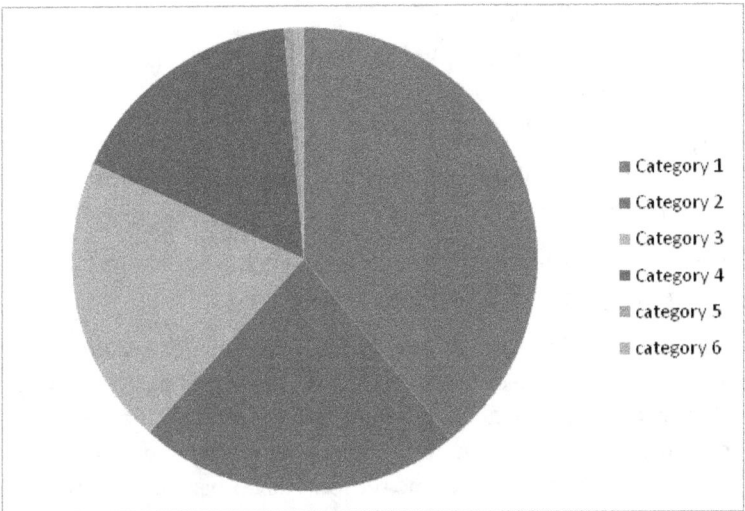

* Mchoro 2 Sehemu ngumu za lugha katika matumizi ya Kiswahili

Mifano:

Ilisemekana kwamba waongezi Kiswahili hutumia msamiati mgumu unaowapita wengi wasiokuwa wasomi wa lugha hiyo katika mazungumzo ya kawaida. Aidha, wengi hutumia istilahi za kitaaluma badala ya maneno ya kawaida yaliyozoeleka. Mfano:

- Neno *tangia*, ambalo limeanza kupata mashiko hata redioni, swali liliulizwa kwa nini kutumia hilo badala ya neno 'tangu'
- Neno *ruwaza* lenyewe linautata kimaana katika asili yake
- Toxins – *toksini* lililotoholewa bila msingi wa kimaana katika Kiswahili- lugha ya walengwa wengi

Mifano ifuatayo yaonyesha baadhi ya changamoto hizi za kimatumizi:

Kilimo

Masuala ya kufunza mambo ya mbolea bora, magonjwa na stadi mpya za ukulima zahitaji kuelezwa kwa Kiswahili mwafaka, ili wateja wasaidike. Neno "kilimo-biashara" limetumika, lakini wengi hawajaelewa dhana hii wala kuitekeleza kama wakulima. Je, kilimo kitakuaje kutoka asili mia 6 hadi 8 kama inavyotarajiwa na Ruwaza hii, ikiwa mbinu za kufanya hivyo na mikakati haijawabainikia walengwa?

Mifano ifuatayo yatoka katika jarida moja la kilimo kuhusu magonjwa yanayoshambulia nafaka:

- Ugonjwa ukikomaa majeraha yaongezeka na kuwa pembenne na yenye rangi ya kijivu au hudhurungi (kuhusu ugonjwa wa mahindi shambani).
- Kabla ugonjwa haujakomaa, majeraha yanakuwa madoadoa madogo yenye rangi ya hudhurungi ama mistari mifupi...

Tunapozungumza kuhusu majeraha kuhusu mimea, maana ya neno haijitokezi vyema. Je, msomi wa Kiswahili asiye na ujuzi wa Kiingereza ataelewa nini kutokana na maelezo haya? Je, ugonjwa hukomaa? Na majeraha je? Neno majeraha kawaida huambatanishwa na wanyama ama binadamu badala ya nafaka. Vipindi vya kilimo redioni husambaza ujuzi mwingi lakini kwa Kiswahili kinachotatanisha baadhi ya wasikizi, kulingana na kuchanganya lugha kutokana na mifano ifuatayo iliyotolewa kutoka hotuba za waliokuwa wakifunza wakulima redioni:

- ...uwe na protective clothes ...
- Saka ya kawaida ambayo ni conventional saka ...
- Wanyama wengine wanaoitwa honey berger ...
- Ultramix husaidia ng'ombe baada ya kuzaa ipate maziwa zaidi...

Afya

Nyanja ambayo imeonekana kunufaika sana kwa matumizi ya Kiswahili katika vipindi vya mafunzo redioni na kwenye mabaraza ya nyanjani, ni sekta ya afya. Mafunzo mengi ya upangaji uzazi, afya ya mama na mtoto, UKIMWI na udhibiti wa magonjwa umefanikishwa pakubwa. Ingawaje, wakati mwingine wanaofunza hutumia maneno ya mwiko katika utamaduni wa jamii, maneno yanayokwaza na kughasi masikio. Mfano wa maneno kama hayo ni "ngono" au "kujamiiana"; makali yake yangepunguzwa makali pengine kwa kusema "kufanya mapenzi". Tatizo laweza kuwa ni kutopata visawe faafu katika wakati wa mawasilisho. Pengine wafunzaji hutoa maana za maneno ya Kiingereza katika Kamusi za Kiswahili na kuyatumia jinsi yalivyo, bila kutaradia utamaduni, mila na kaida za matumizi kwa wapokezi wa Kiswahili. Hali hii huleta mgongano wakati wa kutafsiri maneno katika tamaduni tofauti za lugha, na kufanya maana ifasiriwe kwa njia hasi, hivyo kusababisha tashwishi na kuzua mieleko kinyume na malengo.

Mafunzo kutokana na mchango wa Kiswahili kwa Ruwaza 2030(2008-2012)

Ni dhahiri kwamba Kiswahili kilipewa nafasi lakini waliopewa kazi za kuhasisha hawakufunzwa wala kutayarisha kukitumia vilivyo katika kueneza dhana na malengo ya Ruwaza 2030 kipindi cha awali (2008-2012). Kwamba wapangaji wa Ruwaza hawakuzingatia hali na viwango vya walengwa wa Ruwaza hiyo, wala kushirikisha muktadha wa kimazingira na kikazi wa jamii lengwa.

Maswali muhimu yaliyohitaji kuulizwa awali ya kipindi ni kama:

- Kuna kipya kipi katika mpango wa Ruwaza 2030 (2008-2012)?
- Madhumuni ni yapi?
- Ni akina nani waasisi na wanaoipendekeza Ruwaza?
- Walengwa ni akina nani?
- Lugha gani ingefaa makundi gani ya walengwa katika mikatdha yao ya kijamii?

Majibu hayo yangeweza kuelekeza uteuzi wa lugha mwafaka na kuwatayarisha watakaofunza na kuhamasisha; namna watakavyotumia lugha (Kiswahili) kwa manufaa ya walengwa, kuongozwa na mitazamo ya waasisi na kulenga matarajio yao mapya kwa njia itakayokubalika na walengwa. Kutokana na utafiti, ningetaka kupendekeza viwango ama ngazi zinazoweza kutumika kama kigezo cha kuonyesha ikiwa Ruwaza imefanikiwa ama la.

Ngazi inayoashiria viwango vya ufanisi vikichangiwa na matumizi ya Kiswahili.

- **Dhana**: inayopendekezwa hapa ikiwa ni Ruwaza 2030, kipindi 2008-2012 na malengo yake kuwekwa wazi kwa walenga kulingana na mazingara na viwango vyao vya kijamii na kiuchumi.
- **Ufahamu**: chanzo chake, mbinu za utekelezi, manufaa yake kwa taifa na kibinafsi
- **Uaminifu**: madhumuni uadilifu (uwazi) wa waasisi, serikali na wakereketwa machoni pa walengwa

- **Ukubalifu:** upokezi wa ujuzi kutokana na ufahamu, uaminifu wa waasisi; unaoleta mabadiliko ya mielekeo na mapokezi ya ujuzi
- **Utekelezaji:** kutumia nyenzo mpya, uzalishaji ajira, maendeleo kiviwanda kuboresha uchumi na kupunguza umaskini
- **LUGHA:** kama kiunganishi cha viwango hivi vyote kati ya waasisi na walengwa; ufinyanzi na ufasiri wa Ruwaza kushirikisha walengwa

Imejitokeza kwamba kipengele cha lugha kilicho muhimu hakikuzingatiwa katika kipindi cha awali cha Ruwaza 2030 (2008-2012), wala hatua za uhusishaji na ushirikishaji walengwa kama hizo hapo juu kuzingatiwa katika matayarisho. Nyanja zilizokumbwa na uzorotefu wa ufanisi ulioshuhudiwa katika kipindi hiki zaidi ni katika viwanda, teknolojia na uzalishaji ajira kwa kutokuwa na arifa faafu kwa lugha waliyoielewa. Mchoro ufuatao waonyesha utaratibu wa kuzingatia ushirikishwaji wa hatua hizo zote katika kufanikisha malengo ya Ruwaza miongoni mwa jamii.

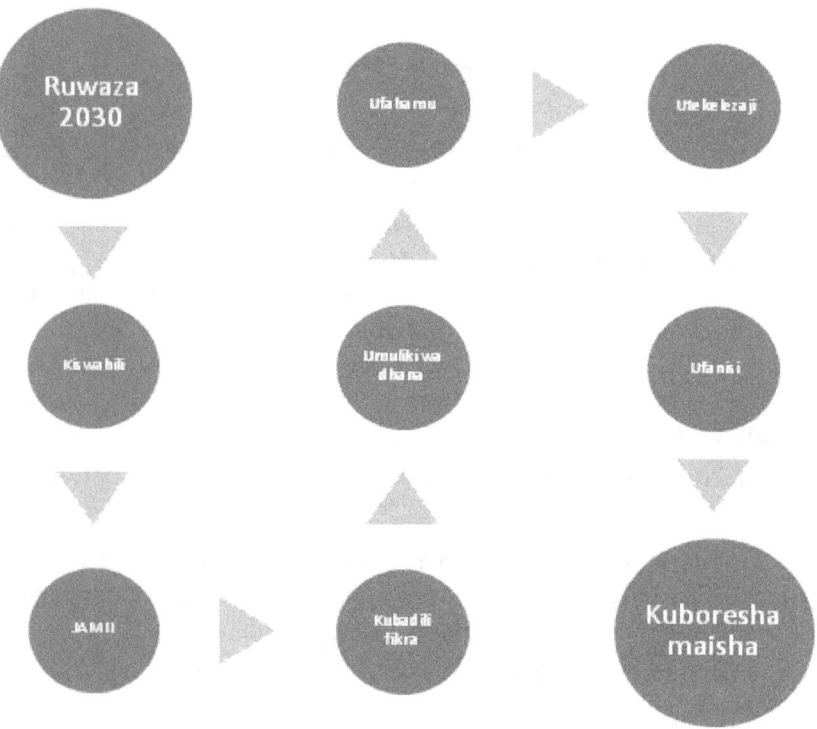

*Mchoro 3: Hatua zinazoonyesha nafasi ya Kiswahili katika ufahamu, umiliki na utekelezaji wa Ruwaza 2030.

Mapendekezo

Utafiri umeonyesha kuwa mikakati ya Ruwaza 2030 kipindi cha awali (2008 -2012) na kuendelea hadi 2030 yapaswa kufuata mitazamo chanya kuhusu Kiswahili. Badala ya kufikira tu jinsi teknolojia, viwanda na ajira zinavyoweza kubadilisha maisha ya watu na kufifisha umaskini, sasa itabidi watayarishi wafikirie jinsi ufahamu wa watu, lugha pendwa inayoeleweka na ufahamu wa dhana hizi, kama njia mwafaka zaidi kuweza kusaidia mapokezi ya Ruwaza na malengo yake, na hivyo kubadilisha fikra, mielekeo, mbinu za utendakazi na hatimaye maisha ya walio wengi katika kupunguza kiwango cha umaskini. Kutokana na haya, yafuatayo ni baadhi ya mapendekezo:

- Kiswahili kiingizwe katika mipango ya matayarisho kimakusudi tangu awali kuhusiana na nyanja za kiufundi, kiviwanda na maendeleo ya jumla ili Ruwaza iweze kuhudumia jamii vyema, kwa huhusisha ujuzi huo na shughuli zao za kila siku.
- Kuna uhitaji wa kuhusisha wasomi wa Kiswahili katika kufunza matumizi yake na kuhamasisha jamii katika taaluma mbalimbali – viwanda, teknolojia na uchumi; kupewa nafasi maalumu ya kuchangia maendeleo ya Ruwaza 2030.
- Serikali iache mbinu za kitawala za jadi kuhusu masuala ya kitaifa (za ujuaji) na kutumia zile zitakazohusisha na kushirikisha jamii lengwa katika mikakati na utekelezaji wa Ruwaza miongoni mwa jamii, na kuhusu tajriba zao.
- Kiswahili kihusishwe katika masuala ibuka ya utafiti na uvumbuzi yanayohusu Ruwaza 2030 yanayogusia taaluma na nguzo zote za Ruwaza.
- Kuzinduliwe vituo vya mafunzo Kaunti zote kulingana na viwanda, kilimo, teknolojia, uchumi na biashara kuanzia zile za chini, za mama mboga hadi zile za uzalishaji wa kimataifa na Kiswahili kiidhinishwe kuchukua nafasi yake katika masuala haya yoye na katika utamaduni wa jamii kuhusu kusambaza ujuzi na elimu kwa jamii kwa hali ya usawa.

Muhtasari na Hitimisho

Makala haya yamedhihirisha kuwa lugha ya Kiswahili ina nafasi chanya na yapasa kuhusishwa katika mikakati ya maendeleo ya Ruwaza 2030 kutoka kipindi cha awali 2008-2012 hadi mwisho. Imebainika pia kuwa matumizi yake hayakutiliwa mkazo kirasmi katika matayarisho ya utekelezaji wa malengo ya Ruwaza katika kipindi cha awali. Ili tuweze kufanikisha mipango ya Ruwaza 2030, ni maoni yangu kwamba katika kiwango cha taifa, lazima juhudi zielekezwe katika kupendekeza Kiswahili kuwa lugha sambazi na ya kufunzia mipango ya Ruwaza, kwa sababu nafasi yake katika kufanikisha mapokezi na utekelezaji wa malengo ni kubwa. Hatua hii haikutiliwa mkazo katika kipindi cha awali (2008-2012) kikamilifu, hivyo kuzorotesha maendeleo na ufanisi wa malengo kwa utovu wa ufahamu na umilisi miongoni mwa jamii, isipokuwa katika sekta ya afya na kilimo kwa kiasi fulani. Pana suala la changamoto kuhusu mtiririko wa mawasiliano ambapo hayakupangwa kulingana na viwango vya walengwa, wapokezi wa Ruwaza hiyo. Nafasi ya Kiswahili kipindi cha Ruwaza 2030 (2008-2012) imejitokeza kama ifuatavyo:

- Ufanisi wa kilimo kupitia mafunzo kwa Kiswahili
- Ufanisi wa elimu ya afya kwa matumizi ya Kiswahili kwenye mipango ya uhamasisho
- Matangazo na arifa redioni na kwenye runinga kuhusu manufaa ya mikopo na biashara kwa Kiswahili, kama kitega uchumi.
- Nyaraka nyingi kutafsiriwa na kuelezwa kwa Kiswahili ili kuwafikia wengi, isipokuwa ugumu wa lugha na kutosambazwa.
- Kiswahili ni lugha pendwa zaidi katika kuhamasisha na kufunza watu kuhusu Ruwaza 2030.

Changamoto katika kipindi cha awali cha Ruwaza 2030 (2008-2012) ni kuwa watu wa kawaida (na tabaka la wafanyikazi na biashara ndogondogo) hawakuiona Ruwaza ikiwalenga wao, bali kama chombo cha matajiri kilugha na kiuchumi. Kipindi hiki 2008-2012 hakikubadili mielekeo ya raia vilivyo kuhusu utekelezaji wa Ruwaza; wala kuleta mabadiliko ya kiuchumi ama kupunguza viwango vya umaskini kwa njia dhahiri. Kuna umuhimu wa kuhifadhi, kuendeleza na kuhusisha Kiswahili, na matumizi yake katika masuala ibuka ya kimaarifa, kiteknolojia, kiviwanda na maendeleo katika nyanja zote. Makala haya yalinuia kutafiti nafasi ya Kiswahili katika kufanikisha malengo ya kipindi cha awali cha Ruwaza 2030 (2008-2012). Hili limejitokeza waziwazi kuwa Kiswahili ni chombo nyeti katika kuwezesha ujuzi na teknolojia kupitishwa na kupokewa. Hili litukiapo, ndipo ongezeko la wanajamii huweza kujihusisha na maendeleo yanayotarajiwa. Hoja hizi zinafungamana na sifa na wajibu wa lugha, kama wenzo wa mawasilianiano na chombo cha kupokea na kuhifadhi ujuzi mpya katika muktadha wa ujuzi asilia wa jamii lengwa.

Marejeleo

Adegbija, E. (1999). *Language and Development in Africa: Social dynamics*. 25 (1). Center for African Studies. University of Cape Town.

Bodomo Adams, (1999). *On Language and Development In Africa: The Case of Ghana Language and Development In Africa: The Case of Ghana* | Feature Article 0000-00-00 Page 1 of 14, of Tuesday, 30 November 1999. http://www.ghanaweb.com/GhanaHomePage/features/artikel.php?ID=19656

Bodomo, A. B. (1996). *Linguistics, Education and Politics: An inter-play on the study of Ghanaian languages*. In Languages of the World vol. 10, Lincom Europa, Munchen, Germany.

Cooper, R. L. (1989). *Language Planning and Social Change*. Cambridge University Press.

de Saussure, Ferdinand. (1959). *Course in General Linguistics*. New York: McGraw-Hill.

Giles, H. and St. Clair, R., (eds) 1979. *Language and Social Psychology*. Oxford: Basil Blackwell.

Hajulikani: *Ugonjwa wa Madoa ya Kijivu kwenye Majani ya Mahindi (GSL) (Poster on Cereal Disease on Promotion of an IPM Strategy for maize Grey Leaf Spot (GSL) in East Africa*. A Training Video for Smallholder Farmers in East Africa. KAR: CAB International CPP, DFID Project , No. R 8463 Crop Protection Program.

Kimemia J. N. (2001). Kiswahili: The Dilema of Developing the National language. Njoro: Egerton University Press.

Kembo-Sure. (1991). *Language Functions and Language Attitudes in Kenya*. English World-wide 12:2. 245-260.

Kembo-Sure, Mwangi na Ogechi O. Nathan. (2006). Language Planning for Development in Africa. Eldoret: Moi University Press.

Nicholus Gumbo. (2008). *Kenya Vision 2030 and its challenges:The case of the energy sector*. Republic of Kenya 2010. Copyright, 2007 – 2013.

Ryanga S. A na N. Ngowa (2012). K*iswahili na Ufanisi Endelezi wa Chakula: Vikwazo vya Lugha. Makala yaliyowasilishwa Kongamano la Kimataifa la Kiswahili RISSEA*, Mombasa Agosti.

Ryanga, Sheila A. (2011). *Education as an Oversight Tool in the Implementation of Vision 2030*. A paper presented at the International Conference on Promoting Research and Innovation towards the Attainment of Vision 2030. April, 25th to 27th, 2012. Kenya Methodist University, Meru.

Republic of Kenya, 2010

Simala, Inyani K. (2000. *Kiswahili for Empowement and Development in Kenya: Challenges and Prospects in the Twentieth Century*. In Francis R. Owino (ed.) CASAS Book Series No. 21.

SEHEMU YA NNE

KISWAHILI, UWIANO WA KITAIFA NA UTANGAMANO

SURA YA KUMI

DHIMA YA METHALI ZA KISWAHILI KATIKA KUELIMISHA JAMII KUHUSU UWIANO NA UTANGAMANO WA KITAIFA

Joseph Nyehita Maitaria

Utangulizi

Methali ni miongoni mwa kauli teule zinazotumiwa katika mawasiliano ya jamii. Kila jamii huwa na methali zake. Kwa sababu, methali zimefundika hekima na hutumiwa katika kuelimisha, kubainisha na kuhifadhi falsafa ya watu katika muktadha wa utamaduni. Vile vile, methali zinapotumiwa huufanya ujumbe unaowasilishwa kuwa bayana, kueleweka na kuweza kufafanuliwa kwa kuzingatia uhalisi wa maisha. Kwa kuzingatia hayo, ujumbe katika methali hupata ufasiri usiokuwa na utata. Kimsingi methali ni zao la utamaduni na hazijafungika katika ufinyu wa mawasiliano ya jamii (Parker, 1972). Kwa hivyo, methali huweza kupatanishwa na takribani kila kipengele katika maisha ya watu. Kutokana na umaarufu wake katika mawasiliano ya watu, zimekuwa zikirithishwa na kutumiwa kimapokeo kutoka kizazi kimoja hadi kingine. Kadhalika, methali hujibainisha zaidi katika tamathali za usemi ambapo huwa ni kauli za kimafumbo zitumikazo katika kufafanua maswala ya uadilishaji na uielekezaji wa wanajamii kuhusu maisha. Ni katika muktadha huu ambapo hadhira huhitaji kupiga bongo ili kuweza kuupata uzami wa ujumbe unaowasilishwa. Kulingana na Wamitila (2000) na Wafula (1994), methali ni kauli zilizokubalika katika utamaduni wajamii. Isitoshe, methali ni kauli ambazo zimejengeka katika miundo mahususi inayotambuliwa na kukumbukwa kwa urahisi. Kwa hivyo, hutumiwa kwa malengo ya kuwaelekeza, kuwasuta, kuwakejeli na kuwashauri watu. Endapo maswala yanayoshughulikiwa yanagusa hisi; ujumbe huo huwasilishwa kiistiari, kitashihisi, kitashibihi, kijazanda na kitaswira ili kuepukana na kutonesha hisi za wale wanaohusika.

Kimapokeo, methali zimekuwa zikitumika katika mawasiliano ya kila siku kutokana na tajiriba inayotokana na utamaduni na uhalisi wa maisha. Kwa hivyo, ni kauli zinazoweza kutumiwa katika mawasiliano ili kupatanisha ujumbe unaoibuliwa na yale yaliyopo katika jamii. Tangu jadi, tamaduni za kilimwengu zimekuwa zikitilia mkazo maswala ya umoja na utangamano. Hayo ni baadhi ya mambo ya msingi ambayo yamekuwa yakipewa kipaumbele siyo tu katika jamii hizo za awali bali pia katika jamii za sasa. Wanajamii wamekuwa wakiunda kauli mbalimbali katika uwasilishaji wa swala hilo. Isitoshe, methali zinapotumika kwa mwafaka huusisitiza zaidi ujumbe unaowasilishwa. Kadhalika, methali hutumika katika kutekeleza mambo mawili: kubainisha na kuwaelekeza watu. Matarajio ni kwamba, watu waweze kuzingatia busara inayoibuliwa na zaidi kuchukua hatua inazostahili ili kujenga mahusiano ya ushirika, upendo na amani kama ilivyodhinishwa katika utamaduni wao. Katika muktadha migogoro na migaragazo ya kijamii, kisiasa na kiuchumi ambayo imekuwa ikishuhudiwa kila kuchao katika jamii imejengewa muktadha wa kurejelea katika methali zilizopo. Maswala yanayohusu uwiana na utangamano wa kijamii yameshugulikiwa katika makala hii ili kubainisha namna methali huweza kutumika kutilia nguvu uelekezaji huo katika taifa la Kenya. Kwa kiwango fulani, baadhi ya maswala hayo tatazi ni yale ambayo yamekuwa yakishuhudiwa pia katika jumuiya mbalimbali za kilimwengu.

Nchini Kenya, Kiswahili kimeenea na kutumika kama lugha ya matumizi mapana ya kijamii hasa ikilinganishwa na ndimi zingine za kikabila. Matumizi ya ndimi hizo hubainisha mtazamo finyu katika kushughulikia maswala ya uwiano na utangamano wa kitaifa. Mwelekeo huo umekuwa ukidhihirishwa pia kupitia kwa methali zitumikazo katika mawasiliano ya jamii mbalimbali nchini humo. Mtazamo huo ulishuhudiwa katika mataifa mengi ya Afrika ambayo yaliuenzi unasaba au 'utaifa' finyu wa jamii kutokana na kuzienzi lugha zao. Kwa mfano katika taifa la Kenya, hasa katika miaka ya kabla 1960, baadhi ya jamii zilikuwa zikiuthamini utangamano kwa misingi ya lugha zao. Kwa mwelekeo huo, swala pana la utaifa limeweza mwelekeo usiofaa. Kenya kama ilivyokuwa katika mataifa mengine ya Afrika Mashariki, haikuweza kuwa na ngome ya kukabiliana na kuufurusha mfumo wa utawala wa ukoloni hadi pale walipohamasishana kwa misingi ya umoja (Odinga, O. 1967). Miongoni mwa viongozi hao kama vile Dedan Kimathi, Bildad Kaggia, Jaramogi Oginga Odinga, Robert Matano na Jomo Kenyatta waliweza kuwaunganisha watu waliotokana na jamii mbalimbali kupitia kwa kauli teule za lugha ya Kiswahili.

Wakati wa ukoloni, swala la uhamasishaji wa jamii kuhusu umoja lilikuwa ni jambo ambalo halikuwezekana ila kwa kauli fiche za lugha ya kimafumbo ambapo methali za Kiswahili zilikuwa mstari wa mbele. Kwa ambavyo lugha ya Kiswahili ilikuwa tayari imeenea katika janibu mbalimbali za Wakenya, baadhi ya methali za wenyeji zilitafsiriwa na kuingizwa moja kwa moja katika hazina ya lugha hiyo. Jambao hili lilijenga mtazamo pana katika kushughulikia maswala ya kitaifa. Baada ya kuufurusha utawala wa ukoloni na Kenya kujinyakulia uhuru; jamii mbalimbali zilikuwa tayari zimetambua mwafaka wa utangamano wa kijamii na kujihisi kuwa ni watu wa taifa moja.

Katika miaka ya baada ya 1963, Wakenya walikipa Kiswahili hadhi ya kitaifa katika kushughulikia maswala muhimu (Mbaabu, 1996). Baadhi ya kauli teule hazikuachwa nyuma katika harakati hizo za kubainishia umoja na utangamano. Methali za Kiswahili zimekuwa zikitumiwa siyo tu kwa malengo ya kuirutubisha lugha ya Kiswahili bali pia kama chombo cha kuielekeza, kuionya na kuiadilisha jamii. Mwafaka huo umekuwa ukipata uelekezi kupitia kwa kauli za kimethali za Kiswahili kama inavyofafanuliwa hapa

Matumizi ya methali katika mawasiliano ya kijamii

Mawasiliano muhimu ya kijamii na ya kitaifa nchini Kenya yamekuwa yakishirikisha mno matumizi ya methali za Kiswahili. Baadhi ya mambo ya msingi yanayohusishwa katika muktadha wa matumizi ya methali katika mawasiliano ya kijamii ni kama yafuatayo:

- Wanaoshiriki katika mawasiliano. Hapa inazingatiwa jinsia, umri na mahusiano ya watu.
- Muktadha au matukio yanayosababisha uhitaji wa uwasilishaji wa ujumbe.
- Madhumuni au matarajio ya ujumbe unaowasilishwa.
- Aina ya methali inayotumiwa au zinazotumiwa.
- Uwezekano wa kuhusisha methali moja au zaidi katika mawasiliano ya kijamii.
- Mchango wa kauli na maneno mengine yanayoibuliwa kwa makusudi na kibinafsi.

Kwa kawaida watu wanapowasiliana, ujumbe hupitishwa. Ujumbe huo huhitaji kufasiriwa inavyopasa ili kuwasilishwa bila utata (Wanjohi, 1997). Kimsingi, unaowasilishwa hutokana na kichocheo cha tukio la kijamii. Aghalabu tukio linalorejelewa huwa linafahamika kwa katika pande mbili zinazoshiriki mawasiliano hayo. Kuna uwezekano kuwa tukio hilo linalorejelewa lina umuhimu lakini likawa limepuuzwa au halijapewa uzito unaostahili. Katika kulipa uzito; ujumbe huweza kufafanuliwa kwa uwazi kwa kuzingatia lugha kawaida inayoeleweka kwa walengwa. Hivyo, ujumbe unaokusudiwa huweza kupata fasiri mbalimbali kutegemea ujuzi wa kiuchambuzi wa hadhira. Kwa hivyo, kauli zinazotumiwa hazitarajiwi kuzua utata katika upokezi wa ujumbe. Kwa sababu, kauli hizo teule huwa ni ishara ambazo huashiria vipengele mahususi vya kitamaduni au vile vinavyopatikana katika uhalisi wa maisha ya watu (Norrick, 1985). Vilevile, mwasilishaji huhakikisha kuwa kauli zinazotumika zinazofahamika katika uzoefu wa jamii. Kwa hivyo, methali zinapotumika katika mawasiliano ya kijamii huweza kutekeleza dhima zifuatazo: kulekeza, kuonya, kukashifu baadhi ya matendo yasiyofaa na pia kuwahimiza watu kuishi kwa upendo na amani. Hayo hufanywa kwa kuzingatia uelekezi wa uwiano na utangamano wa kijamii na kitaifa. Hilo ni jambo lililopewa kipaumbele katika utamaduni wa jamii pana ya Wakenya. Methali zinazotumika katika kubainisha utangamano wa kijamii zinaweza kueleweka kupitia kwa mitazamo ifuatayo ya kiufasiri:

- Methali zenye kuwasilisha ujumbe wa moja kwa moja.
- Methali zenye kuwasilisha ujumbe wa umithilishaji.

Mitazamo hiyo miwili iliyorejelewa hapo juu inatolewa mifano na ufafanuzi hapa chini:

a) Methali zenye ujumbe wa moja kwa moja au sahili ni kama vile: *Asiyekuwepo na lake halipo; Haba na haba hujaza kibaba; Mlenga jiwe kundini hajui limpataye* na *Mkono mmoja hauchinji ng'ombe*. Methali hizo hueleweka kwa wepesi na hata pale zinapotumiwa huwa ni rahisi kuuelewa ujumbe unaowasilishwa. Kwa mfano, katika methali ya: *Asiyekuwepo na lake halipo* inamaanisha kuwa; iwapo mtu hayupo basi hatarajiwi kupata lile alilokuwa alilolitarajia. Kwa hivyo, methali zilizingatiwa hapa zinaubainisha ukweli unaoeweka katika muktadha wa jamii.

b) Methali zenye ujumbe unaomithilisha au batini ni kama vile: *Moto hauzai moto; Tawi halianguki mbali na mti; Ng'ombe akivunjika guu malishoni hurejea zizini* na *Wamlaumu mwewe, kipanga ala kuku*. Methali hizi zimetumia maneno ya kawaida kama muundo wa awali katika kuuwasilisha ujumbe batini. Hizi ni methali ambazo zinahitaji kuchambuliwa kwa vipengele vya lugha vilivyotumiwa ili kuupata ujumbe fiche unaowasilishwa. Jambo la msingi hapa ni kwamba, mwangwi wa fasiri huweza kujitokeza lakini maana inayosadifu ni ile iliyomuktadhishwa kwa kuzingatia tukio linalorejelewa katika mada. Kwa mfano, katika methali ya: *Tawi halianguki mbali na mti*, taswira inayoibuliwa ni ile ya mti unaopukutisha au kudondosha matawi. Hiyo ni maana ya juujuu ambapo maana ya ndani ni ile inayoweza kumuktadhishwa ili kuakisi ujumbe unaowasilishwa.

Katika mazungumzo ya ana kwa ana, wanaohusika katika mawasiliano hayo huweza kuzingatia vitengo hivyo viwili ili kuteua na kutumia methali yoyote aipendayo au azipendazo katika harakati za upitishaji wa ujumbe (Tazama makundi ya methali yaliyorejelewa hapo juu). Methali ambazo huegemea katika kundi la moja kwa moja husadifu ukweli ambao hupatikana katika miundo ya matini zilizotumika. Ujumbe unaowasilishwa kupitia kwa methali hizo huwa bayana. Kwa hivyo, methali hizo hutumiwa katika kwa kuzingatia malengo ya mwasilishaji, wapokezi na muktadha unaorejelewa. Madhumuni hapa, ni kuupitisha ujumbe kwa lugha inayoeleweka kwa hadhira iliyopo. Mtazamo huo unatofautiana kwa kiwango fulani na matumizi ya methali zinazowasilisha ujumbe wa kimafumbo (Tazama kundi la pili hapo juu).

Ingawa methali za kimafumbo hushirikisha matini zilizojbainisha katika lugha ya kawaida; ujumbe unaowasilishwa huwa ni wa kiumithilishaji na kimuzunguko. Hii ni kwa sababu, maneno yanayotumika katika methali hizo huifanya hadhira kuliajiri bongo zaidi ili kuufikia uzami wa ujumbe unaowasilishwa (Mlacha, 1981 na Seitel, 1972). Hilo hufanyika kwa kuzingatia maneno hayo yaliyotumika ambayo huwa ni kiashiria cha kile kinachanuiwa kuwasilishwa. Kimsingi methali za aina hii huwa zimefundika viashiria vilivyoelea na kinachohitajika ni kumuktadhishwa. Kwa hivyo, methali katika kitengo hiki hugota kuwili: husadifu ukweli unaoashiriwa kupitia kwa maneno yayo hayo yaliyotumika na pia kuashiria ubatini wa maana ambayo ndiyo hasa inayolengwa.

Ingawa methali ni kauli ambazo zimekuwepo katika tamaduni za mapokeo ya jamii kwa kudhihirisha matukio yaliyopita; haimaanishi kuwa haziwezi kupatanishwa na miktadha ya kijamii kwa wakati wa sasa. Kwa sababu, ujumbe katika methali huweza kufasiriwa vizuri kwa kuzingatia kile kinachowasilishwa au kinachorejelewa. Kwa mfano Madumulla (1995) na Mlacha (1985) wamefafanua kuwa, methali zinapotumiwa kwa mwafaka huweza kurutubisha mazungumzo hasa kwa kuibulia vipengele muhimu vya utamaduni wa jamii ili ujumbe kuweza kuwasilishwa ipasavyo. Mambo hayo ni yale yanayohusiana moja kwa moja na uhalisi wa maisha ya watu katika jamii maalumu. Parker (1974), anaeleza kuwa, matumizi ya methali hueleweka katika muktadha wa kiisitiari na kupitia kwa mafumbo yaliyougubika ujumbe. Kwa hivyo, akili ya hadhira huduru na kurejeshwa katika kumbukumbu inayotokana na historia, siasa, mifumo wa uchumi na uhalisi wa maisha ya watu unaojikita zaidi katika utamaduni wa jamii.

Kimsingi, methali ni kauli ambazo ni maarufu na hufahamika kimazoea katika mapisi ya jamii. Kwa sababu hiyo methali huteuliwa kwa makini na kutumika kutegemea vielekezo vya mada zinazozingatiwa na ujumbe unaowasilishwa. Maswala yenye uelekezi wa kimaadili yamekuwa yakishughulikiwa zaidi na wazee au katika jamii nyingi ulimwenguni (Mulokozi na Shani, 2007). Kiutamaduni, wazee walichukuliwa kuwa ndio wenye tajiriba pana kuhusu kadhia mbalimbali katika maisha ya kibinafsi na ya kijamii. Kwa hivyo, waliweza kutoa maelekezo muhimu yanayofaa na hasa kwa kuwajengea na kuwatayarishia vijana mielekeo inayokubalika katika utamduni wao. Hata hivyo, si wazee wote walioweza kuwekwa katika tapo hilo. Kwa sababu, kuna baadhi ambao hawakuwa mfano bora kwa wazee wenzao au kwa vijana. Kimsingi, huo ulikuwa ni wajibu ambao wazee waliotwikwa na jamii. Maelekezo yaliyozingatiwa yakitolewa kwa tahadhari na busara iliyojikita katika utamaduni wa jamii. Isitoshe, wazee wa hirimu moja waliweza kupigiana mafumbo kwa kutumia methali kama njia ya kuyakoleza mazungumzo, kuonyana na kuelekezana. Kwa kiwango fulani, vijana pia waliweza kutumia busara waliyoipata ili kujenga maridhiano na maelewano yaliyostahili. Katika muktadha huo, jamii ziliweza kujenga ngome ya uwiano na utangamano uliojikita katika utamaduni husika. Katika mawasiliano hayo, wanaohusika hujitahidi kuteua methali ambazo ziliweza kujenga mlahaka mzuri bila ya kuibua hisi za uudhi au kuvunjiana utu.

Dhima ya methali katika jamii

Methali zimekuwa zikitumiwa katika mawasiliano ya kijamii ili kutekeleze yafuatayo:

    i. Wanajamii hupenda kuishi maisha ya amani, uwiano, utangamano na upendo. Mambo hayo yalipewa kipaumbele na kusisitizwa zaidi katika jamii.

ii. Kupitia kwa methali, wanajamii hupata mizani ya uelekezi ambao umekubaliwa katika utamaduni wa jamii.

iii. Matumizi ya methali husaidia katika kupiga bongo ili kuupata ujumbe unaotarajiwa.

iv. Methali zinazopatikana katika jamii huwa ni hifadhi ya maadili katika jamii.

v. Matumizi ya methali humpa mlengwa au mkusudiwa uhuru wa kufanya maamuzi ambao ni mwafaka bila ya kushurutishwa. Hapa ndipo kunashuhudiwa methali kinzani kama vile: *Dawa ya mato ni moto* na *Anayekutenda mtende, mche asiyekutenda*.

vi. Kwa kuzingatia methali, ujumbe unaowasilishwa huweza kukumbukwa kwa urahisi. Kwa sababu, methali huwa ni vito au viashiriaa angavu vinavyorutubisha mazungumzo.

vii. Hutumika katika kuelekeza bila ya kumvunjia mtu heshima wala kumdhalilisha. Kwa hivyo, methali hutoa fursa sawa ya kushiriki katika mazungumzo.

viii. Hukoleza mazungumzo na kuyafanya mazungumzo hayo kujitoa katika kauli ambazo zimezoweleka, chapwa au chakavu.

ix. Husaidia katika kusuluhisha matatizo sugu katika jamii kwa uelekezi wa kanuni zilizojikita katika utamaduni wa jamii.

Kutokana na vipengele vilivyotajwa hapo juu, methali ni kanzi ya kauli ambazo huweza kupatanishwa na uhalisi wa matukio yanayotokana na maisha ya watu katika jamii. Isitoshe, upatanisho huo ni ule uliojikita katika utamaduni wa watu. Kwa hivyo, methali huwa na kurunzi ya kujitahmini na pia kujijengea ngome ya kukabiliana na maisha yao. Sehemu inayofuata inafafanua namna ambavyo methali huweza kutumika katika kujenga uwiano na utangamano wa kitaifa kwa wakati wa sasa.

Methali kama nguzo ya kuielekeza jamii kuhusu utangamano wa kitaifa

Katika jamii nyingi za Afrika mashariki na ulimwenguni; methali zimekuwa zikitumiwa katika kupitisha ujumbe muhimu wa kuwaelekeza watu kuhusu maono au matarajio ya jamii. Maelekezo hayo hujikita katika utamaduni wa jamii. Ni kwa maana hiyo ambapo matumizi ya methali huweza kubainisha falsafa ya watu katika taifa kusudiwa. Kwa mfano, tangu taifa la Kenya kupata uhuru 1963, baadhi ya kauli teule za zimekuwa zikitumiwa katika kuelekezea maswla muhimu za kitaifa. Kadhalika, lugha ya Kiswahili imetambuliwa na kupewa hadhi ya kuwa lugha rasmi katika katiba ya Kenya ya mwaka 2010 (Republic of Kenya, 2010). Kwa hivyo, methali zilizopo katika lugha hii huweza kuwa ndaro ya msingi katika kushughulikia maswala ya kuwili: kitaifa na rasmi. Taifa la Kenya linashirikisha takribani lugha 42 ambapo jamii hizo zimekuwa zikijitambulisha zaidi kwa uelekeo wa lugha hizo. Aidha, methali zinazotumika mno katika kuwasilisha maswala ya kitaifa ni zile zenye kujenga uwiano na utangamano wa jamii.

Kwa wakati wa sasa, Kiswahili ni lugha ambayo imeenea katika taifa la Kenya na pia kufundishwa katika shule za msingi na za upili kama somo la lazima na kutahiniwa katika mitihani ya viwango vya kitaifa. Baadhi ya methali zilizotokana na jamii mbalimbali, zimeweza kutafsiri au kufasiriwa ili kuwa nyenzo ya kukidhi mahitaji hayo ya kitaifa. Muktadha huo umechangia pakubwa katika kuipa lugha ya Kiswahili mtazamo utaifa na umataifa. Kwa hivyo, lugha ya Kiswahili imebahatika kuwa na chungu nzima ya methali zinazotumika katika mawasiliano ya watu. Baadhi ya methali hizo zimezingatiwa katika makala hii kwa azma ya kufafanulia namna zinavyoweza kutumika katika kuelekezea maswala yanayohusu uwiano na utangamano wa kitaifa nchini Kenya kwa wakati wa sasa. Ukinzani unaobainika katika methali zilizopo ni kana kwamba zinajenga utata katika kuuwasilisha mwafaka huo. Methali hizo ni kama vile: *Dawa ya moto ni moto* na *Anayekutenda mtende, mche asiyekutenda.* Huo ni mtazamo wa kijuujuu ambapo ulipizanaji kisasi hausisitizwi. Methali hizo huelekezwa wale wanaokaidi kuzingatia mwafaka unaotarajiwa katika jamii. Aidha, methali hizo hutumiwa ili kubainisha busara inayotanda kuwili katika maisha na kuwaelekeza walengwa kufikia uamuzi unaotarajiwa bila ya masharti.

Ushirika wa kijamii katika taifa

Taifa la Kenya ni jamii moja ambayo imeshirikisha makabila mbalimbali. Jamii hizo huhitaji kuchangia katika harakati mbalimbali za kitaifa. Taifa la Kenya kama ilivyo katika mataifa mbalimbali huhitaji juhudi za ushirika wa kila mmoja katika kufanikisha malengo hayo. Katika lugha ya Kiswahili, kuna methali tumbi katika kuwahamasisha na kuwazindua watu kuzingatia mwafaka huo. Mfano wa methali hizo ni kama vile *jifya moja haliinjiki chungu.* Methali hii inabainisha busara inayotokana na mazingira halisi katika maisha ya watu hasa kwa kuzingatia yale yanayoshuhudiwa katika jamii. Inafahamika kwamba, mtu anapotaka kuinjika chungu mekoni ni sharti pawe na mafiga matatu ndipo chungu hicho kiweze kukaa sawa. Katika muktadha huo jamii ya Wakenya huweza kujifunza mengi kuhusu maswala ya ushirika na utangamano wa makabila mbalimbali. Isitoshe, kila mtu huwa na mchango adhimu wa kibinafsi katika maswala ya kitaifa. Tofauti za kijamii zilizopo zinapaswa kuzikwa katika kaburi la sahau ili taifa kuweza kupiga makasia ya maendeleo. Kupitia kwa matumizi ya kauli hiyo, jamii ya Wakenya inajengewa muktadha wa kufahamu kuwa ushirika ni nguzo katika kuendeleza harakati za kimaendeleo katika taifa. Kuna methali sufufu katika lugha ya Kiswahili zenye mwelekeo huo wa utangamano wa kijamii. Methali ambazo zinaweza pia kuchanganuliwa kwa uelekezi wa hapo juu ni kama vile: *Kidole kimoja hakivunji chawa; Kinga na kinga ndipo moto uwakapo; Mkono mmoja hauchinji ngombe; Mkono mmoja haulimi shamba; Mnywa maji kwa mkono mmoja kiu yake pale* na *Umoja ni nguvu utengano ni udhaifu.*

Ujirani wema kama nguzo katika taifa

Kama ilivyoelezwa kuelezwa hapo awali, taifa la Kenya limeshirikisha takribani makabila 42. Jamii hizo zinahitaji kushiriki katika maswala ya kitaifa hata ingawa zina uasili na upekee wa kujitambuliwa. Kimsingi, jamii hizo hazipasi kujitenga kupitia tofauti za lugha zao. Iwapo baadhi ya jamii zitakuwa zikifanya mambo ya kibinafsi bila ya kujihusisha na wengine, huenda zisiweze kushiriki kikamilifu katika maswala muhimu ya kitaifa. Hilo huweza kuwa chacu ya uhasama miongoni mwa jamii zilizopo. Swala la ukabila limekuwa tatizo sugu na chanzo cha uhasama miongoni mwa Wakenya. Uhasama wa kimbari, kiaila na kijamii liliweza kushuhudiwa wakati wa uchaguzi wa viongozi wa kisiasa katika mwaka wa 2007 ambapo watu kutoka jamii mbalimbali waliwaona wenzao kuwa maadui (Mutua, 2013). Taifa la Kenya lilipata pigo kubwa kutokana na ubinafsi ulioendelezwa chini kwa chini kwa misingi ya ukabila. Ni baada ya kushuhudia dhiki na maafa ya baada ya uchaguzi mwaka wa 2008, watu walianza kuhamasishana kuhusu kujenga ujirani mwema.

Suala la ujirani mwema na ushirika wa kijamii limekuwa likihimizwa katika tamaduni za jamii za kabla ya uhuru kupatikana nchini Kenya. Kwa mfano, katika mapambano ya kuutokomeza utawala wa ukoloni watu waliungana bila ya kujali tafauti za kikabila ili kujijenga ngome imara kama taifa. Ujirani wema katika jamii umeweza kulifanya taifa hili kupata chachu ya maendeleo katika sekta ya uchumi na kijamii baada ya uhuru. Aidha haikufahamika kwa mara moja kuwa kizungumkuti au uhasama huo ulitokea wapi! Raia wa Kenya walikuja kufahamu zaidi nguvu ya umoja na amani katika nchi hii katika miaka baada ya 2008 hadi sasa. Kutokana na utambuzi huo, uchaguzi wa kitaifa uliofanyaka mwaka 1913 ulikuwa wa amani na waliohusika katika kinyang'anyiro hicho cha kisiasa, walikubali kwa hiari matokeo hayo. Kwa mfano, Raisi Uhuru Kenyatta aliidhinishwa kushika hatamu za uongozi wa Jamhuri ya Kenya na mpinzani wake wa karibu Raila Odinga 'Agwambo' (aliyekuwa Waziri Mkuu wa Kenya katika miaka ya 2008-2013) aliridhia matokeo hayo shingo upande. Ingawa Raila Odinga alikiri kuendelea na siasa; hakutaka katu kuusambaratisha utangamano wa kitaifa kama alivyoihutubia halaiki ya watu huko Nyanza kwa kutumia kauli ya lugha yake kuwa "*...Jokanyanam pod adhi nyim,. Ka luth kuon otur, ok mwon tedo dhi nyime*". Fasiri ya kauli hiyo ni kuwa, "watu wa ziwa kuu, bado naendelea mbele, Kuvunjika kwa mwiko si mwisho wa kupika ugali". Aliyasema hayo mnamo tarehe 19.4.2013 wakati wa sherehe za mazishi ya aliyekuwa katibu mkuu wa chama cha walimu nchini Kenya (Kenya National Unioni of Teachers). Kilicho cha muhimu katika kauli hiyo ni kwamba, maswala ya uwiano na utangamano katika taifa si ya mjadala. Huo ni ushuhuda kuwa, methali zilizopo zinaweza kutumika katika kuleta maridhiano mema na kuendeleza zaidi ujirani wema kwa wakati wa sasa na ujao. Huenda methali hiyo ipo katika jamii hiyo au ilitafsiriwa kutoka kwa Kiswahili.

Methali mojawapo inayofafanuliwa hapa katika muktadha wa ujenzi wa ujirani wemana utangamano wa kitaifa ni *Bora kujenga daraja kuliko kujenga ukuta*. Kwa kutumia methali hiyo, wanajamii kuhimizana kutozingatia mwelekeo wa uadui wa kiaila au wajamii moja na nyingine. Hii inatokana na haja ya kutaka kuishi katika mazingira ya ushirika, upendo na amani bila kujali tofauti hizo. Ni katika kuzingatia hayo ndipo taifa huweza kuwa na raia wenye mwelekeo au maono sawia. Methali zingine ambazo zitatajwa lakini hazitatolewa maelezo hapa (kama ilivyofanywa hapo juu) ni kama vile: *Adui mpende na angukapo mnyanyue; Jirani ni ndugu; Heri ibilisi unayemjua kuliko malaika usiyemjua; Kafiri akufaaye si islamu aliyekufa; Mgala muue na haki yake umpe; Mgeni aje mwenyeji apone; Mwana mkuwa nawe ni mwenzio kama wewe; Ukiona kwako pamepasuka pa mwenzio pamevunjika; Usikaange mbuyu na ukawaachia wenye meno watafune* na *Baya lako si jema la mwenzio*.

Kujivunia Kenya kama jamii

Swala la uzalendo ni muhimu katika ushikamano wa taifa. Baadhi ya watu kutoka Kenya na mataifa jirani ya Afrika wamekuwa wenye mwelekeo hasi kuhusu mataifa yao huku wakiyaenzi yale ya ulaya. Isitoshe, kuna wale ambao huenda ughaibuni kwa malengo ya kueleleza elimu yao katika vyuo vikuu. Hilo huweza kuwa ni jambo la kujivunia lakini linalosikitisha ni kuwa, wanapofuzu au kutokana na hawaa za huko, hawataki kurejea kwao ili kuweza kushiriki katika harakati za kimaendeleo na ujenzi wa taifa lao! Isitoshe kuna wale wanapofika huko hueneza kashifa na uvumi kuhusu matatizo yaliyopo katika taifa lao (Braziel, 2008 na Hammond, 2004). Vile vile kuna wale wanaohitimu masomo ya vyuo vikuu nchini na baadaye huwa wenye mshawasha wa kuenda kutafuta ajira, hawaa au unafuu wa maisha katika mataifa ya ugenini. Baadhi ya methali zimekuwa zikitumika kuwa ndaro ya uelekezi unaofaa kuhusu uzalendo. Mfano mojawapo ni kama vile: *Mwacha kwao ni mwasi, endako hana kiasi.* Methali hii inaelezea namna raia anapokuwa ugenini huenda asithaminiwe kama angalikuwa katika nchi yake. Aidha, methali hiyo inaweza kutumika kuwazindua raia wa Kenya wenye mielekeo hiyo kuweza kuthamini yale yaliyopo katika taifa lao. Wakati mwingine, hatua hiyo huweza kuwaletea majuto hasa wanapofikwa na dhiki wakiwa huko. Kwa mfano katika miaka ya 1990 hadi wakati wa sasa, kumeshuudiwa baadhi ya watu kutoka Kenya kuhamia nchi ngeni kama vile Uarabuni, Marekani na Wingereza na kwengineko ili kujitafutia riziki kwa njia ya unafuu. Habari zinazofika huku kupitia kwa vyombo vya habari ni kwamba, baadhi ya watu hao wajikuta katika dhiki ya maisha na walihitaji kusaidiwa.

Kulingana na Njoki (2003), hakuna haja ya kupoteza 'tisa ukienda kumi ilhali zile kenda alizonazo zingetosha'. Kwa hivyo, linaloekezwa kupitia kwa methali hiyo iliyorejelewa hapo juu na kushadidiwa na kauli ya Nzoki (keshatajwa) ni kuwa: 'Mtu ni kwao hata kama ni pabaya'. Kwa sababu maisha yanapompiga kumbo huko ugenini atakumbuka kule alikotoka ili kuweza kukirimiwa na watu wanaompenda kwa dhati. Methali zifuatazo pia zinaweza kufafanuliwa katika muktadha wa kuwaelekeza wananchi ili kulithamini taifa lao na wenzi wao. Mifano zaidi ni kama vile: *Kichaka ulipofichama, si cha kufyeka; Mwacha asili ni mtumwa; Ugenini si kwetu; Ugeni ni utoto; Kanga hazai ugenini; Mgeni ni kipofu; Mwenda tezi na omo marejeo ni ngamani* na *Ng'ombe kliyevunjika guu malishoni, kurejea zizini.*

Uongozi katika taifa

Ili pawepo na kiongozi au viongozi sharti pawepo wale wanaotawaliwa. Baada ya taifa la Kenya kwa huru katika mwaka wa 1963, baadhi ya watu wastahiki wameweza kushika hatamu za uongozi kama vile marais, wabunge, maseneta, magavana na mawaziri. Nyadhifa hizo ni muhimu katika kuleta ushikamano kijamii na kitaifa. Baada ya kushika hatamu hizo, baadhi yao hujawa kiburi na kusahau uwajibikaji wao kwa wananchi. Isitoshe, ni vigumu kuelewa sera zao kutokana lugha bashasha na mbwembwe wanazozitumia. Baadhi hujiegemeza katika ufinyu wa jamii zao kwa madai kuwa wao wanatokana na jamii hizo! Kwa ambavyo katiba ya Kenya huwataka viongozi hao kung'atuka baada ya miaka mitano, baadhi huanza kujinyenyeza kwa wale wenye nguvu ya kura. Ahadi mbalimbali hutolewa ili kuwarai watu hao. Kimsingi, viongozi hao hupasa kushirikisha juhudi za jamii mbalimbali zinazopatika nchini ili kuwepo na amani, upendo na umoja na kutoa maelekezo yanayohusu harakati za kimaendeleo ya kitaifa. Baadhi yao hujiingiza katika ufisadi na matokeo ni kuudumaza uchumi wa taifa. Wanapopewa maelekezo kuhusu namna ya kusawazisha hali iliyopo, huwaelekezea kidole wale wanaowaasa kuwa ni vibaraka na wasaliti. Wale wenye ujasiri wa kizalendo hufyata ndimi zao kwa kuhofia kusindikwa vizimbani.

Makali hayo ya uongozi yalishuhudiwa wakati kifungu cha katiba 21A ambapo kilibatilishwa rasmi mwaka wa 1982. Utawala wa chama cha KANU uliendelea katika katika kipindi hicho hadi 1992. Sauti za upinzani zilidhibitiwa kwa mikiki ya chama hicho kimoja. Watu waliokuwa wenye ari ya kuleta mabadiliko ya kisiasa, kiuchumi na kijamii; walipoteza matumaini. Mwaka wa 2002, kipengele cha 21A kilibatilishwa na kuhalalisha vyama vingi vya kisiasa. Hata hivyo, juhudi za vyama mbalimbali ziliendelezwa kwa kuzingatia nguvu za kibinafsi. Ni baada ya kung'amua kuwa ubinafsi huo haukuweza kukidimiza chama cha KANU; vyama pinzani viliweza kujiunga pamoja ili kujenga ngome imara kupitia kwa NARC. Kutokana na umoja huo nguvu ya KANU ilififia. Kutoka mwaka huo wa 2002, mambo yalikuwa yamesawazishwa na watawaliwa walipata ahueni. Ni katika muktadha huo ambapo kauli teule zilizotumika katika kinyang'anyiro cha uongozi wa kisiasa mwaka wa 2013. Kadhalika kauli muhimu zilizotumika ni zile za zilizowafanya watu kujihisi kuwa jamii moja ya Wakenya. Harakati hizo zilishika kani kupitia kwa kauli zilizotolewa na baadhi ya viongozi wa muungano wa vyama vya JUBILEE, CORD na AMANI.

Methali zinazoweza kutumika katika kuwaelekeza viongozi wa nchi hii kwa sasa ni *Mchunga watu ajue kusema vizuri*. Methali hii inawasihi viongozi katika jamii kutumia kauli zifaazo wakati wanapowahutubia wananchi. Hilo huwafanya watawaliwa kujivunia na kuwastahi viongozi wao. Ujumbe unaowasilishwa kupitia kwa methali hii ni kwamba, kiongozi anahitaji kujenga mlahaka mzuri na watawaliwa, hasa kwa kuzingatia maneno ya busara yanayojenga umoja na utangamano badala ya kutumia kauli zinazoweza kuubomoa mwafaka huo. Methali zingine ambazo zinaweza kufasiriwa na kutumiwa kwa kuzingatia uelekezi huo hapo juu ni kama vile: *Nahodha wengi chombo huenda mrama; Mpanda ngazi hushuka; Aliyejuu mngoje chini; Aliyekupa kiti ndiye aliyenipa aliyenipa kumbi; Kinyozi hajinyoi na Mganga hajinyoi.*

Jitihada katika ufanyaji wa kazi katika taifa

Ili taifa kuweza kupiga makasia ya kimaendeleo, ni sharti watu kuweza kuwa tayari kujituma katika kazi. Kwa kufanya kazi kwa bidii, watu huweza kuututumua uchumi wa kibinafsi na pia ule wa taifa. Hilo ni jambo limekuwa likihimizwa na viongozi wa taifa la Kenya. Kwa mfano, raisi Uhuru Kenyatta alipoashika wadhifa wa uongozi mwaka wa 2013 amekuwa akiwahimiza raia kuijitolea na kuwajibika katika kazi zilizopo katika taifa. Wito huo pia ulikuwa ukitolewa na maraisi wa awali kama vile Jomo Kenyatta, Daniel Arap Moi na Mwai Kibaki.

Kwa kawaida watu hufanya kazi ili kuweza kujitegemea, kukweza hadhi zao za kibinafsi na pia kutoa mchango katika maendeleo ya taifa. Mwananchi anapolaza damu; maisha yake hayaendi na ataishilia katika lawama au kuombaomba ili kusaidiwa (Nyerere, 1974). Matokeo yake ni kuudunisha utu wa mtu katika jamii au taifa. Kwa hivyo, utu wa mtu hubainishwa kupitia kwa kazi zifanyazo katika jamii. Katika muktadha huo, watu huweza kustahiana na kutangamana. Kwa kuzingatia utu, ni muhimu kujituma katika ufanyaji kazi katika taifa. Kupitia mwafaka huo, wananchi hawezi kujiingiza katika shughuli zisizokuwa halali kama vile wizi wa kimabavu na ujambazi ambao umekithiri nchini Kenya. Kutokana na kazi, raia watakuwa wakiishi kwa amani huku wakila kile kilichotokana na jasho lao. Mfano wa methali ambayo husisitiza wito huo ni kama vile *Ukiona vyaelea, vimeundwa.* Methali hiyo, inatoa taswira ya vyombo vya majini ambavyo vimeundwa kutokana na jitihada ya watu. Endapo bidii haikuzingatiwa, vyombo hivyo visingeweza kuwa katika hali hiyo ya kuelea. Aidha, nchini Kenya kuna baadhi ya mitaa ya kifahari kama vile Muthaiga, Lavington, Kileleshwa, Runda, Kilimani na Kahawa Sukari. Majumba makubwa yanayochipuka katika mitaa hiyo yalitokana kwa kujinyima na jitihada za kibinafsi (Maelezo hayo yametokana utafiti mdogo nilioufanya na majibu ya hojaji kupitia kwa wakaazi wa mitaa hiyo mwezi wa Juni, 2013).

Baadhi ya watu ambao ni wazembe huwa wenye mielekeo hasi kwamba, milki hizo zilitokana kwa bahati au kwa sadfa. Mwelekeo huo haufai, kwa sababu wenye milki hizo hawakulaza damu na wala hakuna haja ya watu kuzionea kijicho. Endapo kunatarajiwa kuwepo kwa hali hiyo ya hawaa na ufanisi, ni sharti kuwajibika katika kazi. Raia wanapojituma katika kazi, watakuwa katika hali iliyo sawa na hawataoneana kijicho wala chuki katika maisha. Kwa kuzingatia hayo watu watakuwa wanaishi kwa utu na upendo. Methali zingine ambazo huweza kutumika katika kuwahasisha watu kuhusu kazi ni kama vile: *Mtaka cha mvunguni sharti ainame; Mtu ni kazi; Mtu huvuna alichokipanda; Ukilala na mambo hulala* na *Ukimpa mtu kazi patanene na ujira.* Kwa kuzingatia busara inayoibuliwa katika methali hizo, wananchi huweza kupata uelekezi kuhusu namna wanavyoweza kuishi katika mazingira ya amani, upendo na utangamano katika taifa.

Matumizi ya maneno au kauli mwafaka

Maneno yanayotumiwa katika mawasiliano ya watu huweza kujenga au kuubomoa ushikamano uliopo katika jamii au katika taifa. Hii ndiyo sababu baadhi ya watu wenye hekima kusema kuwa, 'Ulimi ni kiungo kidogo lakini matatizo yake ni makubwa'. Kwa hivyo, mtu anapotumia kauli zinazostahiki hujijengea jina na ngome ya kuheshimiwa katika jamii na kutambuliwa katika taifa. Baadhi ya kauli zisizofaa huweza kuwafanya watu kujenga uhasama ambao hautaweza kuleta manufaa yoyote katika taifa. Kwa mfano, kutokana na hasira, watu huweza kutoa kauli ambazo huweza kuwa chanzo katika kuusambaratisha uwiano na utangamano katika taifa. Katika muktadha huu, ni vyema iwapo watu katika taifa wataepukana na kauli ambazo huelekezwa kwa hasira au chuki (Nyerere, keshatajwa). Kama vile ilivyokwisha kuelezwa hapo awali, taifa la Kenya lina makabila mengi na ni muhali kwa jamii hizo kutangamana endapo lugha mbalimbali zitatumika katika mawasiliano au katika maswala muhimu ya kitaifa.

Kadhalika, kauli au maneno yasiyofaa yakitumika huenda uhasama ukaendelezwa hata kama hautadhihirishwa wazi. Kauli murua husaidia hujenga maelewano na ushikamano wa kijamii katika taifa. Hiyo ndiyo sababu baadhi ya viongozi wa taifa hili hujaribu kadiri wawezavyo ili kujiepusha na kauli ambazo huwa cheche ya kuleta uhasama katika jamii. Mwafaka huo haupaswi kuendelezwa na viongozi tu bali ni wajibu wa kila mja. Kwa mfano, iwapo watu wanazozana au kukosa kupatana kimwelekeo; kauli mwafaka zitumikazo huweza kuleta mapatano na kurekebisha dosari iliyopo. Jambo huweza kuwa kiduchu lakini kutokana na matamshi yasiyofaa, watu huweza kugombana na kukoseana heshima hadharani. Mfano wa methali ambayo huweza kutumika kuwahimiza watu kujenga mahusiano mema ya kitaifa ni kama vile *Heri kujikwaa dole kuliko kujikwaa ulimi*. Busara inayoibuliwa kupitia kwa methali hiyo ni kuwa: *dole* au kidole kinapopata jeraha huweza kupona na mjeruhiwa kusahau yaliyompata. Hilo huwa ni kinyume na utumiaji wa kauli isiyofaa. Kwa sababu, kauli ambayo hutolewa hukumbukwa kwa muda mrefu au ni muhali kusahaulika. Kwa hivyo, kauli zisizofaa zinapotumika huweza kusababisha athari mbaya siyo tu kwa mtu binafsi bali pia katika mtazamo pana wa kitaifa. Methali zingine zinaweza kutumika kwa uelekezi wa ile iliyotolewa maelezo hapo juu ni kama vile: *Aambiwaye akakataa hujionea mwenyewe; Maneno ya kaburini huishia kaburini; Maneno matamu humtoa nyoka pangoni; Ukitaka salama ya dunia zuia ulimi; Ulimi huuma kuliko meno; Ulimi ni upanga* na *Msema kweli hukimbiwa na rafikize*.

Matumizi mengine ya methali katika kuelekezea uwiano na utangamano wa kitaifa

Methali za Kiswahili huweza kupatanishwa na takribani kila kipengele kinachohusiana na uwiano na utanagamano wa kitaifa (Hayo yamekwisha kuelezwa hapo awali na kupitia kwa mifano inayotolewa hapa chini, ni muhimu kuzingatia mikatadha mbalimbali ambamo methali hizo huweza kutumiwa). Maswala hayo mengine ambayo hayatolewa maelezo ya kina ni kama ifuatayo:

- Tahadhari kuhusu maisha kwa ujumla. Hayo huweza kupata uelekezi kupitia kwa methali kama vile: *Haraka haraka haina Baraka; Vita havina macho; Mshika mbili moja humponyoka* na *samaki mmoja akioza wote wameoza*.

- Mahusiano ya taifa la Kenya na mataifa mengine. Kuna umuhimu kwa raia wa taifa la Kenya kushirikiana na mataifa mengine. Hii ndiyo sababu ya kuwepo kwa Jumuiya ya Afrika Mashariki, Umoja wa nchi huru za Afrika na Umoja wa Mataifa. Ingawa taifa la Kenya linatambuliwa, kuna haja ya kushirikiana na mataifa mengine katika maswala muhimu yanayowahusu. Mifano ya methali zinazoweza kutumika kudhihirishia mwafaka huo ni kama vile: *Akomelepo mwenyeji na mgeni koma hapo; Hasidi mpe kiti akae; Jirani ni ndugu* na *Wema huzaa wema*.

- Athari ya tamaa na ubinafsi katika jamii ya Kenya. Tamaa huweza kuwafanya baadhi ya watu kujiingiza katika maswala ya uhalifu au yale yasiyozingatia utu na maridhiano. Kwa mfano, watu huweza kujichukulia kuwa ni wenye uweza wa kiuchumi na kuwabagua wenzao. Mwelekeo huo huweza kuibua tuhuma za kutoaminiana miongoni mwa watu na matokeo yake ni kuusambaratisha mfumo mzima ushikamano wa kijamii. Kwa hivyo, shime ni kujitahidi katika maisha; vinginevyo sivyo. Kadhalika, kuendekeza zaidi tamaa kwa yale yasiyowezekana ni kujidhikisha katika maisha. Kutokana na hayo, wanajamii huweza kuelekezwa zaidi kupitia kwa methali zifuatazo: *Mshika mbili moja humponyoka; Bahati ya mwenzio usiilalie mlango wazi; Tamaa mbele mauti nyuma; Usiku mmoja hauozeshi nyama; Ukiwa na la kwako usitazame la mwenzio* na *Ukiona kwako pamepasuka pa mwenzio pamevunjika*.

- Swala la usaliti katika taifa. Katika nchi huenda kuna watu ambao huendekezwa kwa tamaa na kushirikiana na wale wasiokuwa wazalendo ili kuvuruga utangamano, mahusiano mema yaliyopo na usalama wa taifa. Aidha, usaliti unaotokea katika nchi hakuna haja ya kuenda mbali au kuzituhumu nchi jirani bali kutafutwa mumu kwa mumo. Wanaohusika katika vitendo hivyo, huweza kukemewa na kukaripiwa kupitia kwa methali zifuatazo: *Mlimbua nchi ni mwananchi; Kikulacho ki nguoni mwako* na *Ibilisi ya mtu ni mtu*.

Hitimisho

Makala hii imefafanua miktadha ambamo methali huweza kutumika kama dira elekezi katika kushughulikia maswala ya uwiano wa utangamano wa kijamii. Mifano iliyotolewa imetokana na uhalisi wa maisha katika jamii ya Kenya. Aidha, hakuna kipengele cha maisha ambacho hakiwezi kupata mshabaha wake katika methali zilizopo katika utamaduni wa jamii. Vile vile, kizazi cha sasa kina uhuru wa kuzitumia methali jinsi zilivyo, kuzifanyia marekebisho ya kiasi ili ziwatumikie au ikibidi kubuniwa zingine. Mifano ni kama vile: *Mtaka cha mvunguni sharti ainame* inaweza kuwa 'Mtaka cha mvunguni lazima ainue kitanda', *Kupanda mchongoma, kushuka ndiyo ngoma* inaweza kuwa 'Kupanda mchongoma kushuka ni Bungoma' na *Asiyefunzwa na mamaye hufunzwa na ulimwengu* huweza kuwa 'Asiyefunzwa na mamaye mtandao'. Mifano hiyo ni kielelezo cha kuzingatiwa katika kuelimishia Wakenya kuhusu umuhimu wa utangamano wa katika jamii. Kwa sababu, kuna mshabaha wa kitamaduni na ule wa kihistoria ambao umeusukasuka mfumo wa maisha ya watu katika jamii zilizopo. Aidha, maswala ya ushirikiano na utangamano katika jamii yamekuwa yakipewa kipaumbele katika utamaduni wa taifa la Kenya na mataifa yanayopatikana Afrika kwa ujumla.

Methali ambazo zimekuwa zikitumiwa katika mawasiliano ya jamii mbalimbali zinaweza pia kutafsiriwa na kuingizwa moja kwa moja katika hazina ilizopo. Jambao la kusisitizwa hapa ni kuwa methali zinaupinga mwafaka huo zinapaswa kudidimizwa kiitikadi au kutotumiwa kabisa katika maswala ya kitaifa. Kadhalika, methali ambazo zina mwelekeo finyu wa kijamii au kikabila zisipate mianya katika mawasiliano pana ya kitaifa. Hilo likizingatiwa litahakikisha kuwa lugha ya Kiswahili (ambayo ni lugha rasmi na kitaifa nchini Kenya) itakuwa yenye welekeo wa kuzistahi methali zinazotokana na jamii zilizopo kuwa chachu ya kujenga ngome imara ya utangamano nchini Kenya. Ingawa makala hii imetumia methali kama kielelezo cha uwiano na utangamano wa kitaifa, kuna haja ya kuhakiki mchango unaoweza kupatikana kupitia kwa misemo na kauli pendwa katika harakati ya kuubainishaji zaidi ujumbe uo huo.

Marejeleo

Braziel, J. E. (2008). *Diaspora: An Introduction.* Malden, M.A: Blackwell Publishing.

Hammond, L. (2004). *This Place Will become Home: Refugee Repartriation to Ethiopia.* Ithaca: Cornell University Press.

Madumulla, J. S. (1995). *Proverbs and Sayings: Theory and Practice.* Dar es Salaam: TUKI.

Mbaabu, I. (1996). *Language Policy in East Africa.* Nairobi. Educational Research and Publications.

Mlacha, S.A.K. (1981). 'Methali kama Chombo muhimu katika jamii', katika *Makala za Semina ya Fasihi Simulizi.* Dar es Salaam: Taasisi ya Uchunguzi wa Kiswahili

Mlacha, S.AK. (1985). 'Dhima ya Methali katika Malezi', katika *KISWAHILI Juzuu la 52/1 na 52/2.* Dar es Salaam: TUKI.

Mtesigwa, P.C.K. (1990). 'Methali ni Nini?' katika *KISWAHILI Juzuu la. 2.* Dar es Salaam: TUKI.

Mulokozi, M.M. na Shani, K. (2007). *Mithali na Mifano ya Kiswahili – Shaaban Robert.* Dar es Salaam: TUKI.

Mutua, M. (2013). 'Five Reason why we are a Mediocre Country', katika *Sunday Nation*, Agosti 11, 2013:17. Nairobi: Nation Media Group.

Njoki, K. (2013). 'Ni kinaya Wakenya kuhamia ng'ambo wageni wakipigania kuwekeza nchini', katika *Taifa Leo, Agosti 17, 2013: 11*. Nairobi: Nation Media Group.

Norrick, N. (1985). *How Proverbs Mean.* Berlin: Mourton.

Nyerere, J. K. (1974): *Binadamu na Maendeleo.* Nairobi: Oxford University Press.

Odinga, O. (1967). *Not yet Uhuru.* London: Heinemann.

Parker, C. A. (1970). "Iwapo Nia kuna Njia: A Case Study of the Content and Context of Proverbs in Swahili", Tasnifu ya M.A., Chuo Kikuu cha Washington. (Haijachapishwa)

Parker, C. A. (1974). "Aspect of Theory of Proverb". Tasnifu ya PhD., Chuo Kikuu cha Washington. (Haijachapishwa)

Republic of Kenya (2010). *The constitution of Kenya.* Nairobi: Government Printers.

Seitel, P. (1972). "Proverbs and Structures of Metaphors among the Bahaya of Tanzania", Tasnifu ya Ph.D, Chuo Kikuu cha Pennsylvania. (Haijachapishwa)

Wafula, R.M. (1994). 'Uainisho wa Methali', katika *A Journal of the Writers Association of Kenya.* Nairobi: Writers Association of Kenya.

Wamitila, K. W. (2000). 'Towards Understanding of Kiswahili Proverbs: An Examination of Schemes, Figurative Troops an Cotextualization', katika *Provertium Vol. 17, 2000; Yearbook of International Proverb Scholarship.* Vienna: Chuo Kikuu cha Vienna.

Wanjohi, G. J. (1997). *The Wisdom and Philosophy of Gikuyu Proverbs: The Kihooto Word - View.* Nairobi: Paulche Publications Africa.

SURA YA KUMI NA MOJA

MIZIKI YA KISWAHILI KAMA CHOMBO CHA KUHIMIZA UWAJIBIKAJI KATIKA JAMII: NYIMBO ZA MBARAKA MWARUKA MWINSHEHE

Henry Indindi

Utangulizi
Utangulizi huu umegusia mambo mawili muhimu, yaani miziki kama nyenzo ya kusomwa kifasihi na iliyo na mafunzo mengi, na pia umeweka wazi misingi ya kinadharia iliyoongoza kazi hii.

Miziki kama nyenzo ya kusomwa kifasihi na kufundisha
Miziki ina thamani kubwa katika kukuza na kuendeleza mawazo mbalimbali katika jamii. Hii ni taaluma ambayo inapaswa kutazmwa na kuchunguzwa kwa mawanda zaidi ya inavyofanyiwa sasa. Miziki imekuwa ikifundishwa tu tangu hapo kama somo lolote lile lakini ujumbe uliomo na fani zake havijachunguzwa kwa uzito na umakinifu unaopaswa kazi yoyote ya sanaa. Mwandishi wa karatasi hii anachukua nyimbo za mwimbaji mahiri ili kuonesha jinsi uwanja huu wa sanaa unavyoweza kutumiwa kwa manufaa zaidi ya yale yanayojulikana tu kwa sasa. Miziki inapaswa kuwa sehemu muhimu katika kuchambua diskosi za kifasihi.

Mtazamo wa kinadharia
Hobsbaum (1970:208) anadai kuwa ukweli kwamba nadharia zote za sanaa zina kasoro, haumaanishi kwamba ni vigumu kupata angalau moja inayotokeza kipengele fulani cha ukweli. Mbinu za maelezo kuhusu nadharia hizo ndizo hutofautiana. Nyingi katika nadharia za kiisimu huonekana kuwa na udhaifu wa moja kwa moja katika mawasiliano kwa sababu hukosea kwa: kuangazia lugha pekee bila kuihusisha na maana; hazichunguzi thamani ya

ujumbe unaowasilishwa; na kwamba hazitilii maanani athari ya kijamii katika miktadha ambamo lugha fulani au kauli fulani zimetolewa.

Nadharia nzuri ya lugha inapaswa kuhusisha semantiki, tathmini, muktadha na jamii katika utumizi wake. Kwa hivyo, tunaposema wimbo au muziki fulani ni mzuri, tunajitokeza kutoa maamuzi kuhusu ni nini kinachowasilishwa katika kazi hiyo. Huenda hili likachukuliwa kama itikio la mtu binafsi, lakini anavyosema Hobsbaum (1970) katika nadharia ya itikio la mtu binafsi, "...itikio lolote huwa la kibinafsi lakini linaweza kugawika, kusambazika au kutumika kwa ushirikiano." Huenda mwandishi wa karatasi hii akawa na mapokezi tofauti na upendeleo wa kibinafsi kwa nyimbo za mtenzi Mwaruka Mwinshehe, lakini ukweli ni kwamba itikio lake linaweza kuishawishi hadhira yake. Huku ndiko kusambazika kwa ujumbe au itikio la ujumbe huo.

Mtazamo wa mwandishi wa karatasi hii ni kwamba kuna nadharia kadhaa zilizo na vipengele vinavyoweza kutumiwa kuchambua hadhi ya ujumbe unaopatikana katika muziki au kazi za sanaa. Karatasi hii imechukua mwelekeo kutokana na vipengele vya nadharia tatu. Nadharia ya itikio la kibinafsi, nadharia ya changanuzi tunduizi za usemi na ujamii. Ili nadharia yoyote ya fasihi ionekane kukamilika, haina budi kuchukua thamani ya fasihi yenyewe na kutokana na hili, maana na umuhimu wa mawasiliano yake kilugha. Utaratibu na hatua zangu katika karatasi hii, vimekuwa kutambua kauli zinazoonesha ujumbe wa mafunzo ya moja kwa moja kwa kutumia nyimbo za Mbaraka Mwinshehe.

Regelski (2004) anasema kuwa katika kuchunguza usomaji wa muziki, nadharia ya ujamii hueleza thamani na maana ambayo muziki fulani huchangia kwa watu na jamii husika. Watu huishia kusoma muziki katika mitalaa kama taaluma ya kuchunguza utolewaji wa sauti lakini wanasahau kuchunguza thamani ya ujumbe unaotolewa na miktadha pamoja na mazingira ya utolewaji wa ujumbe huo. Muziki ni tukio la kijamii, kwa kuutenganisha na vipengele vingine muhimu katika jamii, kunaonesha ubutu fulani katika mtazamo.

Katika uchanganuzi tunduizi wa usemi (CDA), wananadharia wanaochangia kwenye nadharia hii wanaelekea kukubaliana kuwa usemi au maandishi yanayoonekana kuwa ya kawaida na yenye uhoromo katika jamii, yanaweza kuficha mambo mengi sana katika itikadi batini. Mtunzi fulani wa kazi ya sanaa anaweza kuendeleza mkabala fulani wa maisha ama kwa kutambua au kwa kukosa kutambua athari za usemi anaotumia. Lugha ya mwimbaji, Mbaraka Mwinshehe, inaweza kuonekana kwa usahili jinsi ilivyo, lakini ukweli wa ujumbe na mkabala wa kiitikadi anaoendeleza katika nyimbo zake una upekee wa kuchunguzwa. Uchunguzi huu unatokeza mahusiano yaliyopo kati ya lugha, mamlaka na itikadi.

Historia ya Mbaraka Mwinshehe

Mbaraka Mwinshehe akicharaza gitaa na kuimba!

Iwe ulizaliwa enzi za uhai wake au baada ya kifo chake, jambo moja bia kwetu sote ni kwamba ukiusikiliza muziki wake si ajabu utikise kichwa, utabasamu, kucheza au kufurahi na kuburudika kwa mtindo wako. Kwa nini Mungu akamchukua Mwaruka Mwinshehe mapema hivi? Hili ni swali ambalo sina shaka kila mmoja anayepoteza mtu lulu[1] kama huyu hujiuliza kila mara mwangwi wa muziki wake unapoenda na kurudi katika masikio yetu.

Mwaruka Mwinshehe alizaliwa mkoani Morogoro (takribani kilomita 200 magharibi ya Dar es Salaam) nchini Tanzania mapema mwaka wa 1944. Alijifunza kucheza gitaa akiwa kijana mzulufu[2], akaimarika kisha akajiunga na bendi ya Cuban Branch Jazz. Yamkini hakufundishwa na mtu yeyote kupiga gitaa bali yeye mwenyewe. Huko walicheza muziki kwa mtindo wa 'Kwela' (mtindo wa Afrika Kusini). Ni katika bendi hii alipokutana na mlezi wa uimbaji wake, Salum Abdallah.[3] Hatimaye Salum aliunda bendi yake ya Cuban Marimba naye Mwaruka Mwinshehe akibaki kushirikiana na Morogoro Jazz Band. Alianza kujitengenezea jina kwenye medani ya muziki wakati alipokuwa mmojawapo wa wanamuziki waliounda bendi hii maarufu. Morogoro Jazz ilikuwa bendi maarufu sana kati ya mwaka 1964 na 1973. Mwaka huo wa 1973 ndipo Mwaruka Mwinshehe alipoanzisha bendi yake mwenyewe iliyojulikana kama Super Volcano.[4] Alidumu na kutamba na Super Volcano mpaka mauti ilipomfika miaka sita baadaye.

Hali ngumu ya kiuchumi nchini Tanzania na watu kutohudhuria muziki kulimwishia Mbaraka kubadilisha makao ya bendi yake. Yeye na bendi yake ya Super Volcano, walihamia nchini Kenya.[5] Nchi ya Kenya ilikuwa mapokezi mazuri kwa wanamuziki kutoka nchi za nje miaka hiyo. Umaarufu wa mtindo wa muziki wa aina ya 'twisti' ulikuwa umepungua kwa hivyo kulikuwa na nafasi ya kuingia kwa wanamuziki wa asili ya kigeni. Ni huku Kenya alikofia Mbaraka Mwinshehe miaka sita baada ya kuunda bendi yake kutokana na ajali mbaya ya gari mjini Mombasa tarehe 13 Januari mwaka 1979? Angelikuwa hai nani asingependa kusoma mahojiano yake?[6] Inasemekana Mbaraka Mwinshehe alikufa kutokana na kuvuja damu nyingi na asipatikane wa kumchangia damu ili kuokoa maisha yake. Alifia hospitalini Mombasa.

Mbaraka akimvisha mkewe, Amney Shadad, pete ya ndoa tarehe 17/3/1972 mjini Morogoro.

Mbaraka Mwaruka Mwinshehe alimwoa Amney Shadad katika mwaka 1972. Kwa hivyo, ndoa yake ilidumu kwa miaka saba tu kabla ya kukutana na mauti yake katika ajali hiyo mbaya. Ni maarufu pia kwa utunzi na uimbaji wa nyimbo zilizofisika kama vile Shida, Masimango, Kifo cha Karume, na Mashemeji miongoni mwa nyingine.

Suala la uwajibikaji

Uwajibikaji ni tendo la kujikubali na kutambua kwamba vitendo vyako na matokeo ya vitendo hivyo vyako vina athari kwako na vinaweza kuwaathiri wengine pia. Mtu huwa na wajibu na majukumu mengine sana ya kujiwajibisha. Unaweza kuwajibika kutimiza wajibu kama mume au mke katika ndoa, mchumba, mzazi, mwanafunzi, mwalimu, mfanyikazi au mwajiri. Uwajibikaji[7] ndilo tukio la kimsingi kabisa linalohitajika katika kumweleza mtu aliyekamilika. Watu wanapaswa kugundua kuwa uwajibikaji ni baraka wala si mzigo. Uwajibikaji wa kibinafsi humpa mtu fursa, uhuru na mamlaka ya kuamua mkondo wa maisha yake.

Mtu anapokosa kujiwajibisha kibinafsi, huwa na mazoea ya kuwalaumu wengine kwa makosa hayo ya utoukomavu wake na huko kukosa kujiendeleza kwake. Kuwajibikia vitendo vyako ndiyo hali nzuri ya kudhihirisha busara na ukomavu wako na husaidia kuepuka shida mbalimbali maishani. Ni jambo la kawaida kwa mtu kupanga malengo akiwa na nia ya kutimiza haja fulani, lakini kitu cha kwanza kabisa ambacho mtu huwazia na kupanga ni kijisababu cha kujitetea ikiwa lengo hilo halitatimia. Watu wasiojiwajibisha kibinafsi, huzamia kwenye vijisababu vya kuwaondoa katika adhabu na misuto ya ndani kwa ndani kuhusu kutotimia kwa malengo yao. Uwezo wa kujiwajibisha ndio hutofautisha mtoto na mtu mzima. Ni ishara ya kukomaa na kukubalika kikamilifu katika jamii tukikubali kupokea adhabu za vitendo vyetu.

Kulingana na Carsten Ljunggren & Ingrid Unemar Öst (2008), si mtu binafsi wala jamii inayoweza kuelezwa kama iliyokamilika kutokana na sifa moja, bali matendo mbalimbali katika mazingira yasimotarajiwa. Uwajibikaji ni uwezo anaojipa mtu kufanya jambo linalokubalika wakati ambapo hakuna mtu wa kumsuta anayemwona. Wawili hawa pia wanatazama kwamba jamii ni uwanja wa mikinzano, kutokubaliana na isiyo na miafaka kuhusu mambo mbalimbali, lakini katika sura yake hiyo ya kubadilikabadilika, inamtarajia kila mmoja awe na ufahamu na maamuzi ya kujiwajibisha kibinfasi. Huenda mtu akafikiria kuwa hakuna haja ya kuwajali wengine katika maamuzi na vitendo vya kibinafsi. Wawili hawa wakirejelea mtazamo wa John Dewey, wanaeleza kwamba:

> "...hali ya nafsi (mambo ya mtu binafsi) si suala la mtu mmoja, bali ni nafasi inayopaswa kueleweka tu kwa kuihusisha na mazingira ya nje ya nafsi hiyo, yaani, kwa kuihusisha na jamii, inayooneshwa na lugha yake, mienendo yake, mila na desturi zake miongoni mwa vipengele vingine." – *Tafsiri Yangu*

Kwa mantiki hii basi, itaeleweka vizuri tofauti ya kizazi cha sasa na kile kilichotangulia. Kwa mfano, wazee wangefanya shughuli zao kama vile kilimo, uvuvi, na uwindaji asubuhi, kisha warudi nyumbani waoge, wale, wapumzike na kisha katika majira ya saa kumi na moja hivi za jioni, wabebe mirija yao au makopo yao na kwenda kunywa 'busaa' katika vikao vilivyoshamiri mazungumzo ya kukuzana na kubadilishana mbinu mwafaka za kutatua mizozo. Katika ulevi wa sasa, si asubuhi, si mchana, si jioni, si usiku, vijana wanakunywa tu. 'Wanaua pesa' katika lugha ya Mbaraka Mwinshehe inavyodhihirika katika diskosi ya wimbo Kifo cha Pesa.

Uwajibikaji katika ndoa

Asasi ya ndoa katika jamii ya kisasa inazungukwa na ua wa masaibu, kuchimbana, usaliti, tamaa ya kuuana. Si mara moja tumetazama kwenye runinga na kusoma magazetini kuhusu njama za wanawake kuwaua waume zao ili wabaki na mali ya familia hiyo. Aidha, kuna ndoa ambazo zimesajili wachumba walioachika kwa wehu kwa sababu ya safari za waganga. Ni hali ya kutisha kwa kweli unapotembea na kuyapita mabango njiani ya kuonesha waganga wa kujitangaza walivyo na uwezo wa kutibu ndoa, mapenzi, pesa miongoni mwa uwezo mwingine.

Aidha, imetaabisha zaidi kuona wabunge wa bunge la Kenya wanavyovutana kuhusu sheria ya ndoa. Ndoa na mapenzi hayakuwa masuala ya kutungiwa sheria bali kuishi kwa makubaliano, itikadi na maadili ya kijamii. Kufanyika kwa hili kunaonesha kwa kiwango kikubwa ukosefu wa kumbi za mafunzo ya kuendeleza maadili yaliyohimizwa katika jamii. Miziki, sinema, vitabu, na asasi muhimu kama dini, elimu na ndoa vinaonekana kuemewa na mzigo wa malezi. Sina uhakika kwamba miziki yenye ujumbe wa kusuta na kuelimisha kama ya mwadhama huyu Mwaruka imewafaa waburudikaji wake. Wengi wanaipenda lakini nikidhani hufurahia midundo tu bila kuchuja na kujifunza kutokana na ujumbe uliomo. Mwaruka Mwinshehe aliangazia masuala mengi sana ambayo ni hai katika jamii hii. Katika wimbo 'Dawa ya Mapenzi'[8] kwa mfano, mtunzi na mwimbaji huyu hodari amewakanya wanandoa vizuri dhidi ya kutumia dawa wanazodai kukoleza mapenzi au za kuwasimika wachumba wao katika penzi. Anasema:

> "Kwa nini wahangaika kutafuta dawa ya mapenzi kwa waganga, madawa yasiyopimwa yaweza kumuumiza mwenzio wee mama, kwanza jiulize, kwa nini hupendeki siku hizi mama, bembeleza bwanako muishi pamoja, usitumie dawa."

> "... *Hakuna dawa kabisa,*
> *ya mapenzi duniani,*
> *na sasa hiyo uitafutayo,*
> *ni ya kumuua mpenzi wako...*
> *Wakati kwa kuwa na kufikiri,*
> *Kwa nini sasa hupendeki,*
> *uzidishapo madawa mengi,*
> *akiachika utafanyaje?*
> *Wenzio wengi walifanya hivyo,*
> *kutafuta mabwana wawapende,*
> *matokeo yalikuwa vifo,*
> *na hivi sasa ni wafiwa!"*

Inavyodhihirika wazi katika wimbo huu, wachumba wanaofanya safari za waganga ili kukoleza penzi ama kumsimika mchumba katika uchumba au ndoa, wana hatari kubwa sana ya kuvavagaza maisha yao. Mtunzi huyu anataja uwezekano wa kuachika au kuingiwa wehu kwa yule aliyekusudiwa kukolezewa penzi. Aidha, katika kauli ya mwisho, anaonya kwamba wapo waliofanya hivyo awali wakitaka mabwana wawapende, lakini matokeo yake yalikuwa vifo vya mabwana hao na sasa wanawake wenyewe ni wafiwa. Ujumbe kama huu ni muhimu kabisa katika kuwatahadharisha na kuwawajibisha wanandoa. Mtu anapousikiliza ujumbe huo na kuzingatia mashauri yanayotolewa, na Mwaruka, hawezi kuchukua hatua ya kusafiri safari hiyo ya hatari.

Jukumu la kurekebisha mambo yaliyokwenda tenge huwa ni la mhusika aliyeyapeleka tenge mwenyewe. Huenda kosa hilo likawa zao la mapuuza, kiburi au kutojua. Misingi hii yote ya kukosa inamlenga mkosaji mwenyewe kwa hivyo hana budi kulisahihisha yeye. Huko kulisahihisha kosa alilofanya ni tukio kubwa la uwajibikaji. Mwinshehe anautumia wimbo 'Mshenga' kuwawajibisha wanandoa kwamba ikiwa mtu amemtuma mshenga naye akakosa kutekeleza wajibu huo wa kufikisha mahari, inamlazimu mchumba huyo wa kuozwa kuchukua jukumu la kupeleka mahari kwa mara ya pili.

"...*mwezi wa tatu,*
kwa nini mahari yasifike,
na posa nimempa mshenga, awaletee!
Mwisho wa mwezi,
mimi nitafika huko,
hata kama posa imeliwa,
hiyo msijali!"

Anajiwajibisha hapa kuhakikisha kwamba wakwe zake wanapokea mahari kama alivyoahidi ili asipoteze nafasi ya kumwoa binti yao, ni changamoto kwa yeyote anayetoa ahadi kutimiza. Kwa kutotimiza ahadi na lengo alilojiwekea mwenyewe, mtu anaweza kukipoteza kitu cha thamani.

Uzalendo kama tawi la uwajibikaji
Wimbo 'Ugeni tabu'[9] unaangazia hali ya kwamba mtu anapokuwa katika mazingira tofauti na ya usuli wake, hawezi kuhisi kukamilika. Kwa wale wanaochochea kukimbilia nchi za nje kwa kutoroka 'umaskini wa kwao', huu ni jumbe mzuri na muhimu sana. Hili himizo la uzalendo na kujivunia mazingira ya suli zetu na mambo mbalimbali yanayopatikana katika

mazingira hayo yetu ni kichocheo kizuri kuuwajibikia uzalendo na uzawa katika mazingira husika. Anaimba:

> *"Ugeni tabu ndugu zangu, unapofika nchi za mbali huwa mashaka, hapo fikra*
> *za nyumbani hukujaa tele na majonzi kukujia mengi…"*
> *"Jamaa ugeni tabu, leo nasema,*
> *nyumbani ni nyumbani,*
> *kugeni hakuna mazoea.*
> *Ugeni una tabu za kila aina,*
> *ugeni una mambo, ugeni ni shida."*

Ni suala moja kuzaliwa katika mazingira na jingine kabisa kuyathamini mazingira ya uzawa wako. Si mara moja tumeoneshwa kwenye runinga kuhusu raia wa nchi zetu wanaosota kwa mahangaiko Marekani, Uarabuni na katika nchi nyingine za kigeni. Mintarafu ya hili, mtu anayepata ujumbe kimbele katika wimbo kama huu wa Mwinshehe, anaweza kuonyeka mapema kabla ya kuingia katika balaa za kusafiri na kujikuta katika hali ngumu za nchi za kigeni.

Uwajibikaji katika matumizi ya pesa

'Kifo cha Pesa'[10] ni wimbo anaoutumia mtunzi huyu kuelekeza kuhusu uwajibikaji katika matumizi ya pesa. Kulingana naye, kifo cha pesa huletwa na mtu mwenyewe anapokutana na pombe. Inasikitisha kwamba asilimia kubwa ya vijana katika kizazi cha kisasa imefakamia uraibu wa pombe hata wakakosa kubainisha wakati mwafaka wa kunywa na kwa gharama kiasi gani. Mtu anapong'ang'ana na kazi na kupata pesa kiasi huenda zikatumika zote katika ulevi. Limekuwa suala la kawaida, kwa wanawake katika sehemu mbalimbali humu nchini kuwafuata waume zao hadi kwenye vileo kutokana na sababu kwamba wamepotelea huko. Ikiwa ushauri anaoutoa katika wimbo huu unaweza kuzingatiwa, sina shaka jamii yetu haitaitwa tena jamii ya walevi. Badala yake, tutakuwa jamii ya wanywaji pombe.

> *"Kifo cha pesa jamani,*
> *kinaletwa na mwenyewe, anapozifikiria,*
> *anasa nyingi za dunia,*
> *na hapo,*
> *anapokutana na pombe,*
> *hakuna kingine, pesa zinakufa!"*

Kulingana na Mwaruka Mwinshehe hapa, mtu hupoteza pesa mwenyewe anapozamia kwenye anasa na matumizi mabaya ya pesa. Aghalabu, watu wengi hupoteza pesa zao walizopata kwa juhudi nyingi katika ulevi.

*"Kifo cha pesa, kinaletwa na mwenyewe, anapokutana na pombe,
kazi yako ni ya hatari bwana, leo unaharibu pesa bila ya sababu,
Unalala mbali unalala chini, juu ya nini, juu ya pesa"*

*"Pewa chupa moja, mbili, tatu,
rudi nyumbani ukaangalie mama watoto, yeye
Pewa chupa moja, mbili, tatu,
rudi nyumbani ukaangalie watoto zako, yeye"*

Si kwamba anawakanya watu kabisa dhidi ya kunywa pombe na kufurahia starehe hiyo, ikiwa hiyo ndiyo starehe wanayoifurahia. Hata hivyo, anapendekeza kwamba badala ya watu kuzama katika ulevi, mtu anaweza kunywa chupa moja, mbili au tatu kisha arudi kwa jamaa zake. Walevi wote wangekuwa wanafuata ushauri na maelekezo mazuri kama haya, kusingekuwa na familia zinazovunjika kutokana na kutelekezwa na ulevi wa wanandoa. Aidha, migomo na maandamano ambayo yameshuhudiwa nchini na wanawake wanaotetea hadhi zao za ndoa hasa mijini Nyeri na katika Kaunti ya Kiambu, haingeshuhudiwa.

Hitimisho

Olson (2005) anasema punde wasomi na wapangaji wa sera za kielimu watakapoanza kuuangalia muziki kama zana ya jamii ambayo thamani yake inaweza kuchunguzwa ipaswavyo, bali siyo tu kama chombo kufunzwa katika mitalaa au kama hila ya kujitambulisha, ndipo maendeleo halisi yatakapopatikana katika jamii. Muziki ni ukumbi ambamo watu binafsi na makundi mbalimbali ya watu wanaweza kupata mabadiliko na hisia za kuthamini wengine. Pana haja kubwa watengenezaji wa mitaala ya vyuo wawazie kuiweka sehemu ya kusoma muziki na mawanda yake katika mifumo. Haitoshi kwa watu kuendelea kuhukumu miziki mingine kwa kuidai kuwa mibaya pasi na kufafanua ubaya huo kwa kutumia vigezo mwafaka vya kiusomi. Laukka (2007) anasema muziki unaweza kuimarisha mawasiliano ya kijamii na utambulisho wa makundi ya kihirimu, na vilevile kuliwaza na kupunguza upweke. Haya si mambo ya kuchukuliwa kwa wepesi. Wakati wa uliwazaji na utumbuizo huo, ujumbe muhimu unaweza kupashwa kwa manufaa ya kuleana kwa vizazi. Jorgensen (2008) anahitimisha kwa kusema kwamba, ingawa hakuna umbo rasmi la kuongoza utafiti kuhusu thamani ya muziki, kuna msingi wa kujenga mazungumzo kuhusu hali na aina ya mchango wa kimuziki. Kauli hii inaweza kutajwa kama kichocheo cha kuwaweka wasomi katika hatua za kuweka muundo huo rasmi wa kuongoza utafiti kuhusu thamani ya muziki.

Bila shaka miziki ya Mbaraka Mwinshehe ni dira ya kuelekeza jamii na hasa wazazi na wanao kuhusu kaida za kufuata katika maisha. Ifikiriwe kwamba, idadi kubwa ya watu inatetea kuondoka kwa adhabu ya fimbo, iliyopendwa sana katika malezi ya watoto. Basi kama wasomi hatuna budi kupendekeza mbinu nyingine mwafaka za kutekeleza mafunzo na malezi haya ya vizazi. Hili linaweza kufanyika kwa kuwaongoza watoto wetu kuhusu muziki bora wa kusikiliza, vitabu bora vya kusoma na makundi ya kuhusiana nayo. Ikiwa ujumbe tunaotaka waupokee utawasilishwa katika miziki na vitabu, basi tuwateulie hivyo kama zana ya kuwafundisha. Kisha tukae nao mara kwa mara na kuhoji uelewa wao na uthamini wao kwa miziki hiyo au vitabu hivyo tulivyowateulia. Walimu wa fasihi katika shule za upili na vyuo, hawana lazima ya kujifunga kwa tamthilia, riwaya, novela na hadithi fupi katika uchambuzi wa fasihi. Wanaweza kutenga vipindi vingine vya kuchambua maudhui na fani mbalimbali katika miziki.

Tanbihi

[1] Lulu ni madini ya thamani hivyo Mbaraka Mwinshehe ni lulu kwa mwandishi na wapenzi wa muziki wake.(Tazama maelezo katika nadharia ya itikio la mpokezi katika sehemu ya nadharia)

[2] Kijana barobaro au tineja.

[3] Mbaraka alijifunza uimbaji kutoka kwa huyu Salum Abdallah. Ukisikiliza wimbo unaoanza kwa "…tulikuwa na Salum, mpaka akaenda ahera na wala hatukutukanana…" ndiye bwana anayemtaja hapo. (Sururu)

[4] Bendi ya Mwaruka Mwinshehe iliyomuweka huru kutembea kutoka nchi moja hadi nyingine alivyopenda.

[5] Ndiyo sababu ya kumhusisha na ufanikifu wa Kenya kimuziki katika miaka hii hamsini ya kukuza Kiswahili.

[6] Mwandishi wa kazi hii tayari ameanza kukusanya habari za kukamilisha zoezi la kuandika wasifu wa Mbaraka Mwinshehe.

[7] Suala la kimsingi katika maisha ya binadamu ambapo hujikubali na kuelekezwa na matendo yake mwenyewe na yanayokakubalika kikaida ili kuafikia nia.

[8] Wimbo wa kuwaonya wanandoa na hasa wanawake dhidi ya safari za waganga zenye nia ya kukoleza mapenzi.

[9] Wimbo wa kuwajibisha wazawa nchi mbalimbali kupenda mazingira ya uzawa wao badala ya kukumbilia ulio na matatizo mbalimbali.

[10] Wimbo wa kuelekeza kuhusu matumizi stahifu ya pesa na kuonya dhidi ya ulevi.

Marejeleo

Carsten Ljunggren & Ingrid Unemar Öst (2008). *Professional and personal responsibility in higher education: An inquiry from a standpoint of pragmatism and discourse theory:* Utbildning & Demokrati 2008, vol 17, no 2, 13–50.

Eyerman, R.A.J (1998). *Music and Social Movements: Mobilising traditions in the twentieth century.*

Hobsbaum, P. (1970). *Theory of Communication.* Macmillan & Co. Ltd. Bristol.

Jorgensen, E.R. (1993). *Building Social Theories of Music Education*: Bulletin of the Council for Research in Music Education n116.

Laukka, P (2007). *Journal of Happiness studies.*

Nyimbo za Mbaraka Mwaruka Mwinshehe

Olson, K (2005). Music for Community Education and Emancipatory Learning.

Regelski, T.A. (Dec 2004). *Action, Criticism, and Theory for Music Education.V3 n3.*

SURA YA KUMI NA MBILI

METHALI KAMA CHOMBO CHA KUSULUHISHA MIGOGORO YA KIJAMII

Joseph Nyehita Maitaria

Utangulizi

Methali zilizopo katika jamii huipa nguvu lugha ya Kiswahili katika harakati ya kukabiliana na baadhi ya matatizo sugu yanayoshuhudiwa katika mataifa ya Afrika, hususa Afrika mashariki. Methali za Kiswahili zina nguvu ya kuibulia usemezano wa nafsi, mtu na mtu, mtu na watu au watu na watu (Maitaria, 2012). Japo methali za Kiswahili ni kauli za kimapokeo na aghalabu mawazo hayo huchukuliwa hivyo kimazoea; zinapotumiwa kwa mwafaka huweza kuibua na kuhifadhi hekima iliyofundikwa katika utamaduni uliozoewa tangu azali katika maisha ya wenyeji. Kwa kuwa methali zimejengeka katika tamathali za usemi, huweza kufasiriwa na kupatanishwa na uhalisi wa maisha ya sasa. Kutokana na mabadiliko yanayoshuhudiwa kwa wakati wa sasa, watu huweza kuzipa mwelekeo mpya kwa kuzifanyia marekebisho ya kadiri au kuunda methali mpya ili kuakisi mabadiliko hayo ya kijamii yasiyoweza kuepukika.

Isitoshe, umaarufu wa methali za Kiswahili umetokana na matumizi pana ya lugha ya Kiswahili hapa Afrika Mashariki. Kwa hivyo, baadhi ya methali zinazotokana na jamii mbalimbali zinazopatikana Afrika Mashariki zimeweza pia kutafsiriwa na kuingizwa katika kanzi ya lugha ya Kiswahili (Gesero, 2009: iv na Andambi na Murono, 2005: iii). Katika muktadha huo, methali zimeweza kwa makusudi ili kuwasilisha maarifa lukuki katika kukabiliana na matatizo yaliyopo kwa manufaa ya jamii za Afrika Mashariki na kwengineko ambapo lugha hii hutumiwa kama chombo cha mawasiliano. Kupitia kwa methali, watumiaji huweza kupata mwelekeo wa kutathmini na kuepukana na misukosuko mbalimbali ya kimaisha. Aidha, matumizi ya methali bado hayajapitwa na wakati; nguvu zake zinaendelea kuhisika katika kuwaelekeza watu wa kila rika katika jamii. hii ni kwa sababu methali zina mizungu ya kubainisha kitaswira na pia kuchochea taamuli za bongo za watu kupitia isitiari, tashihisi na tashibihi zilizopo katika kauli hizo (Alembi, 2009; Mieder, 2004 na Madumulla, 1995).

Sababu za kutumiwa kwa methali katika mawasiliano ya kijamii

Aghalabu methali za Kiswahili zimekuwa katika mawasiliano ya kijamii hapa Afrika Mashariki kutokana na umuhimu wa lugha hiyo katika maisha ya watu Aidha, ni kauli zinazohifadhi na kuwasilisha utamaduni wa watu. Kwa sababu hiyo, methali za Kiswahili zimekuwa maarufu katika kuibulia falsafa ya wenyeji wa Afrika Mashariki kama jamii. Ingawa matumizi ya methali yapo katika mawasiliano ya jamii mbalimbali ulimwenguni. Mifano ya methali za Kiswahili inatumiwa hapa ili kufafanua namna zinavyoweza kuhusishwa katika kubainisha suluhu ya baadhi ya matatizo yanayoshuhudiwa kwa sasa katika mataifa ya Afrika Mashariki. Miongoni mwa sababu za kutumiwa kwa methali ni kama zifuatazo:

- Methali hubuniwa kutokana na uhalisi wa maisha ya watu.
- Methali ni kauli zilizokubaliwa katika utamaduni wa jamii.
- Methali ni kauli zinazomithilisha ujumbe unaowasilishwa kwa kurejelea matukio halisi katika maisha ya watu.
- Methali huhitaji ujuzi wa lugha ili kuweza kuupata ujumbe unaowasilishwa.
- Methali ni kauli zinazojenga mazingira ya usaili na tafakari ili kuweza kubaini hekima na falsafa inayoibuliwa.
- Methali ni kauli fupi za kimafumbo ambazo hukumbukwa kwa urahisi.
- Methali zina maana ya kuwili: ile ya wazi na ile batini.
- Methali zinapotumiwa hazitoneshi hisi wala kuuvunja utu.
- Methali hubainisha ujumbe kipicha au kitaswira.

Katika kuzingatia muktadha wa maelezo yaliyodokezwa hapo juu, anayehusishwa au wanaoelekezwa ujumbe; hutarajiwa kufanya maamuzi na kuchukua hatua mwafaka au kutenda yanayostahili. Baadhi ya watu kwa wakati wa sasa wamekuwa na mitazamo kwamba, methali ni kauli za kimapokeo zilizopitwa na wakati. Huo ni mtazamo finyu usiokuwa na mantiki. Kwa sababu, methali zinapotumiwa kwa mwafaka huweza kusaidia kubainisha maelekezo muhimu yanayohitajika katika kukabiliana na kutatua baadhi ya matatizo yaliyopo jamii. Kimsingi, baadhi ya methali zimekuwepo tangu azali katika mapokeo ya jamii. Hata hivyo, baadhi ya watu wamekuwa na mwelekeo hasi kuwa matumizi matumizi ya methali ni chaakavu na hulenga kwa ujumla matukio ya sasa. Hapa ieleweke kuwa, methali kama kipengele cha lugha, si sugu na dhima yake huweza kudhihirika zaidi kwa kuzingatia miktadha inayorejelewa kwa uelekezi wa mada zinazozungumziwa. Kilicho cha muhimu siyo tu ujumi unaoibuliwa kupitia kwa methali bali kwa kuzingatia jinsi ujumbe unavyowasilishwa. Aidha, methali zilizopo zinaweza kufanyiwa marekebisho ya kiasi au methali mpya huweza kuundwa ili kuweza kuakisi mabadiliko ya kimaisha na kitamaduni. Kwa mantiki hiyo, methali ni matini za lugha zenye mizungu mingi ambayo haijafungika katika miktadha finyu ya kijamii (Mtesigwa, 1989:8) Kwa maana hiyo, methali zilizopo katika jamii zinaweza kufanyiwa marekebisho ya kiasi ili kuibua na kuakisi usasa na wakati huo huo kuwasilisha busara iliyofundikwa.

Katika Kiswahili kuna methali mbalimbali ambazo zinaweza kutumika katika kuwaelekeza watu kuhusu maisha. Kimatumizi, methali zinaweza kuwekwa katika matapo yafuatayo:

i. Methali za kubainisha uhalisi wa mambo katikaj jamii.
ii. Methali zinazomtaka mtu kudhihirisha msimano.
iii. Methali zinazotahadharisha.
iv. Methali za masharti.
v. Methali zinazokejeli.
vi. Methali zinazokemea.
vii. Methali zinazokemea na kukashifu matendo hasi katika jamii.

Kutokana na tamathali za usemi, methali huweza kuwasilishwa ujumbe moja kwa moja au kimafumbo. Mwafaka huo hupata mwelekeo kwa kuzingatia tajiriba na matarajio ya wanaoshiriki, mada inayozingatiwa na muktadha wa mazungumzo. Methali hazijafungika katika mawazo finyu bali huwa kauli ambazo huweza kupatanishwa na miktadha mbalimbali inayohusu maisha ya watu kwa ujumla. Kwa hivyo, kila kipengele katika maisha ya binadamu hupata mshabaha wake katika methali zilizopo (Wafula, 1994).

Isitoshe, dhima ya methali ni kubainisha, kuelimisha na kutoa mafunzo muhimu yanayohusu maisha ya watu. Kwa sababu hiyo, methali huwasilisha mawaidha na masuto kwa malengo ya kuonya, kuelekeza, kuusia, kushauri na kuifunza jamii (Khamis, 1980 na Mlacha, 1985). Aidha, hutumiwa kuyakoleza mazungumzo ya ana kwa ana kwa kurejelea matukio halisi yaliyowahi kutokea na yale yaliyopo katika jamii. Katika mantiki hii, watu hujijengea mazingira ya kupatanisha, kusaili na kutafakari ili kupata kurunzi ya kutathmini na kutatulia matatizo yanayowazinga.

Matatizo kijamii na suluhu kupitia kwa methali

Maisha ya watu kwa wakati wa sasa yamepitia mabadiliko mbalimbali kijamii na kitamaduni. Kabla ya maajilio ya wageni katika jamii za Afrika Mashariki, wenyeji wamekuwa na utamaduni wao katika kushughulikia matatizo yao. Dhana ya 'ustaarabu' na utamaduni wa kigeni ulikitwa katika janibu hizi; mitazamo ya wenyeji iliweza kuathiriwa si haba hasa kwa kuzingatia busara na hekima kwa kurunzi ya kigeni. Ingawa methali zimekuwepo hata kabla ya wageni kutia guu katika maeneo haya; nguvu yake bado inaelendelea kushika kasi katika ubainishaji wa maelekezo muhimu katika kusuluhishia baadhi ya matatizo kijamii kwa wakati wa sasa. Katika makala hii methali ziinafafanuliwa kwa kuzingatia mifano inayotolewa hapa chini.

Ushirika katika jamii ya sasa

Mifumo ya kibepari na ubwanyenye iliyojiri na kukita mizizi hapa Afrika Mashariki kupitia kwa mfumo wa utawala wa kigeni au wa kikoloni; baadhi ya wenyeji walijenga mielekeo ya ubinafsi ambapo ushirika miongoni mwa jamii uliathirika. Mielekeo hiyo imekuwa ikikemewa na kukashifiwa kwa jicho la utamaduni wa wenyeji. Aliyekiuka misingi hiyo, alifananishwa na mchawi au aliweza kuchukuliwa hatua za kinidhamu. Kabla ya mifumo hiyo ya kiutawala na ule wa uzalishaji mali kukitwa katika janibu za Afrika Mashariki; suala la ushikamano na uwiano wa jamii ulisherehekewa mno na baadhi ya kauli ziliweza kutumiwa kwa malengo ya kuwaelekeza wanajamii. Miongoni mwa kauli teule zilizotumika kubainisha mwafaka huo ni methali kama vile: *Mkono mmoja hauchinji ng'ombe*. Methali hiyo ilitumika kuwaasa na kuwaelekeza watu ambao walidinda kushirikiana na wenzao. Hiyo ni methali ilibuniwa kutokana na uhalisi wa maisha ya watu ambapo ilibainika kuwa jambo kubwa huweza kutekelezwa kwa wepesi endapo watu watajitolea kushirikiana.

Katika uhalisi wa utamaduni asilia wa jamii za Afrika Mashariki, watu walipaswa kupendana, kuheshimiana na kuishi kwa udugu. Kupitia kwa matumizi ya methali hiyo hapo juu, baadhi ya mambo ya msingi kuhusu utangamano yaliweza kubainishwa na kuwasilishwa ili kujenga udugu na maelewano mema miongoni mwa watu. Methali hiyo pia inaashiria matukio halisi katika jamii asilia za Afrika Mashariki. Hata pale ambapo shughuli muhimu za jamii ni zaraa au usasi; watu waliweza kushuhudia au kusikia jambo kama hilo. Huo ni mfano mmoja wa methali ambayo haikuzingatia masharti yoyote bali kujenga taswira ya matukio ya kijamii ili watu waweze kubainishiwa mwafaka wa utangamano na maridhiano.

Baadhi ya vijana wakati wa sasa hawapendi kuelekezwa kwa masharti bali hutaka kushika hatamu katika maamuzi yanayohusu maisha yao. Hiyo ndiyo sababu ya kuwepo kwa methali zenye mwelekeo huo. Kupitia kwa mantiki ya methali, aliyetenda kinyume huweza kukashifiwa, kukemewa, kukejeliwa au kuadhibiwa. Katika jamii ya sasa, swala hilo limekuwa likihimizwa katika mikutano ya kisiasa na kijamii; huweza kupata nguvu zaidi likihusishwa na matumizi ya methali. Kwa sababu, maendeleo ya kijamii na kitaifa yanahtaji ujumuishaji wa watu wote. Katika Kiswahili, methali zenye ujumbe sawia na huo ni nyingi. Miongoni mwa hizo ni kama vile: *Ashukaye hushushwa; Baya lako si jema la mwenzio; Figa moja haliinjiki chungu; Jino moja halitafuni kinywani; Jirani ni bora kuliko ndugu aliye mbali; Mchele si punje; Mbili ni bora kuliko moja; Mkataa wengi ni mchawi; Mikono miwili ni kuoshana, Mkono mmoja haulei mwana; Moto hauwaki kwa kijinga; Nyumba hujengwa kwa fito* na *Ujirani mwema hutengeneza njia.*

Ukarimu na maridhiano katika jamii

Katika jamii ya sasa, baadhi ya mambo ambayo huweza kukosesha amani miongoni mwa watu ni ubinafsi na tamaa. Kimsingi, watu wanapaswa kuridhika kwa kile kinachowezekana kutegemea uwezo wao. La muhimu hapa ni kujitahidi kwa kuzingatia njia zilizo halali bila ya kuwaghasi wengine katika jamii. Katika utamaduni wa jamii za Afrika Mashariki, hasa kabla ya ukoloni, watu waliishi kwa kukirimiana bila ya kutarajia malipo au sifa za waja. Aidha, watu walijitahidi kutenda wema kwa wahitaji. Kulingana na utamaduni wa Kiafrika, ilichukuliwa kuwa, watu karimu walizidishiwa kile walichokitumia kwa wenzao. Kukosa na kupata ilikuwa ni majaliwa kutoka kwa mwenyezi Mungu. Katika muktadha huo, watu waliishi kwa heshima, maridhiano, utu, upendo na amani. Mja alipopata dhiki, jamii iliathirika kwa kiwango fulani na iliwajibika kushiriki katika kumliwaza na kusaidia kuiondoa dhiki iliyomkumba mwenzao. Mwafaka huo ulikuwepo tangu azali na ilihimizwa kupitia kwa utamaduni wao wa asili. Kadhalika methali zilikuwepo, zilitumiwa kama dira ya kuwaelekeza watu kuzingatia mwafaka huo kwa kuwaonya dhidi ya ukiritimba. Mojawapo ya methali iliyotumika katika uwasilishaji wa ujumbe huo ni; *Ukikosa shukuru, kupata kuna Mungu*. Methali hiyo ilibuniwa kutokana na imani iliyojengeka katika utamaduni wa wenyeji. Maana ni kwamba, kuna uwezo au nguvu fulani zilizopiku zile za binadamu. Nguvu hizo ndizo zilizotegemewa mnoi katika kuelekeza maisha ya watu katika jamii za hapo awali. Kwa hivyo, yale yaliyoshuhudiwa katika jamii yalichukuliwa kuwa ni mipango ya Mwenyezi Mungu. Imani hiyo inamaanisha kuwa, kupata au kukosa hakupasi kuwafanya watu kulalama au kujenga uhasama miongoni mwao. Katika muktadha huo, watu walizingatia utu katika maisha. Kwa kuzingatia uhalisi huo wa maisha kuna mambo mawili: kuna kupata kwa wakati mmoja na pia mtu huweza kukosa. Hayo ni baadhi ya mambo ambayo hayawezi kuepukika katika maisha ya watu. Methali hiyo iliwatarajia watu kuishi maisha ya kuoneana imani na kukirimiana katika jamii.

Kwa wakati wa sasa, baadhi ya watu wamekuwa wakielekezwa kwa tamaa na ubinafsi bila ya kujali yanayowasibu wenzao katika jamii. kwa hivyo, jamii ya sasa huweza kupata uelekezi ufaao katika maisha yenye pilikapilika nyingi. Methali nyingine ambazo pia huuwasilisha ujumbe sawia na huo ni kama: *Aliyekupa wewe kiti, ndiye aliyenipa mimi kumbi*; *Bahati ya mwenzio usiilalie mlango wazi*; *Hasidi mpe kiti akae*; *Ujirani wema hutengeneza njia*; *Ukiona neno, usiposema neno, hupatikani na neno*; *Utajiri ni kama umande* na *Usikaange mbuyu ukawaachia wenye meno wakatafuna*.

Kinachobainika katika methali hizo ni kwamba, baadhi ya matatizo yalipo katika jamii huweza kuangaziwa kupitia kwa ubainishwaji na kwa uzingatia kauli za masharti. Kwa yule anayeelekezwa anapasa kudhihirisha msimamo katika maisha ili matatizo yakimkuta hakutakuwa wa kulaumiwa.

Bidii katika kufanyaji kazi

Katika utamaduni wa Mwafrika na pia kwa kuzingatia muktadha wa Afrika Mashariki, kazi ni muhimu katika maisha ya mtu. Utamaduni wa watu wa Afrika Mashariki umekuwa ukihimiza kufanyaji kazi kwa bidii. Uzembe wa kulalama umekuwa ukibezwa na wale wenye mielekeo hiyo walikemewa, kusutwa na kudharauliwa. Suala la kujitahidi na uwajibikaji katika kazi lilikuwa si jambo la mjadala katika utamaduni asilia wa Waafrika. Mtu ambaye hakufanya kazi hakuweza kujimudu kiuchumi na maisha yalienda tege. Kwa kuzingatia suala hili, watu waliweza kuhimizana na kutiana moya kupitia kwa methali kama hii ya: *Mchagua jembe si mkulima*.

Hiyo ni methali mojawapo inayotokana na shughuli mahususi zilizofanywa katika baadhi ya jamii za Kiafrika. Kwa mfano, miongoni mwa kazi muhimu katika jamii, ni kilimo. Shughuli za kilimo zilikuwa zikihimizwa, kwa kuwa lishe ya jamii ilitokana na mavuno yaliyopatikana. Watu walijitahidi katika ulimaji na palizi. Kutokana na kazi hiyo mahususi katika jamii, methali hiyo iliweza kutumiwa katika kupitisha ujumbe wa kuwaelekeza watu kuhusu umuhimu wa kufanya kazi bila ya kuchagua chagua njia ya mkato. Kinachowasilishwa katika methali hiyo ni kwamba, watu wanahitaji kujitahidi katika kazi ili kuweza kulisukuma gurudumu la maisha. Kwa yule aliye na nia aliweza kutumia kifaa chochote kile bila ya kulalamika. Mifano mingine ya methali zinazoweza kutumiwa katika kuwahimiza watu kufanya kazi kwa wakati wa sasa ni kama: *Anayetafuta hachoki, akichoka keshapata*; *Kula uhondo kwataka matendo*; *Mali ya urithi haina Baraka*; *Nguo ya kuazima haisetiri matako*; *Ukilala na mambo yatalala*; *Ukilima pantosha utavuna pankwisha*; *Ukiona vyaelea vimeundwa*; *Ukitaka cha mvunguni sharti uiname* na *Usisafirie nyota ya mwenzio*.

Methali hizo zinaweza kutumiwa katika kubainisha hali iliyopo katika jamii, kuwakejeli baadhi ya watu wenye mielekeo ya uzohali na pia kuwataka watu kufanya zilizopo katika jamii bila ya kulalama au kutoa sababu zisizokuwa za msingi.

Tahadhari katika maisha

Kupitia kwa baadhi ya methali zilizopo katika jamii, mandhari ya usaili au tafakari na kufikia uamuzi unaofaa huweza kujengwa. Kwa hivyo, mtu anapojikuta katika nakama yoyote hawezi ya kulalama bali ni yeye mwenyewe wa kujilaumu. Methali zilizopo katika utamaduni wa watu huwa ni mwavuli wa busara ya kurejelea (Mulokozi na Shani, 2007). Utamaduni asilia wa Waafrika haukupenda kujutia matokeo ya vitendo vyao. Kimsingi, methali zimekuwepo tangu azali katika utamaduni wa watu ili kuwaelekeza kuzingatia tahadhari na tafakari ya hatua inayochukuliwa. Utamaduni wa Mwafrika ulimchukulia mtu kuwa muhimu na shida zinazomtokea ni zile zinazoweza kuuathiri mwafaka uliopo katika jamii (Irele, 1981 na Lo Liyong, 1972). Katika muktadha huo, baadhi ya methali za Kiswahili zinaweza kutumiwa kuwaonya na kuwatahadharisha watu kuepukana na matatizo yaliyopo katika jamii. Ingawa baadhi ya methali hizo zilikuwepo tangu jadi, zinaweza pia kujenga msingi katika kuielekeza na kuitahadharisha jamii. Mfano ambayo itatolewa maelezo kushadidia mawazo hayo ni: *Usipoziba ufa, utajenga ukuta.*

Methali hiyo inayorejelewa imetokana na tajiriba ya watu kuhusu ujenzi wa nyumba za saruji ambapo ufa unapodharauliwa huweza kusababisha kubomoka kwa ukuta mzima wa nyumba. Methali hii inaweza pia kuhusishwa katika tajiriba zinazoshuhudiwa wakati wa sasa. Kwa mfano, tatizo linahitaji kutatuliwa kabla halijakuwa kubwa. Hii ni kwa sababu, suluhu yake itakuwa nyepesi lakini linapotanuka huenda likawashinda au kuhitaji gharama kubwa. Hapa ieleweke kuwa dhima ya methali hufafanuliwa kwa kuzingatia miktadha inayoibua matumizi yake. Methali zingine zenye ujumbe wa kutoa tahadhari ni hizi zifuatazo: *Kuvua maji ya kina kunataka wakurufunzi; Usichezee maji yaliyotulia; Ukiona nyoka shika kigongo; Ukipata chungu kipya usitupe cha zamani; Usicheze na simba, ukamtia mkono kinywani; Ukimficha jogoo pakachani kuna siku atawika; Ukimkimbiza sana mjusi, atageuka nyoka* na *Ukitaka salama ya dunia zuia ulimi wako.*

Mahusiano kati ya vijana na wazee katika jamii

Katika tamaduni za jadi, mahusiano kati ya vijana na wazee yalikuwa yakifuata utaratibu uliokubalika. Kwa hivyo, malezi ya vijana yalianzia pale mimba inapotunga na kuendelezwa zaidi mwana anapozaliwa. Katika misingi hiyo, mtoto ana haki ya kuzaliwa na kulelewa katika mazingira yanayojengwa na wazazi. Kadhalika mwana alihitaji kuelekezwa kupitia kwa nasaha za wazazi na watu wazima katika jamii. Taratibu hizo zilihimizwa katika mapokeo ya utamaduni wa watu katika jamii za Waafrika. Kutokana na mabadiliko yaliyopo kwa wakati wa sasa, baadhi ya wazazi wamekuwa wakikiuka au kuyapuuza majukumu yao kwa wana wao. Baadhi ya vijana wamekuwa wakifikia hatua ya kuepukana na majukumu yao ni kuziavya mimba au watoto wanapozaliwa kutupwa jalalani. Isitoshe baadhi ya vijana huwachukulia wazazi kuwa wamepitwa na wakati. Hilo limetokana na athari ya maisha ya kigeni ambayo yameshika nguvu katika jamii ya Afrika Mashariki. Swali ni: Je, malezi na kudorora kwa mahusiano kati ya vijana ni mambo yanayoweza kupata uelekezi kupitia kwa kauli za kijamii? Ni kweli kwamba, maisha kwa wakati huu wa sasa ni magumu kutokana na tukutiki za mabadiliko ya kitamaduni na misukumo ya kiuchumi iliyopo katika jamii.

Hata hivyo, katika jamii za mataifa mbalimbali zikiwemo zile za Afrika Mashariki, zimekuwa zikihimiza kuwepo wa mahusiano yanatostahiki miongoni mwa vijana na wazazi.

Katika muktadha huo, methali zilizopo katika jamii hazijasita kubainisha na kusisitiza masuala hayo ya msingi kuhusu mahusiano kati ya vijana kwa vijana na vijana kwa wazee. Mfano ni methali: *Ukicha mwana kulia utalia wewe*. Methali hiyo imetokana na tajiriba ya watu kuhusu maswala ya malezi ya watoto na vijana kwa ujumla. Matumizi yake yalilenga kuwapa mwelekeo wazazi ambao hawakuwa na tajiriba pana ya majukumu ya malezi au wale waliokuwa wakiwadekeza wana wao. Kupitia kwa methali hiyo, wazazi na wazee katika jamii wanatanabahishwa kuhusu majukumu yao katika kuwaelekeza vijana. Kwa mfano, mtoto huyo anapaswa kukidhiwa mahitaji mbalimbali ya kimsingi hadi atakapokuwa mtu mzima au anapoweza kujikimu. Isitoshe, wazazi wanafahamishwa kuwa, mtoto aliyekosa malezi bora katu hawezi kutangamana vizuri katika jamii. Mwana aliyepata maelekezo bora huwa ni kielelezo cha jitihada za wazazi na jamii nzima. Kwa hivyo, mtoto ni fahari kwa wazazi na jamii kwa ujumla. Katika jamii ya wakati wa sasa, baadhi ya wazazi wamekuwa wakizingatia mno shughuli zao za kiuchumi na matokeo yake ni kukosa kuwajibika kwa wana wao. Matokeo ni kwamba, kizazi ambacho ni tegemeo la jamii kitakosa mwelekeo ufaao katika kukabiliana na maisha ya sasa na ya baadaye. Methali nyingine ambazo zimesetiri ujumbe kama huo ni kama hizi: *Mtoto msikivu ndiye abarikiwaye; Mwana mkaidi hafaidi mpaka siku ya idi; Mtoto umleavyo ndivyo akuavyo; Wimbo mui hauongolewi mwana; Mwenye kumchukia mwanawe ni hasidi ya rohoye; Ukimlea mwana mwema na mui mlee; na ukicheza ujanani utalipa uzeeni*.

Maswala ya ndoa

Ndoa ni asasi muhimu katika utamaduni wa jamii za Kiafrika na imekuwa ikikumbwa na misukosuko ya aina aina. Misukosuko hiyo imekuwepo kwa kipindi kirefu katika jamii za hapo awali na hivi sasa mihimili hiyo imekuwa ikiyumba na kudorora kutokana na athari za utamaduni wa kigeni unaoshuhudiwa kila kuchao katika jamii za Afrika Mashariki. Tofauti na hali zilizokuwepo hapo awali, yaani kabla ya utamaduni wa kigeni kujiri; mke na mume walikuwa wakitekeleza majukumu yaliyotofautiana katika maswala ya unyumba na maisha kwa ujumla. Hata hivyo, methali zimekuwepo kuratili mahusiano hayo ya ndoa. Baadhi ya kauli zilizokuwepo zimekuwa na mitazamo ya kuwili: zile zilizombeza na zile zilizomkweza mwanamke. Jambo la muhimu hapa ni kuelewa busara ya methali hizo kwa kuzingatia utamaduni wa watu badala ya kuzihusisha na mwelekeo hasi. Hata hivyo, kauli hizo zilizingatia taratibu zilizokuwepo katika muktadha wa utamaduni wa maisha na historia ya jamii husika.

Kauli ambazo zimefundika mwelekeo huo zimekuwa zikipigwa vikumbo na wakereketwa wenye msimamo mkali kuhusu maswala ya wanawake. Methali hizo zilizozopitwa na wakati ni kama vile: *Mume ni kazi; mke ni nguo; mke kipofu huwa mwaminifu* na *mke ni sawa na mwana*. Kauli hizo zilizofafanua taswira ya mwanamke kwa kutompa nguvu katika unahodha wa maisha yake zilikemewa (Momanyi, 1998; 2001 na Ndungo, 1998). Kinyume na uhalisi huo wa awali, mwanamke wa sasa hushiriki katika shughuli muhimu za kisiasa, kijamii na pia zile za kiuchumi sawa na mwanamume. Hiyo haimaanishi kuwa methali zilizokuwepo hazina ufaafu wowote katika maisha ya sasa. Zinaweza pia kutumiwa katika kuwaelekeza wanaohusika kupata suluhu ya tafrani ya unyumba. Methali ambayo inaweza kutumiwa ni kama vile: *Fimbo impigayo mke mwenzio, ukiiona itupe*. Katika methali hiyo inaielekeza jumuiya ya wanawake kuhusu ndaro zifaazo katika kukabiliana na ubedui au shimiri ya tafrani ya wanaume wenye mielekeo ya uhafidhina na umafumbwe. Jumuiya hiyo inaelekezwa kutumia uwezo wao katika kutatulia matatizo yanayowasibu endapo wanaume wanashikilia kuwa wao ndio hutoa adhabu. Kadhalika, baadhi ya tamaduni katika jamii zinauendeleza uhafidhina na kuukubali ukewenza katika dahari ya sasa. Hiyo ni hali ambayo huweza kuwepo kutokana na makubaliano au kwa maamuzi ya kibinafsi ya mume. Kwa ambavyo jamii za sasa hazitaki tafrani za kifamilia, baadhi ya methali huweza kutumiwa ili kufikia mwafaka katika usuluhishaji matatizo hayo. Methali hizo ni kama: *Kosa moja, haliachi mke; Mke ni dada mdogo; Mume wa mama, ni baba* na *Ukipenda uyoga, penda na kichuguu.*

Katika muktadha wa methali hizo ni kwamba, baadhi ya matatizo ya ndoa kwa wakati wa sasa huweza kupata suluhu siyo tu kwa kuwazingatia wanawake bali pia wanaume kujengewa ndaro ya kufikia uelekezi ufaao kupitia kwa busara inayowailishwa.

Tahadhari katika maingiliano ya watu

Baadhi ya kauli zinazotumika katika maingiliano ya watu huweza kujenga au kuusambaratisha kabisa mwafaka huo. Katika uhalisi huo, jamii mbalimbali za Afrika ya Mashariki ziliweza kuunda methali zilizouwasilisha uhalisi huo. Kupitia kwa baadhi ya methali zilizopo, watu walipata uelekezi wa kuwa wenye tahadhari katika uteuzi wa kauli au maneno yanayotumiwa katika maingiliano yao ya kila siku. Baadhi ya vitabu vitakatifu kama vile Biblia na misahafu ya Kurani Tukufu vimekuwa vikitoa uelekezaji huo kwa wanajamii. Kwa sababu, kauli zisipotumika kwa njia ifaayo huweza kusababisha kutokuelewana miongoni mwa watu. Isitoshe, watu hutambuliwa na kujijengea jina kwa kauli zinazotumiwa katika mawasiliano ya jamii. Katika jamii za wakati wa sasa, kumeshuhudiwa matatizo makubwa kutokana na matumizi ya kauli zisizofaa. Kwa mfano, baadhi ya watu mashuhuri katika jamii wamekuwa wakibwabwaja kwa kutumia kauli ambazo hutonesha hisi za wenzao na matokeo yake huwa ni kuyatia ila majina yao. Aidha, methali huweza kutumiwa kwa wakati wa sasa ili kuwaelekeza watu kuwa makini wanapotoa na kutumia kauli katika mawasiliano yao: *Ajuaye mengi, hasemi mengi; Akunyimae tonge hakunyimi neno; Debe tupu haliachi kutika; Akutukanaye hachagui tusi; Heri kujikwaa dole kuliko kujikwaa ulimi, Maneno makali hayavunji mfupa, Maneno matamu humtoa nyoka pangoni* na *Ukitaka salama, zuia ulimi*.

Methali hizo huweza kutumiwa katika kuwaonya watu kutotumia kauli za kuleta shari katika mahusiano yao. Ni katika mazingira hayo ndipo methali hizo hupata umaarufu wake.

Hitimisho

Kutokana na mifano iliyotolewa katika makala hii, imedhihirishwa kuwa methali ni miongoni mwa kauli muhimu zinazoweza kutumiwa katika kubainisha uhalisi wa maishana pia kuwa dira ya kukabiliana na matatizo yaliyopo katika jamii ya sasa. Zaidi ya kubainisha uhalisi maisha, kauli hizo zinaweza kutumiwa kuwashirikisha watu katika usaili na tafakari ya matatizo yanayowasibu. Katika muktadha huo, watu huweza kujenga mwelekeo wa maamuzi yanayojikita katika utamaduni wao. Kwa wakati wa sasa, jamii za Afrika Mashariki zimeweza kupitia tukutika za mabadiliko mbalimbali ya kisiasa, kijamii na kiuchumi. Hayo ni baadhi ya mambo ambayo huhitaji mwelekeo ufaao.

Aidha kupitia kwa methali, watu huweza kujijuvya maarifa mbalimbali katika harakati ya kusuluhishia baadhi ya matatizo katika jamii. Hayo yote huzingatiwa ili kuwafanya watu kuepukana na vitendo visivyofaa katika jamii. Katika misingi hiyo, methali huibua na kuwasilisha falsafa ya watu kwa njia inayoeleweka katika tajiriba iliyojikita katika utamaduni wao.

Isitoshe, methali za Kiswahili zimekuwa zikibainisha taswira halisi ya jamii kwa kuzingatia mapito ya kihistoria. Hayo yatasaidia katika kuupatanisha ujumbe unaowasilishwa na miktadha ya kijamii inayorejelewa. Katika mazingira hayo, jamii hujengewa kioo cha kujitazamia na kubainishiwa dira ya kurejelea wakati matatizo yanapojiri. Kwa hivyo, matatizo sugu yanayoshuhudiwa katika jamii huweza kupata suluhu na mwelekeo usiotetereka kupitia kwa methali zilizopo za Kiswahili. Pendekezo hapa ni kuwa baadhi ya semi za Kiswahili zinaweza pia kufanyiwa utafiti ili kudhihirisha namna zinavyoweka kutumika katika kutatulia matatizo yaliyopo katika jamii za sasa.

Marejeleo

Alembi, E. (2009). 'Utangulizi', katika Wango, K., *Proverbs of the Kikuyu People*. Nairobi: Flames keepers publishing Ltd.

Andambi, A. na Murono, E. (2005). *Muundo Mpya wa Methali za Kiswahili*. Nairobi: Mvule Publishers Ltd,

Gesero, W.C. (2009). *Methali za Kiswahili Afrika Mashariki na Kati*. Dar es Salaam: ABSIT

Irele, A. (1981). *The African Experience in Literature and Ideology*. London: Heinemann.

Khamis, S. A. M. (1980). *Methali za Tashbiha*. Dar es Salaam: Longman.

Lo Liyong, T. (1972). *Popular Culture of East Africa*. Nairobi. Longman.

Madumulla, J.S. (1995). *Proverbs and Sayings: Theory and Practice*. Dar es Salaam: TUKI.

Maitaria, J.N. (2012). 'Uanishaji wa Ushairi wa Kiswahili kwa kutumia kigezo cha methali', katika *MULIKA Juzuu 31*. Dar es Salaam: TUKI.

Mieder, W. (2004). *Proverbs are the best policy: Wisdom and American Politics*. Logan: Utah State University Press.

Mlacha, S.A.K. (1985). 'Dhima ya Methali katika Malezi', katika *KISWAHILI JUZUU 52/1 na 52/2*. Dar es Salaam: TUKI.

Momanyi, C. (1998). "Usawiri wa Mwanamke Muislamu katika Jamii ya Waswahili kama inavyobainika katika Ushairi wa Kiswahili", Tasnifu ya Ph.D., Chuo Kikuu cha Kenyatta. (Haijachapishwa)

Momanyi, C. (2001). 'Nafasi ya Mwanamke katika Ushairi wa Shaaban Robert', katika *KISWAHILI Juzuu 64*. Dar es Salaam: TUKI.

Mtesigwa, P.C.K. (1989). 'Methali ni Nini?', katika *KISWAHILI JUZUU 56*. Dar es Salaam: TUKI.

Mulokozi, M.M. na Shani, K. (2007). *Methali na Mifano ya Kiswahili – Shaaban Robert*. Dar es Salaam: TUKI.

Ndungo, C. (1998). "Image of Women in African Oral Literature: A Case of Gikuyu and Swahili Proverbs", Tasnifu ya Ph.D., Chuo Kikuu cha Kenyatta. (Haijachapishwa).

Ngole, S.Y.A. na Honero, L.N. (1982). *Fasihi - Simulizi ya Mtanzania Methali* (Kitabu cha pili).

Parker, C. A. (1974). "Aspect of Theory of Proverb". Tasnfifu ya PhD., Chuo Kikuu cha Washington.

Wafula, R. M. (1994). 'Uainisho wa Methali', katika *Writers Forum, A Journal of the Writers' Association of Kenya*. Nairobi: The Jomo Kenyatta Foundation Publishers and Printers.

Wamitila, K.W. (2003). *Kichocheo cha Fasihi Simulizi na Andishi*. Nairobi: Focus Books Ltd.

SEHEMU YA TANO

UTAFITI WA KISWAHILI: LUGHA NA FASIHI

SURA YA KUMI NA TATU

NAJIVUNIA KUWA MKENYA: UTOSARUFI, MTINDO AU MABADILIKO YA LUGHA?

Leonard Chacha Mwita

Utangulizi

Makala haya yanazungumzia dhima ya kiambishi cha kauli ya kutendea ya kitenzi cha Kiswahili. Motisha ya kuandika makala haya imetokana na matumizi yaliyoenea sana ya kauli iliyokusudiwa kuzusha hisia za kizalendo, *Najivunia kuwa Mkenya*. Wale waliokuwa na maoni tofauti waliijibu kauli hiyo kwa kusema, *Navumilia kuwa Mkenya*. Jambo linalolengwa katika makala haya ni kuchunguza usarufi au utosarufi wa matumizi ya vitenzi *najivunia* na *navumilia* katika miktadha hiyo hapo juu. Katika kuchanganua hali hiyo, mitazamo miwili ya lugha imetumika: mtazamo elezi na mtazamo elekezi.

Makala haya yamegawanywa katika sehemu sita. Sehemu ya kwanza ni utangulizi. Hii inafuatwa na maelezo mafupi kuhusu mitazamo elekezi na elezi ya lugha. Sehemu ya tatu inahusu ufafanuzi wa kauli ya kutendea kwa mujibu wa sentensi mbili zilizoteuliwa, sehemu ya nne ina ufafanuzi zaidi wa kauli ya kutendea, na baada ya hayo kuna hitimisho.

Mtazamo elekezi na elezi

Mjadala kuhusu sarufi elezi na sarufi elekezi umekuwepo kwa muda mrefu. Mitazamo hii imeshika kasi miaka ya 1960, na ingawa hivi sasa imetulia kidogo, baadhi ya maswala ya lugha yanaweza tu kueleweka vyema tukiirejelea mitazamo hiyo. Hapa chini kumetolewa ufafanuzi zaidi kuhusu mitazamo hiyo miwili.

Mtazamo elekezi

Sarufi elekezi ni sarufi ambayo huweka sheria na kanuni za matumizi sahihi ya lugha ili watumiaji walazimike kuzifuata sheria hizo (TUKI 1990). Tangu zamani hadi sasa, 'wakuntu' wameamini kwamba mabadiliko ya lugha ni upotovu na kwamba kuna maumbo sahihi ya lugha ambayo wasomi wanatakiwa kutumia (Fromkin & Rodman 1993). Kwa hivyo, wanasarufi elekezi wanazingatia sarufi ambayo huweka sheria ili kuwa na aina fulani ya usahihi. Sarufi ya aina hii hueleza namna lugha inavyotakiwa kutumiwa.

Ni muhimu kuzingatia kwamba wanasarufi elekezi huchukulia lahaja inayotumiwa na viongozi na watu wa tabaka la juu, lahaja inayotumiwa katika fasihi au nyaraka zilizochapishwa, na lahaja inayotumiwa shuleni kama ndizo lahaja sanifu. Nchini Kenya, viongozi wa kisiasa, vyombo vya habari na walimu huathiri sana jinsi lugha inavyotumiwa.

Hata hivyo, tunajua kwamba wanaisimu kwa jumla hupinga uelekezi kwa sababu kadha wa kadha. Sababu moja ni kuwa mtazamo elekezi ni wa watu wa tabaka la juu, kwani inachukuliwa kwamba matumizi ya sarufi ya kikundi kimoja katika jamii ndiyo tu yaliyo sahihi. Kwa hivyo, mtazamo huu unaelekeza badala ya kuzieleza sheria za sarufi. Pia, inafaa kutambuliwa kwamba lugha ni hai na inabadilika kila wakati. Wakati mwingine sentensi 'zinapovurugwa', huwa si kwa sababu ya lugha bali ni kwa sababu ya wazungumzaji (Fromkin & Rodman 1993). Hili linatuelekeza kwenye mtazamo kinzani ambao unakubaliwa na wanaisimu.

Mtazamo elezi

Sarufi elezi pia huitwa sarufi fafanuzi. Hii ni sarufi ambayo inashughulika na kufafanua vipengele vya lugha (TUKI 1990). Huu mtazamo fafanuzi hueleza kile ambacho watu husema. Unaeleza kwamba 'hivi ndivyo watu wanavyoitumia lugha'. Sheria za sarufi hazilazimishiwi watu na mamlaka fulani. Lugha ya mazungumzo husisitizwa zaidi ya lugha andishi.

Wanaisimu wanaamini kwamba kila mzungumzaji aliye na umilisi wa lugha yake huwa na ujuzi kama wa mzawa wa lugha ambao humwongoza kuamua kama sentenzi zimeundwa vyema au la. Kila mzungumzaji wa lugha fulani anajua sarufi yake, na wanachofanya wanaisimu ni kueleza sarufi ya lugha kama ilivyo katika matumizi ya wazungumzaji. Wazungumzaji wa lugha fulani wakipewa idadi fulani ya sentensi, wanaweza kutumia ujuzi wao wa kiisimu kuamua sentensi zilizo sahihi na zisizo sahihi (Fromkin & Rodman 1993). Hii inaonyesha kuwa maamuzi ya kisarufi huwa si ya kiholela lakini yanaongozwa na sheria ambazo wazungumzaji wa lugha hiyo wanazishiriki. Ujuzi huu wa wazungumzaji hautokani na yale waliyofundishwa shuleni, bali unatoka kwa yale waliyopata kama watoto walipojifunza lugha hiyo.

Baada ya kuelewa hiyo mitazamo miwili ya lugha, sasa tuangalie kauli ya kitenzi cha kutendea.

Kauli ya kutendea katika Kiswahili

Kiswahili, kama lugha nyinginezo za Kibantu, huwa na minyambuliko mingi. Mzizi wa kitenzi cha Kiswahili huruhusu viambishi awali au hata viambishi tamati kubadilika ili kubadili sarufi ya kitenzi. Katika sehemu hii, kiambishi cha kauli ya kutendea ndicho kinachoangaziwa.

Maumbo ya viambishi vya kauli ya kutendea

Kuna maumbo mbalimbali ya kauli ya kutendea ya kitenzi cha Kiswahili (Kabugi 1992) kama inavyoonyeshwa hapa chini.

	Umbo	Kauli ya kutenda	Kauli ya kutendea	Maelezo
1.	i	jivuna	jivun-i-a	Kitenzi chenye irabu /a/, /i/ au /u/ kwenye mzizi
		pika	pik-i-a	
		paka	pak-i-a	
2.	e	soma	som-e-a	Kitenzi chenye irabu /e/ na /o/ kwenye mzizi
		cheka	chek-e-a	
3.	li	nunua	nunu-li-a	Kitenzi ambacho mzizi unaishia na irabu na una /a/, /i/ na /u/.
		kimbia	kimbi-li-a	
		kaa	ka-li-a	
		vumilia	**vumili-li-a**	
4.	le	pokea	poke-le-a	Mzizi wa kitenzi unaishia irabu na una /o/ au /e/.
		tembea	tembe-le-a	
5.	i	rudi	rud-i-a	Kitenzi kisicho cha Kibantu kinachoishia irabu /i/ au /u/.
		jibu	jib-i-a	
6.	e	samehe	sameh-e-a	Kitenzi kisicho cha Kibantu kinachoishia irabu /e/.
7.	li	sahau	sahau-li-a	Kitenzi kisicho cha Kibantu kinachoishia irabu mbili.
		dharau	dharau-li-a	

Katika jedwali la hapo juu tunaona kwamba vitenzi vilivyo katika kauli ya kutenda hufikia kauli ya kutendea kwa kuongezewa mojawapo ya viambishi {-i}, {-e}, {-li}, au {-le} kati ya mzizi na kiishio cha kitenzi. Mazingira ya kuamua umbo litakalotumika pia yamebainishwa. Pia kutokana na jedwali hili inadhihirika kwamba kitenzi *jivunia* kipo katika kauli ya kutendea, kauli yake ya kutenda ikiwa *jivuna*, ilhali *vumilia* ni kauli ya kutenda na *vumililia* ndiyo kauli ya kutendea. Aidha, katika namba 3 kwenye jedwali hilo hapo juu tunapata vitenzi vyenye asili ya Kibantu ambavyo mizizi yake inaishia irabu. Vitenzi hivi vinaweza kumhadaa msomaji akafikiri kwamba viko katika hali ya kutendea kwa sababu ya umbo lavyo. Umbo la *vumilia* lipo katika kundi hili. Vitenzi vingine kama hivyo ni:

8. a) angalia
   b) ingia
   c) angamia
   d) tegemea

Kuna vitenzi vichache katika Kiswahili ambavyo tayari viko katika hali ya kutendea ingawa hatuwezi kupata umbo lake la msingi, yaani la kauli ya kutenda, kwa mfano:

9. a) saidia
   b) hurumia

Dhima ya kauli ya kutendea

Kauli ya kutendea huwa na dhima mbalimbali katika lugha. Matumizi ya kimsingi ya kiambishi cha kauli ya kutendea ya kitenzi cha Kiswahili ni kueleza kuwa kitendo kimefanywa kwa niaba ya au badala ya. Kwa mfano:

10. a) Dada yangu alinifulia nguo.
    b) Mpishi alitupikia chakula kizuri.

Pia kauli hii hutumiwa kuonyesha kuweko kwa mwendo kutoka kwa kitu (mtu) kimoja kuendea kingine (Mohamed 2001). Kwa mfano:

11. a) Watoto walipomwona mama yao walimkimbilia.
    b) Utingo alirukia gari lilipoondoka ghafla.

Wakati mwingine kauli hii inaweza kuleta dhana ya kutumia kama kifaa cha kutekeleza kazi au jinsi ya kufanyia. Kwa hivyo, hapa kiambishi kinatambulisha matumizi ya kitu fulani, yaani kinaonyesha kusudi au kazi ya kitu. Hapa kuna mifano:

    12. a) Juma anataka kisu cha kukatia nyama.
        b) Gauni hili ni la kuendea harusi.
        c) Mabati haya ni ya kuezekea nyumba.

Kauli hii hutumiwa pia kuonyesha kuwa jambo fulani limefanywa na likamhasiri mtu mwingine. Kwa mfano:

    13. a) Yaya alimlia mtoto chakula chake.
        b) Mtoto alimharibia mama kibeti chake.

Uchanganuzi

Kama inavyoonyeshwa katika mifano yote iliyotolewa katika sehemu ya 3.2, kitenzi cha kutendea hufuatwa mara moja na yambwa. Huku tukitumia mfano wa kitenzi cha kutendea *pikia*, tunaweza kuiandikia hali hiyo kanuni teuzi ifuatayo:

    14. a) pika: T, + [___ KN]
        b) pikia: T(kauli ya kutendea), + [___ KN KN]

Kanuni (a) inaonyesha kwamba kitenzi *pika* huhitaji kufuatwa na nomino moja ambayo ni yambwa. Hii ni kwa sababu *pika* ni kitenzielekezi. Kitenzi hiki hakiwezi kujitosheleza bila yambwa. Kanuni (b) inaeleza kuwa *pikia* ni kitenzi cha kauli ya kutendea na kinapotumiwa katika sentensi kinahitaji kufuatwa na nomino mbili, yambwa na yambiwa. Hii ina maana kwamba tunapoangalia valensi ya kitenzi kilicho katika hali ya kutendea tunaona kwamba kinaongeza dhima, uhusika au hoja kinapotumika, badala ya kuongezewa nomino moja kama ilivyokuwa kwa kitenzi *pika* kunaongezwa nomino mbili. Kauli ya kutendea ndiyo iliyosababisha kuongezwa nomino ya pili. Angalia mifano hii:

    15. a) Juma alipika chakula   (hoja mbili)
        b) Juma alimpikia mtoto chakula.   (hoja tatu)

Hii ina maana kwamba kitenzi cha kauli ya kutendea huwa na angalau dhima au hoja mbili. Hili litategemea aina ya kitenzi kama ni kitenzi kisoelekezi, kitenzi elekezi au kitenzi elekezi chenye yambwa na yambiwa. Katika mfano 15(a), *pika* ni kitenzi elekezi. Katika mfano wa 16(a) tunatumia kitenzi *lala* ambacho ni kitenzi kisoelekezi na katika 16(b) tunapoongeza kiambishi cha kauli ya kutendea tunaona kuwa yambwa inahitajika.

16. a) Hamisi analia.
    b) Hamisi analilia mpira.

Hebu sasa tutumie vitenzi: *jivuna* na *jivunia* katika sentensi kama tulivyofanya katika mfano wa (16) hapo juu kwa sababu *jivuna* ni kitenzi kisoelekezi.

17. a) Maria anajivuna.
    b) Maria anajivunia shule yake.

Kwa misingi hiyo tunaweza kusema kuwa sentensi hizi mbili zilizo hapa chini (18) ni tofauti kwa sababu moja ina kitenzi cha kauli ya kutenda (18b) na nyingine ina kitenzi cha kauli ya kutendea (18a).

18. a) *Najivunia kuwa Mkenya.
    b) Navumilia kuwa Mkenya.

Kitenzi *vumilia* kipo katika hali ya kutenda lakini kile cha *jivunia* kipo katika hali ya kutendea. Mtazamo elekezi wa lugha unatuongoza kuamua kuwa sentensi *Navumilia kuwa Mkenya* ni sahihi lakini *Najivunia kuwa Mkenya* ina utosarufi kwani kitenzi *najivunia* kinaongeza uhusika au hoja katika sentensi na kama ni hivyo tungetarajia kifuatwe mara moja na yambwa. Kwa sababu hiyo, sentensi hiyo ingekuwa kama inavyoonyeshwa katika 19a au 19b:

19. a) Najivunia nchi yangu.
    b) Najivuna kuwa Mkenya.

Maelezo kuhusu matumizi ya kauli '*Najivunia kuwa Mkenya*'

Kimsingi, mtazamo elezi uliofafanuliwa katika §2.2 ni wa kiisimujamii na unaonyesha jinsi lugha inavyotumiwa na pengine kutoa sababu kwa nini hali iko hivyo. Sababu mbalimbali zaweza kutolewa kueleza kwa nini kauli *Najivunia kuwa Mkenya* imetumika.

Mtindo

Kuna kikundi kidogo cha wanaisimu kinachochukulia kwamba mabadiliko ya lugha ni jambo linalotokea bila mpangilio wowote na kwamba yanatokea bila wazungumzaji kudhamiria kuyaleta (Aitchison 2001). Kwa hiyo mzungumzaji mmoja anapofanya makosa wengine wanaanza kumuiga na mwishowe kitu tofauti kinajitokeza kama vile katika mitindo ya mavazi.

Kuna mtindo wa uzungumzaji ambao umeibuka siku hizi ambapo wazungumzaji wa Kiswahili hunyambua vitenzi kwa kuongeza viambishi vingi tu hata pale visipohitajika. Kwa mfano, utawasikia wakisema:

20. a) 'Acha kudanganyana' badala ya 'Acha kudanganya'.
 b) 'Leo umetokelezea'.
 c) 'Tuachane na hayo' badala ya 'Tuyaache hayo'.

Watu wanaozungumza hivyo huona kwamba wanapofanya hivyo wanaipa lugha ladha zaidi na pia wanaonekana kukijua Kiswahili zaidi. Ni kwa misingi hiyo ndipo tunapata kuwa wazungumzaji wameongeza kiambishi cha kutendea kwenye kitenzi *jivuna* na kupata *jivunia* ambacho wanatumia kama kitenzi cha kimsingi.

Mofu tupu

Namna nyingine ya kufasiri sentensi *Najivunia kuwa Mkenya* ni kuchukulia kuwa umbo la kauli ya kutendea limeganda, yaani umbo lipo lakini halina maana. Katika hali kama hiyo, kile kiambishi cha kutendea (/i/ au /e/) huwa kiambishi kitupu. Matumizi kama hayo yakiendelea sana umbo hilo hunata katika hali hiyo na baada ya muda linaingizwa kwenye kamusi kama umbo mbadala la umbo la kimsingi. Kwa mfano, kauli za kutendea za vitenzi hivi sasa zimeingizwa kwenye kamusi kama maumbo msingi.

21. a) vaa - valia
 Katika hali hiyo, sentensi hizi zinakuwa na maana moja:
 o Ame**vaa** shati zuri.
 o Ame**valia** shati zuri

 b) pa - pea
 Pia, sentensi zifuatazo zinakuwa na maana moja:
 o Alini**pa** ndizi mbili.
 o Alini**pea** ndizi mbili.

 c) salimu - salimia
 Katika hali hiyo, sentensi zifuatazo zina maana moja:
 o Mtoto huyu huwa**salimu** wazazi wake kila asubuhi.
 o Mtoto huyu huwa**salimia** wazazi wake kila asubuhi.

Matumizi ya *Najivunia kuwa Mkenya* yakiendelea huenda ukafika wakati sentensi mbili zilizo hapa chini zikawa na maana moja na vitenzi *jivuna* na *jivunia* vikawa pia na maana moja. Wakati huo matumizi ya (22)b yataonekana kuwa ni sahihi.

22. a) Jivuna - Najivuna kuwa Mkenya.
    b) Jivunia - *Najivunia kuwa Mkenya.

Mabadiliko ya lugha

Aitchison (2001) amesema kwamba kila kitu ulimwenguni kinabadilika. Lugha, kama vitu vingine vyote, hubadilika pia. Inasemekana kwamba hakuna wakati ambapo lugha itatulia, daima inabadilika. Mabadiliko ni mchakato wa kimaendeleo. Pengine swali la kujiuliza hapa ni kama mabadiliko haya ni mazuri au mabaya. Aitchison (2001) ametoa mitazamo mitatu ya kuelezea mabadiliko ya lugha. Kwanza ni kwamba lugha inapobadilika huwa inazorota polepole. Pili, mabadiliko ni hali ya lugha kujaribu kupata utendaji bora zaidi, ikiwa inajirekebisha ili itekeleze mahitaji ya wakati huo. Tatu ni uwezekano kwamba lugha hubakia katika hali yake ya kila siku tukitumia mtazamo wa kuendelea au kuzorota.

Kauli ya *Najivunia kuwa Mkenya* ilianza kama mradi wa serikali wa kuwahimiza Wakenya kuwa wazalendo. Matangazo ya kauli hii yaliwekwa kwenye redio, runinga, magazeti, mabango na kwenye vibandiko na yakasambazwa kote nchini. Baadhi ya watu wakaanza kuitumia kauli hii bila kujali utosarufi wake. Mtazamo elekezi wa lugha unadai kuwa wakati mwingine vyombo vya dola huweza kulazimishia watumizi mabadiliko fulani ya lugha. Vyombo hivi vinaelekeza kwamba hii ndiyo lugha sahihi, 'itumieni'. Hivi ndivyo ilivyokuwa. Mifano iliyotolewa katika namba (21) hapo juu inaonyesha mabadiliko ambayo yametokea hadi kiambishi cha kutendea kikapoteza maana yake katika maneno husika. Kauli ya *Najivunia kuwa Mkenya* ikiendelea kutumika tutafikia wakati ambapo wazungumzaji hawataona tofauti kati ya vitenzi *najivunia* na *najivuna*.

Hitimisho

Makala haya yamezungumzia kiambishi cha kauli ya kutendea. Imedhihirika kuwa sentensi *Najivunia kuwa Mkenya* inakiuka kanuni za sarufi ya Kiswahili lakini *Navumilia kuwa Mkenya* ni sahihi kisarufi. Mtazamo elekezi unahimiza kwamba lazima tu lugha sanifu na iliyo sahihi itumiwe wakati wote. Hata hivyo, kwa kutumia mtazamo elezi imeonyeshwa kwa nini kauli hiyo ya kwanza inakubalika na inazidi kutumika. Hali hii ndiyo inayozua mabadiliko ya lugha kisarufi.

Marejeleo

Aitchison, J. (2001). *Language Change: Progress or Decay?* Cambridge: Cambridge University Press.

Fromkin, V. & Rodman, R. (1993). *An Introduction to Language.* Fort Worth: Harcourt Brace Jovanovich College Publishers.

Kabugi, C. (1992). *Tujifunze Kiswahili.* Nairobi: Book Sales Ltd.

Khamis, A.M. (2008). *Maendeleo ya Uhusika.* Chuo Kikuu cha Dar es Salaam: TUKI.

Mohamed, M.A. (2001). *Modern Swahili Grammar.* Nairobi: East African Educational Publishers.

TUKI (1990). *Kamusi Sanifu ya Isimu na Lugha.* Chuo Kikuu cha Dar es Salaam: TUKI.

SURA YA KUMI NA NNE

JE SHENG NI LAHAJA YA KISWAHILI?: NADHARIA YA UTAMBULISHO WA LUGHA

Ayub Mukhwana

Utangulizi

Taifa la Kenya lina hali ya wingi lugha (Abdulaziz 1982, Webb na Kembo – Sure 2000, Mukhwana 2010). Katika lugha hizi za Kenya, zipo za asilia kama vile Kikikuyu na Kijaluo na vile vile lugha za kigeni kama vile Kiingereza na Kichina. Kisha zipo lugha vipindi mbili za Sheng na Engsh (Nzunga 2002, na Mbaabu na Nzunga 2003) ambazo kwa hakika ni lugha bandia.

Sheng ni lugha-pendwa nchini Kenya – hasa mijini - na hutumiwa kwa ajili ya mawasiliano miongoni mwa vijana na vile vile wazee vijana (Mukhwana 1990). Chanzo hasa cha lugha hii ya Sheng hakijulikani kwa yakini ila kumetolewa maoni mbalimbali. Kama lugha msimu, Sheng inaweza kusemekana kuwa imeanza kama matumizi ya maneno ya rejareja na yasiyo ya Kiswahili hasa katika mawasiliano ya Kiswahili miongoni mwa watumizi wa Kiswahili lakini waliojiona kama wanadhulumiwa kwa njia moja au nyingine kilugha na kimawasiliano. Kwa hali hii basi, lugha ya Sheng imeanzishwa kama msimbo wa siri na ambao ni kama kitambulisho cha watumizi na kwa hiyo watumiao lugha ya Sheng hudhamiria kudhihirisha mielekeo na mapendeleo yao ya kilugha kama kikundi cha watu maalumu watumiao lugha hii ya Kiswahili. Kutokana na hiki nikionacho kama chanzo cha lugha hii ya Sheng, mambo yafuatayo yanajitokeza kama yaliyochangia katika kuanzishwa kwa lugha hii:

Kwanza, kuleta usiri miongoni mwa watoto dhidi ya wazazi wao. Wale wanaoishikilia hoja hii hudai kwamba katika mitaa ya Eastlands mjini Nairobi uhaba wa nyumba zenye zaidi ya chumba kimoja uliwalazimisha wazazi kuishi chumba kimoja cha kulala na watoto wao. Ni hali hii eti iliyowapa kuibuni lugha hii ya Sheng kama msimbo wao wa siri ili wazazi wao wasijue kama ni mambo yapi waliyokuwa wakiongelea maana katika jamii nyingi za Kikenya ni mwiko na usimbeko kuzungumzia masuala yanayoendana na ngono mbele za wazazi. Katika wasomi wa lugha ya Sheng wanaoushikilia msimamo kama huu ni Osinde (1986) na ambaye anadai kuwa lugha hii ya Sheng imeanza miaka ya sabini ya karne ya ishirini.

Pili, kuleta usiri miongoni mwa Wakenya hasa baada ya tukio la kihistoria la hali ya hatari mnamo mwaka wa 1952. Hili ni tukio la kihistoria lililofuatia hali ya Wakenya kutaka kujitawala na kwa hiyo kudai uhuru. Wanaoushikilia msimamo kama huu akiwemo Odhiambo (2013) hudai kuwa wakati huu wa kupigania uhuru wakoloni wa Kizungu Kenya walikuwa macho sana kutaka kujua kile kilichokuwa kikifanyika nchini, hasa kutokana na sera yao ya kikoloni ambayo haikuwa wazi. Kutokana na hali hii mikakati ya kukabiliana na wakoloni hao ilibuniwa na miongoni mwa mikakati hii kulikuwemo lugha. Neno maarufu la kuupigania uhuru wa Kenya *mau mau* ladaiwa kuwa linatokana na neno la lugha ya Kikikuyu la *uma uma* yaani toka toka tukabiliane na wakoloni katika Kiswahili na linashikiliwa kuwa ni la lugha hii ya Sheng.

Tatu, ni kuwa kwa kuwa binadamu siku zote hupenda kujitofautisha na kujipambanua katika mambo yote wayafanyayo, inaweza kusemekana kuwa Sheng ina chanzo chake wakati lugha ya Kiswahili ilipojitokeza mwanzo kama lugha. Yaani, mara tu baada ya Kiswahili kuzuka ilianza mikakati ya kujikuza, kujiendeleza na kujitofautisha. Hali iwapo hivi, Sheng itakuwa ni lahaja ya Kiswahili kweli au itakuwa ndio Kiswahili hasa? Hata hivyo, sababu za watu kutumia lugha vipindi kama vile Sheng limekuwa ni suala la mjadala. Jambo lililo dhahiri ni kuwa lugha vipindi kama vile Sheng hujumuisha vikundi mbalimbali katika jamii lugha moja kama vile wanataaluma, wanamichezo, wahalifu na watumizi wa dawa za kulevya. Katika muktadha wa lugha ya Sheng nchini Kenya, lugha hii hutumiwa na vikundi vya vijana wa kihuni na ambao wengi wao hufanya kazi za uchwara na kijungu jiko jijini Nairobi (Odhiambo 2013: 15, Mukhwana 1990). Labda hali hii ndiyo iliyozusha dhana kuwa Sheng ni lahaja ya kijamii ya Kiswahili izungumzwayo jijini Nairobi inayong'ang'aniwa na wasomi kama vile Githiora (2002).

Japo kunaelekea kuwa na nadharia-tete mbalimbali kuhusiana na chanzo hasa cha lugha ya Sheng na kuwa lugha hii ni ya kipekee, kuwepo kwake kwaweza kuambatishwa na kuwepo kwa lugha msingi yake ambayo ni Kiswahili jijini Nairobi. Kutokana na madai haya na ambayo yanakwenda na ithibati za kiisimu kuwa sintaksia ya Sheng, kinyume na ile ya Engsh, ni ya lugha ya Kiswahili, hapa chini tunaelezea nadharia ya utambulisho ya Giles na jinsi ambavyo itatumikizwa kuangazia suala la unasaba wa lugha ya Sheng katika Kiswahili. Hii ni kwa sababu tafiti za Osinde (1986) na Abdulaziz na Osinde (1997) na hata Mukhwana (2010, 2008) zaelekea kudai kuwa, kinyume na Sheng, Engsh ina misingi yake katika Kiingereza huku naye Buregea (2013) akielekea kuona Engsh kama Kiingereza cha Kenya kisarufi.

Msingi wa nadharia

Uhusiano baina ya lugha na utambulisho umefafanuliwa kupitia kwa nadharia mbili za Giles na Byrne (1979, 1982) ambazo ni Nadharia Jumuishi (1979) na Nadharia ya Makutano na Mwachano (1982). Kwa jumla ni kuwa dhana hii ya utambulisho hujikita katika kufanana au kutofautiana kwa lugha zitumiwazo na watu katika jamii. Hii ni kumaanisha kuwa lugha ya mzungumzaji fulani na utambulisho wake haviwezi kamwe kutenganishwa. Kupitia kwa lugha, watu hufunzwa kuhusu jamii yao ili waweze kujitambua kama wao ni kina nani.

Nadharia-jumuishi hudai kuwa utambulisho ni mchakato unaoendelea na unaohusisha vibainishi vingi vinavyodumishwa na jamii lugha fulani. Vibainishi hivi huunda utambulisho wa jamii na lugha ya jamii ndiyo itumikayo katika mchakato huu kama ishara muhimu ya kuelezea utambulisho huo. Msingi wa nadharia jumuishi ya utambulisho unazingatia fasiri ya jamii lugha ambayo huundwa na wale watu wanaojiona na kujitambua wenyewe kuwa wao wanatokana na jamii lugha moja iliyo tofauti na jamii lugha nyingine (Giles 1979 katika Msanjila et al 2009). Dhana ya *sisi* husisitizwa na mwanajamii lugha husika katika kuonyesha utambulisho na ufungamano wake na jamii lugha yake. Yaani, mtu mmoja hujitokeza kama kitambulisho cha watu wote katika jamii lugha husika kwa kuwa na tabia pamoja na hulka ziwezazo kuiwakilisha jamii lugha husika kwa ujumla wake. Hoja hii yatokana na kauli kuwa matumizi ya lugha kama haya huashiria makundi ambamo watu husika hushiriki katika jumuia au mtandao fulani wa kimawasiliano (Bonvillain 1997).

Utambulisho wa jamii lugha fulani unaweza kupotea iwapo wazungumzaji wake hawatajitokeza katika kuitetea jamii lugha hiyo na kudumisha utamaduni wao kupitia kwa lugha yao asilia. Hivyo basi, kudumu au kutodumu kwa utambulisho wa jamii lugha fulani hutegemea wanajamii lugha husika. Hii ina maana kwamba wanajamii ambao ni wenyeji wa lugha fulani wanaweza kuacha kutumia lugha yao asilia na kupendelea kutumia lugha nyingine wanayoiona kuwa ni bora au yenye uwezo zaidi wa kuwatimizia masilahi yao. Hali hii huwafanya wanajamii hao kuanza kupoteza matumizi ya lugha yao asilia huku wakizingatia lugha wanayoienzi zaidi kupitia maingiliano.

Katika mataifa ya Kenya na Tanzania, wananchi wengi waishio hasa mijini wameziacha lugha zao asilia na badala yake kuichukua lugha ya Kiswahili. Kwa kuzungumza Kiswahili badala ya lugha zao asilia wao hudhoofisha lugha na tamaduni za jamii lugha zao asilia na hatimaye wao hujikuta bila utambulisho. Huu ni mfano wa utambulisho wa kilugha. Hapa, pamoja na watu kuupoteza utambulisho wa jamii lugha zao asilia, wao huweza kuonyesha umoja na kujitambulisha kama wao na vile vile hali hii husaidia wanajamii kutupilia mbali tamaduni hasi ambazo hujidhihirisha kupitia lugha asilia. Wanajamii wanaodhihirisha makutano ya jamii lugha mbili tofauti huwa na sababu zao za kufanya hivyo ikiwemo mielekeo hasi kuhusu lugha zao asilia pamoja na tamaduni za jamii lugha zao. Hii ndiyo sababu mojawapo ya kuwa na jamii dhaifu kujitambulisha na lugha ya jamii nyingine ili kujinufaisha kielimu, kiuchumi, kisiasa na kijamii.

Kwa upande mwingine, baadhi ya wanajamii lugha hushikilia lugha zao asilia. Japo waweza kuwa katika ujirani na wanajamii lugha wengine, wanajamii kama hawa hujikuta wakiendelea kudumisha matumizi ya lugha zao asilia. Hali kama hii husababisha hali ambayo Giles katika nadharia yake anaita mwachano baina ya jamii lugha mbili. Sababu moja ya mwachano huo ni pale wanajamii lugha fulani hukosa kuona manufaa yoyote kutoka kwa jamii lugha nyingine, kwa jamii yake. Sababu nyingine ni hali ya utamaduni wa kisiasa ambapo wanajamii lugha fulani hupenda kunufaika kisiasa. Wao hujitambulisha kama watu wa jamii lugha fulani yenye mahitaji yake maalumu katika suala la siasa.

Lugha ina jukumu la kuwa chombo cha kujitambulisha. Dhana ya utambulisho inakwenda na jumla ya vigezo maalumu ambavyo hutumiwa kumtofautisha binadamu mmoja na mwingine au jamii moja na nyingine. Yaani, kama anavyosema Crystal (1987), kando na kuwasilisha maana, lugha huhusishwa pia na utambulisho wa wanajamii. Hii ni kwa sababu kupitia kwa lugha utamaduni wa jamii husika huweza kuendelezwa. Utambulisho unaweza kuwa wa mtu binafsi au wa jamii kwa jumla. Katika makala hii tunajaribu kufungamanisha utamaduni wa wazungumzaji wa Sheng na wa

Waswahili ili kuona kama kweli lugha ya Sheng ni lahaja ya kijamii ya lugha ya Kiswahili au la. Yaani, watu hujitambulisha kuwa wa jamii lugha fulani kupitia kwa lugha ya jamii husika. Vile vile, utambulisho wa mtu au jamii huenda sio tu na lugha bali pia na asasi za kijamii kama vile utamaduni, siasa na uchumi. Ni kwa misingi ambapo tunatathmini suala la Sheng kuwa lahaja ya kijamii ya Kiswahili.

Makala hii inatumia nadharia hii ya Giles ili kupinga wazo kuwa Sheng ni lahaja ya kijamii ya Kiswahili inayozungumzwa mijini nchini Kenya kutokana na vipengele vya kimuundo na vya kiuamilifu vya misimbo hii miwili ya mawasiliano nchini Kenya kutolandana.

Sheng si lahaja ya Kiswahili

Dhana ya lahaja imefafanuliwa kama kitarafa cha lugha kutokana na tofauti za kusanifishwa au kutokusanifishwa na huweza kubainishwa kwa tofauti za kilafudhi, kifonetiki, kileksia lakini katika msamiati usiokuwa wa kimsingi au tofauti za kisemantiki katika lugha ile moja. Tofauti hizi za kilahaja hutokana na tofauti za kimaeneo au za kijamii. Kwa kuzingatia fasiri hii ya dhana ya lahaja swali linalozuka ni:- Ni vipi ambavyo Sheng inadhihirisha tabia hizi kiasi cha kuwa lahaja ya kijamii ya Kiswahili? Swala la lafudhi inayotumiwa na wazungumzaji wa Sheng ni telezi mno kiasi kwamba haliwezi kamwe kutuelekeza katika kutambua kwa yakini kama Sheng ni lahaja ya Kijamii ya Kiswahili. Hii ni kwa sababu watumiaji wa Sheng ni wazungumzaji wa lugha zingine asilia za nchini Kenya. Kutokana na ukweli huu, lugha ya Sheng huambatana na lafudhi mbalimbali kutegemea kama mzungumzaji ni wa Kijaluo, Kikikuyu, Kibaluyia au Kikamba.

Lugha fulani inapoongea kwa njia ya rejareja, lugha hiyo huweza kutofautishwa na lahaja za lugha husika na vilevile lugha msimbo unaowatofautisha wana-taaluma mbalimbali (Hammond, 2009:1). Kama ilivyo kwa lugha ya Sheng, matumizi ya lugha msimu au lugha kipindi kama chombo cha mawasiliano hulenga kutenga wazungumzaji wake na wengine katika jamii lugha lakini wasiokuwa kama wao. Labda ni kwa misingi hii ndio ikadaiwa kuwa Sheng ni lahaja ya Kiswahili lakini iliyo ya kijamii ila sasa swali linalotupitikia ni mbona hapana ile hali ikumbayo lahaja zote za lugha moja ya kufululiza kwa lahaja.

Hapa hatukatai hoja kwamba Sheng ni lugha ya kijamii lakini tunapinga fikira kwamba ni lahaja ya kijamii ya Kiswahili. Ulimwenguni kote kumeshuhudiwa lugha vipindi zikijitokeza ili kutenga watu wasio wa kikundi fulani cha kijamii na kuweza kuwasiliana tu miongoni mwa watu wa kikundi husika. Vilevile kumejitokeza aina au lahaja mbalimbali za lugha kipindi moja kutegemea wakati na vilevile eneo la kijiografia. Yaani, kila kizazi kipya hujitokeza na aina yake ya lugha kipindi yenye misingi katika lugha fulani asilia ili kudumisha ule usiri na hali ya kutenga wasiokuwemo kimawasiliano. Hivi ndivyo ambavyo lugha ya Sheng na yenye misingi yake katika Kiswahili imekuwa ikijitokeza kama lugha kipindi katika eneo hili liitwalo Kenya. Endapo tutashikilia kuwa Sheng ni lahaja ya kijamii ya Kiswahili kwa sababu ya kuongewa mwanzo na kwa wingi mjini Nairobi tutasemaje kuhusu Swanglish mjini Dar es Salaam? Nayo lugha kipindi ya Engsh itakuwaje?

Jina la lugha 'Sheng'lina muundo wa kimofolojia ambao umekiuka miundo yote ya maneno ya Kiswahili na ya lugha za Kibantu katika ujumla wake. Ijulikanavyo ni kuwa muundo wa kimsingi wa lugha za Kibantu kikiwemo Kiswahili ni ule wa maneno yake kuwa na konsonanti, vokali, konsonanti (KVK) na yote kuishia kwa vokali (Mbaabu 1978). Japo huenda maneno fulani fulani ya Kiswahili yakawa na muundo kama wa baadhi ya maneno ya Sheng, kama lugha Sheng haina kiambishi cha kuashiria lugha au lahaja kama vile ilivyo kwa Kiswahili, Kijomvu, Kihadimu na Kinzuani na pia jina hili la lugha hii haliishii kwa vokali. Je, uwenza unaoipa Sheng kuwa lahaja ya Kiswahili upo wapi hapa?

Utambulisho unaweza kujengeka kwa namna mbili: kimuktadha na vilevile kwa kutoka kwa watu wengine. Hii ni kumaanisha kuwa kwa wazungumzaji wa Sheng kujitambulisha na wazungumzaji wa Kiswahili na kwa hiyo kuipelekea lugha ya Sheng kuwa lahaja ya kijamii ya Kiswahili, sharti idhihirishe matumizi mema na yafaayo kimuktadha na vilevile kwa kuingiliana na wazungumzaji wa lahaja zingine za Kiswahili. Kimuktadha, utambulisho uwezao kuifanya Sheng kuwa lahaja ya kijamii ya Kiswahili wafaa kutokea kutegemea hali au mazingira ajipatapo mtu au kundi fulani la watu wenye kutumia Sheng katika mawasiliano. Kwa mfano, katika mazingira rasmi wazungumzaji wa lahaja za Kiswahili huwasiliana huku wakizingatia vyeo vya hadhira zao. Katika hali kama hii lugha ya Kiswahili hudhibitiwa na urasmi wa hali unaowaongoza watumiaji katika kujitambulisha. Kwa mfano katika mazingira ya shuleni na ambayo ni rasmi Kiswahili kitatumia maneno kama vile Bi. Kinaro, Bwana Hamisi na walimu na wanafunziilhali katika lugha ya Sheng kutatumika maneno ya madharau na usimbeko kama vile **odijo**, **daro**, **murenga** na **tortoise** katika kujitambulisha. Kwa mwalimu kuitwa *odijo* katika lugha ya Sheng ni kumkosea heshima anayoistahili na huku ni kujitambulisha kwa namna ambayo hailandani na mazingira ya kijamii na ya kitamaduni ya Kiswahili ambapo mwalimu ni mjuzi na mtu mwenye heshima zake mbali na kutarajiwa kuwa umri wake ni mkubwa kuliko ule wa mwanafunzi. Hali iwapo hivi, itategemewa kuwa upole utayatawala mawasiliano dhidi ya uelewekaji wa lile lililolengwa (Lakoff 1973).

Kimuktadha, utambulisho waweza pia kutokana na hali ya watu kuwa wakimbizi au watoro. Lugha itumiwayo na watu kama hawa katika kile kinachoweza kuitwa hifadhi yao ni tofauti na ile waitumiayo wanaporejea katika mazingira yao asilia. Wakimbizi hawa hutumia lugha inayoonyesha kutengwa kwao, mateso na machungu waliyo nayo, ufukara wao na vilevile matumaini ya kurudi kwao walikotoka. Utambulisho huu huwa ni wa muda tu ambapo hubadilika pindi watokapo katika hifadhi yao. Hii ni kwa sababu kila mmoja katika hawa watumizi wa lugha hurejea katika jamii yake asilia na hivyo basi lugha yake hutegemewa, kutokana na mahitaji ya kilugha na kitamaduni ya jamii lugha hiyo fulani, kujirekabisha ili kuingiliana nao kimawasiliano. Watumiaji wa lugha ya Sheng ni kama wakimbizi kutoka kwa lugha zao asilia ambazo zimejiimarisha kama vyombo imara vya mawasiliano. Kwa kutumia lugha hii ya Sheng, watumiaji wake hujikuta wametengwa na lugha yao kuonekana kama ya vijana huku wale watu wa makamo wanaoitumia lugha hii wakionekana kama wasio komaa. Vilevile lugha hii ya Sheng inasemekana kuwa ina chanzo chake katika mitaa ya wachochole ya Eastlands jijini Nairobi na kwa hiyo matumizi ya Sheng yanaakisi ufukara wa wazungumzaji wake kinyume na ile ya Engsh. Kwa kuwa Sheng ni lugha ya vijana utambulisho wao haudumu na hubadilika pindi waingiapo katika utu uzima. Kwa misingi hii, Sheng si lahaja ya kijamii ya Kiswahili bali ni lugha msimu tu na ambayo hufanya kujiegemeza kwenye muundo wa Kiswahili kisintaksia.

Kuhusu lahaja kupambanuliwa kwa misingi ya ama kuwa sanifu au kutokuwa sanifu yafaa ieleweke kuwa lahaja yaeleweka na wengi kimakosa kuwa ni matumizi ya lugha husika yasiyokuwa mema. Vile vile, matamshi ya lahaja za lugha moja hutofautiana kimaeneo au kitabaka, kitamaduni na kiwakati. Hata hivyo, kama kamusi ya Webster's *New World Dictionary* inavyoelezea, lahaja humaanisha muundo fulani wa lugha husika lakini ulio zungumzwa na unaoendana na eneo au kikundi cha kijamii. Kwa mfano mtu anayeongea lahaja ya Kimvita atatamka neno la Kiswahili sanifu *chewa* au *cheka* kama *tewa* au *teka* tofauti na yule wa Kiunguja japo dhana ni zile zile. Hali kama hii ndiyo inayofanya Sheng kutokuwa lahaja ya Kiswahili pasi na kujali kama ni ya kijamii au ya kieneo. Hii ni kwa sababu hakuna ruwaza maalumu inayoweza kujitokeza pale ambapo uhakiki wa isimu historia au isimu linganishi unapofanywa katika kujaribu kupata mahusiano ya kisauti baina ya lugha ya Sheng na lugha ya Kiswahili.

Inapodaiwa kuwa lugha ya Sheng ni lahaja ya kijamii ya lugha ya Kiswahili inayozungumzwa hasa katika jiji la Nairobi nchini Kenya, maswali mengi ya kiisimu jamii hasa yanayoendana na upangaji lugha pamoja na sera ya lugha yanajitokeza. Hata hivyo tutarejelea moja tu. Kama kweli ni lahaja ya Kiswahili iliyo ya kijamii inayoongewa hasa jijini Nairobi ulio mji mkuu wa Kenya mbona hadhi yake ya kijamii haiipiku ile ya Kiswahili sanifu au hata hadhi za lahaja zingine za Kiswahili? Tukumbuke kuwa katika hali kama hii na tukifuata mwongozo wa hadhi za lahaja au lugha uliowekwa na Fergusson (1959) ni Sheng ifaayo kuwa na hadhi ya juu na vilevile kutumika katika mianda rasmi kama vile ule wa elimu, katika bunge la taifa au katika mahakama za kitaifa. Hivi sivyo mambo yalivyo katika kulinganisha matumizi ya lugha ya Kiswahili nchini Kenya kwa kuwa ni Kiswahili sanifu kitumikacho katika mawandarasmi na wala sio Sheng. Hii ina maana kwamba kihali halisi, lahaja msingi kwa usanifu wa lugha kama kweli ni ya kupimwa kwa misingi ya kijamii haina budi kuwa ni ile inayotumiwa katika mji mkuu. Labda jiulize kwa nini Kiunguja cha mjinji kilichaguliwa na wasanifishaji wa Kiswahili kuwa ndio msingi wa Kiswahili sanifu na wala sio Kiunguja cha mashambani. Vile vile jiulize kwa nini Kiingereza sanifu kina misingi yake katika Kiingereza cha Malkia. Baada ya kuyajibu maswali haya ya kimsingi, jiulize kama hadhi ya Sheng – hasa kutokana na mielekeo ya Wakenya kwa jumla kuhusu Sheng jijini Nairobi na Kenya kwa jumla - ni ipi (Mukhwana 1990, 2008, 2010). Utafiti wa hivi karibuni zaidi kiulinganishi kuhusu mielekeo ya Wakenya kuhusu Sheng ni hasi kiasi kwamba hata baadhi ya Wakenya hawajui kwa yakini kama Sheng ni lugha (Mukhwana 2010: 151).

Taaluma ya isimu historia linganishi huweza kuzilinganisha lugha au lahaja mbalimbali ili kuweza kuona kama lugha au lahaja hizi zinahusiana kinasaba au kimtagusano. Ithibati ya kuaminika na inayokwenda hasa na lugha au lahaja kuhusiana kiasi cha kuwa katika lindi moja ni ile inayoonyesha unasaba wa lugha au lahaja husika. Kigezo mojawapo muhimu ni ruwaza zinazokwenda na mabadiliko na vile vile mfanano wa sauti na pia msamiati wa kimsingi. Ili kurahisisha mambo kuhusiana na hoja kuwa Sheng si lahaja ya kijamii ya Kiswahili tutumie msamiati wa kimsingi au wa kilimwengu. Huu ni msamiati unaopatikana katika mazingira ya binadamu wote. Msamiati wa aina hii haukopwi kirahisi kutoka lugha au lahaja kutoka kwingine kinyume na msamiati ulio wa maingiliano au mitagusano ya wanajamii. Mifano ifuatayo kutokana na msamiati wa lahaja sanifu ya Kiswahili ukilinganishwa na ule wa Sheng utaiweka hoja hii ya Sheng kutokuwa lahaja ya Kiswahili wazi:-

    Kiswahili sanifu - *Baba; Nyumba(ni); Chakula; Maji*
    Sheng   - *Buda/mbuyu; Keja/Kishagi/dala/ Hao;., Msosi/kimango; Jima*

Kutokana na huu msamiati wa kimsingi, lugha ya Sheng haina uhusiano wowote wa kinasaba na Kiswahili ambacho katika muktadha huu kimewakilishwa na Kiswahili sanifu chenye misingi yake katika Kiunguja. Katika mifano hii maneno ya kimsingi yamekopwa kutoka lugha zingine ambazo hata hazihusiani na Kiswahili kijiografia, kinasaba au hata kitaipolojia. Neno *hao* likiwa la kimsingi au kilimwengu limekopwa kutoka lugha ya Kiingereza, hali ambayo haitegemewi. Hali hii hii inaipa Sheng kukopa neon *dala* kutoka Kijaluo. Je, katika mazingira ya Sheng, ikiwa kweli ni lahaja ya Kiswahili, hakukuwa na utamaduni wa nyumba?

    Ithibati ya kijiografia hutumika katika taaluma ya isimu jiografia na pia katika kitengo cha isimu historia linganishi kiitwacho taipolojia ili kupata mahusiano yaliyopo baina ya lugha na lugha au lahaja na lahaja. Kigezo hiki kikitumika tunaona kuwa lahaja za Kiswahili zinapatikana pwani na visiwani na ile ya Kingwana ipatikanayo katika Jamhuri ya Kidemokrasia ya Kongo inayo asili yake iwezayo kuelezwa kihistoria, kibiashara na hata kihistoria mapokeo (rejelea Kwashangwe 1996). Je, Sheng yaweza kuelezwa kuwa ni lahaja ya Kiswahili kwa moja katika misingi hii kama si yote?

    Historia mapokeo ya Waswahili na vilevile kuhusu Kiswahili imetumika kuonyesha umoja wa watu waitwao Waswahili na wanaotumia Kiswahili katika mawasiliano. Nkwera (1978) anasema kuwa jina hili Kiswahili lilitokana na wageni kuwauliza vijana wa Kiswahili kama wao walikuwa ni watu gani. Jibu lasemekana kuwa *sisi ni wa siwa (ziwa) hili* ambapo yasemekana lilibadilika kutokana na mapisi ya wakati na kuwa Kiswahili na Waswahili kwa maana ya lugha na watu mtawalia. Je, wazungumzaji wa Sheng wana fikira kama hizi katika historia mapokeo yao kama ipo?

    Nchini Kenya kumebuniwa idhaa ya utangazaji ijulikanayo kama Ghetto F.M. Labda hapa ndipo suala la umatabaka wa lugha hii unapojitokeza wazi. Kwa kujiita Ghetto F.M ni dhahiri kuwa idhaa hii hutangaza kwa lugha ya wachochole waishio katika mitaa ya madongo-poromoka jijini Nairobi. Hali hii ya kuwa na Ghetto F.M kama stesheni rasmi ya Sheng nchini Kenya ni dhihirisho la uchochole wa watumia lugha hii maana kama inavyosema kamusi ya Chapman (1987) ya *The New Dictionary of American Slang*, makundi mengi ya watu hutumia lugha vipindi kwa sababu ya kukosa nguvu za kisiasa. Kupitia kwa lugha hizi vipindi, watu hujitokeza kama waasi dhidi ya mifumo ya kijamii iliyokitwa na katika muktadha huu lugha ya Kiswahili. Hata hivyo, kitu cha kushangaza kuhusu idhaa hii ni kwamba kwa kuchanganya ndimi kwa kujikita katika Kiswahili, Kiingereza na lugha zingine za Kikenya au kujibunia msamiati wanapokwama kimawasiliano ndio Sheng kwao. Nafikiri kuifasiri lugha ya Sheng hivi ni kufanya makosa na kuifanya lugha hii ionekane kama kitu kisicho na miguu wala kichwa. Labda ndiyo maana utafiti mwingi umefanywa kuhusu lugha hii lakini hakuna hata moja ambayo imeielezea kwa kina na kwa makini ya kiusomi (waone Osinde 1986, Abdulaziz na Osinde 1997, Webb na Kembo-Sure 2000, Mukhwana 2010). Mbali na ukweli huu inapokuja kwa utangazaji wa *Taarifa ya Habari* lugha inayotumika ni ya Kiingereza sanifu tena chenye matamshi na lafudhi sanifu ya Kiingereza. Hali hii inapinga lile wazo kuwa Sheng ni lahaja ya kijamii ya Kiswahili. Vinginevyo, tungetegemea Kiswahili safi na sanifu kitumike katika taarifa za habari za Ghetto F.M.

Hitimisho

Inavyoonekana kutokana na mjadala huu, ipo tofauti kubwa sana baina ya lugha ya Sheng na dhana ya lahaja hasa lahaja ya kijamii. Sheng inakwenda kikundi fulani cha kijamii katika miji ya Kenya kutumia msamiati tofauti tofauti na ule uliozoeleka katika Kiswahili ili kutia mbwembwe, vichekesho na kutokuwa na unyeti katika mawasiliano. Lugha ya Sheng ambayo kwayo vikundi fulani vya mijini nchini Kenya hujitambulisha kimawasiliano ni tofauti na lahaja kwa kuwa Sheng ni msimbo wa mawasiliano ulio wa siri. Japo yawezekana watu fulani wakafikiri kimakosa kuwa lugha kipindi ya Sheng ni lahaja ya Kiswahili, hali halisi siyo hivi. Kwa watumizi wa Sheng kutokujali kama kukita matamshi yao katika lahaja yoyote ijulikanayo ya Kiswahili au lahaja sanifu ya Kiswahili ni dhihirisho tosha kuwa hii ni lugha tofauti kabisa.

Kwa watumiaji wake, Sheng ni njia mojawapo ya maisha ya wahusika. Wale watumiao lugha ya Sheng, hawatambui kama wanatumia Kiswahili kibovu na wala hawawezi kujikosoa kimawasiliano. Yaani, Sheng ni namna ya kuzungumza kwa kundi fulani maalumu. Watumizi wa Sheng wanaweza kuiba msamiati (au ni kuomba?) kutoka lugha zingine na kisha kuuvuruga ili kujitokeza na kitu kipya cha kimawasiliano kimtindo. Kihali halisi lahaja ni tofauti kwa hili; ziwe za kijamii au za kimaeneo.

Sheng kama vile lugha zingine vipindi, ni matumizi ya lugha yaliyo ya kuzembea na huendana na kuyachukuachukua maneno pamoja na vifungu vilivyo vya kuvutia kutoka lugha zingine za Kikenya na kisha kuvitumia katika mawasiliano. Lahaja ya Kiswahili iwe ya kijamii au kijiografia haiwezi kukopa kwa ajili ya kukopa bali hukumbuka daima kuwa kukopa ni sinacho. Yaani, kihali halisi lahaja ya lugha yoyote ni jinsi ya kuishi kwa kuwa huakisi mabadiliko yanayowakumba wanajamii lahaja husika. Kwa upande mwingine, watumizi wa Sheng ambayo kwetu ni lugha kipindi ya Kiswahili hubadilishabadilisha msamiati pindi unapokuja kujulikana na wasio kuwemo kundini. Yaani, Sheng ni mawasiliano kwa kikundi maalumu. Kinyume na Sheng, lahaja haiwezi kudhibitiwa na mzungumzaji. Kwa mfano mzungumzaji wa Sheng atajua atumie lugha ipi shuleni, nyumbani, michezoni na hata na marika zake.

Mwandishi maarufu wa tamthilia za Kiingereza Shakespeare anasemekana kuwa alitumia lugha kipindi ya Kiingereza hapa na pale katika mawasiliano yake. Hali hii haikuipa lugha kipindi hiyo aliyoitumia kuwa lahaja ya kijamii ya Kiingereza. Vivyo hivyo kwa Mkenya maarufu kusikika akizungumza lugha ya Sheng hapa na pale haina maana kuwa sasa Sheng imekuwa lahaja ya kijamii ya Kiswahili kutokana na kuwa kwa Kiswahili lugha ya taifa Kenya. Watu walio na mawazo kuwa Sheng ni lahaja ya kijamii ya Kiswahili wanasema hivyo ili kuitetea lugha hii dhidi ya shutuma kuwa inahujumu matumizi mema ya Kiswahili na kwamba watumizi wake wanadunishwa kijamii.

Marejeleo

Abdulaziz, M.H. (1982). "Patterns of Language Acquisition and Use in Kenya: Rural-Urban Differences. International Journal of The Sociology of Language. Vol. 34 Polome, E (ed.).

Abdulaziz, M. and Osinde, K. (1997). 'Sheng and Engsh: Development of Mixed codes among the Urban Youth in Kenya,' in *International Journal of the Sociology of Language*. Vol. 125. Sociolinguistic Issues in Sub-Saharan Africa. Abdulaziz, M.H. (ed.). New York: Mouton De Gruyler, Berlin.

Bonvillain, N. (1997). *Language, Culture and Communication – The Meaning of Messages*. New Jersey: Prentice-Hall, Inc.

Buregea, A. (2013). *Kenyan English*. Staff Seminar Paper, Department of Linguistics and Languages. Nairobi: University of Nairobi.

Castro, J. (1997). Spanglish Spoken Here. In *Language Awareness: Essays for College Writters*. Eschholz, Rose and Clark (eds.). St. Martin's Press.

Chapman, R.L. (1987). *A New Dictionary of American Slang*. Harper & Row Publishers.

Crystal, D. (1987). *The Cambridge Encyclopidia of Language*. Cambridge University Press.

Fergusson, C.A. (1959). " Diglossia", Word 15. Pp 325 – 340.

Giles, H. (1979). "Ethnicity Markers in Speech", in K.R Scheres and H. Giles (eds.) *Social Markers in Speech*. London. Cambridge University Press.

Giles, H. and Byrne, J.L. (1982). "An Intergroup Approach to Second Language Acquisition". *Journal of Multilingual and Multicultural Development. 3. No.19.*

Githiora, G. (2002). "Sheng: Peer Language, Swahili Dialect or Emerging Creole?", *journal of African Cultural Studies, Vol.15 No. 2 pp 159 – 181.* Taylor &amp: Francis Ltd.

Hammond, C. (2009). *Slang vs. Dialect: Is there A Difference?*

Kwashangwe, H.N (1996). *Hati Kutoka Maniema*.

Lakoff, R. (1973). The Logic of Politeness; or, Minding Your p's and q's. *Papers from the Ninth Regional Meeting of the Chicago Linguistic Society.* Chicago: Chicago Linguistic Society, pp 292 – 305.

Mathooko, M.P. (2007). *Isimujamii: Misingi na Nadharia*. Nairobi: Njigua Books.

Mbaabu, I. (1978). *Kiswahili: Lugha ya Taifa*. Nairobi: Kenya Literature Bureau.

Mbaabu, I. and Nzunga, K. (2003). *Sheng – Engsh Dictionary: Deciphering East Africa's Underworld Language*. Taasisi ya Uchunguzi wa Kiswahili, Chuo Kikuu cha Dar es Salaam.

Moga, J. and Danfee (eds.) (2004). *Sheng Dictionary*. Nairobi: Ginseng Publishers.

Msanjila, Y.P, Kihore, Y.M. na Massamba, D.P.B. (2009). Isimujamii: Sekondari na Vyuo. Taasisi ya Uchunguzi wa Kiswahili, Chuo Kikuu cha Dar es Salaam.

Mukhwana, A. (1990). Siasa na Uimarikaji wa Kiswahili Kenya. Tasnifu ya Umahiri, Chuo Kikuu cha Nairobi. Haijachapishwa.

Mukhwana, A. (2008). Language Attitudes in Urban Kenya: A Case Study of Nairobi, Mombasa and Kisumu. Tasnifu ya Uzamifu, Chuo Kikuu cha Nairobi. Haijachapishwa.

Mukhwana, A. (2010). *Language Planning and Policy in Kenya: A Case Study of Kenyan Cities*. VDM Verlag Dr. Muller.

Nkwera, F.V.M. (1978). Sarufi na Fasihi: Sekondari na Vyuoni. Tanzania Publishing House. Dar es Salaam.

Nzuga, K.P. (2002). 'Sheng and Engsh: The Booming Offspring of Linguistic Intermarriage' in *Languages in Contact*. Ingrid Rissom (ed.). Bayreuth African Studies 51.

Odhiambo, G.O. (2013). Athari za Sheng katika Dini ya Kikristo: Mtaa wa Umoja. Tasnifu ya Umahiri, Chuo Kikuu cha Nairobi. Haijachapishwa.

Republic of Kenya: *The Constitution of Kenya 2010*. Published by the Attorney General in Accordance with Section 34 of the Constitution of Kenya Review Act No. 9 of 2008.

Trudgill, P. (1974). Sociolinguistics: An Introduction to Language and Society. Penguin Books.

UNESCO (1998). Universal Declaration of Linguistic Rights. *htt:/www. Unesco.org/cpp*.

Webb, V and Kembo-Sure (eds.) (2000). *African Voices: An Introduction to the Languages and Linguistics of Africa*. Oxford University Press, Southern Africa.

SURA YA KUMI NA TANO

TATHMINI YA TAFSIRI YA PENDEKEZO LA KATIBA YA KENYA 2010

Grace Wanja na Miriam Osore

Utangulizi
Makala hii inanuia kutathmini kielelezo patanifu cha Katiba ya Kenya, nakala ya Kiswahili. Hili ni pendekezo la katiba ya Kenya lililochapishwa Mei 6, 2010 katika lugha ya Kiswahili. Kusudi ni kuona udhaifu uliokuwepo kwenye tafsiri hiyo ya katiba; udhaifu ambao kwa maoni yetu uliifanya nakala hii ya Kiswahili kutoakisi kwa usahihi yale yaliyokuwa katika nakala ya Kiingereza.

Makala hii inazo sehemu sita. Sehemu ya kwanza ni utangulizi huu. Sehemu ya pili inahusu historia fupi ya uundaji wa katiba nchini Kenya. Hii inafuatwa na misingi ya kinadharia ambayo itaongoza uchambuzi wa makala hii. Sehemu ya nne inafafanua upekee wa sajili ya kisheria na katika sehemu ya tano kunabainishwa baadhi ya makosa yaliyojitokeza katika nakala ya tafsiri ya Kiswahili ya hiki kielelezo patanifu cha katiba ya Kenya. Sehemu ya sita ni hitimisho la makala yote.

Historia ya uundaji Katiba Nchini Kenya
Katiba ni makubaliano ambayo yanaeleza muundo wa kimsingi na kanuni za uongozi katika shirika, ikiwa ni pamoja na haki na majukumu ya washirika wa shirika hilo. Katiba ndiyo sheria ya kimsingi ya nchi ambayo huwaelekeza viongozi yale wanayoweza kufanya. Katiba ni msingi wa kisheria wa taifa unaomilikiwa na raia wote kwa kiwango sawa kama vile taifa lenyewe linavyomilikiwa.

Neno la Kiingereza *Constitution* (Katiba) linatokana na neno la Kilatini 'constitutio'. Lilikuwa likitumiwa kumaanisha kanuni na marekebisho ya sheria kama vile sheria za kifalme. Baadaye neno hili lilitumiwa kumaanisha kanuni za sheria za kanisa zilizoitwa *canon law*. Sheria hizi zilitumiwa kueleza mambo muhimu kama vile amri iliyotolewa na Askofu Mkuu wa kanisa la Kirumi, ambazo sasa huitwa katiba ya mitume (Melvin 2010).

Katiba basi inaweza kuchukuliwa kama sheria ambazo zinatumiwa na serikali ama kikundi fulani cha watu waliokubaliana kutawaliwa kupitia sheria hizo. Sheria hizo zinaweza kuwa zimeandikwa na hutumika kuweka mipaka ya mamlaka katika kikundi hicho. Gicheru na Miano (1987) wanasema kuwa katiba huhusu sheria zinazoonyesha aina ya serikali pamoja na haki na wajibu wake kwa wananchi, na pia wajibu wa wananchi kwa serikali hiyo. Wanaendelea kusema kuwa katiba ni maandishi ya kipekee yanayoonyesha mihimili inayoongoza sehemu za serikali fulani katika utendakazi. Wanasisitiza kuwa katiba lazima ionyeshe kinaga ubaga mambo yafuatayo:

1. Jinsi idara za serikali hufanya kazi.
2. Wajibu na mamlaka ya idara za serikali.
3. Jinsi mamlaka na uwezo wa idara za serikali hutekelezwa.

Makala haya yanachukulia kuwa katiba ni jumla ya kanuni ambazo kwazo huwezesha serikali kutawala nchi. Katiba ni sheria kuu ya nchi na inaunganisha asasi zote za nchi katika viwango vyote viwili; serikali na watu wote. Kwa hivyo hakuna mtu anayeweza kudai au kutumia mamlaka ya taifa ila kwa idhini ya katiba. Sheria yoyote ikiwemo sheria ya mila na tamaduni ambayo haiambatani na katiba ni batili.

Nchi nyingi ambazo huishi kwa amani na mapatano, huwa na sheria katika utawala wake. Katiba ni kitu cha kipekee katika nchi, na wananchi huwa na matumaini sana kwamba kupitia katiba ya nchi yao watapata maendeleo. Kama katiba ya nchi fulani haifuatwi, wananchi huhisi kana kwamba kutakuwa na michafuko nchini. Kama katiba inafuatwa, wananchi huhisi kwamba maisha yao ni mazuri na yatazidi kuwa yenye maendeleo kwani kutakuwa na amani nchini (Kibwana 1997).

Kenya husemekana kuwa nchi ya kidemokrasia na kwa hivyo wananchi wanapaswa kufurahia haki na uhuru wao. Wananchi wana uhuru wa kuongea, kutangamana na uhuru wa kutofungwa ovyo ovyo bila kufuata sheria na mengineyo. Haki hizi zote zimeandikwa katika katiba. Nchi zinazotumia katiba ni za kidemokrasia ambapo utawala huwa ni kwa uwakilishi wa watu waliochaguliwa na watu wenyewe. Nguvu za utawala huamuliwa na watu. Ni jambo la busara kama watu wanaelewa sheria zinazowatawala. Mambo hayo yote yatawezekana kama katiba imeandikwa kwa lugha na njia iliyo wazi inayoeleweka bila matatizo. Maana ya demokrasia haiwezi kudhihirika vizuri kama kuna sehemu ya umma ambayo haishiriki vizuri kwa sababu ya kutoelewa katiba.

Kwa mujibu wa Kindiki na Ambani (2005), katiba ya kwanza ya Kenya ni ile iliyotoka Bunge la Lancaster. Katiba hii haikuwa na maono ya wananchi wa Kenya, wala zao la ushirika wa wakenya bali iliwasilishwa kwa wakenya na wakoloni. Ina mchanganyiko usiofaa wa mfumo wa bunge la Uingereza na mfumo wa Kimarekani. Katiba kama hiyo haiwezi kuwa bora, na haiwezi kupendwa na wananchi wa Kenya. Kindiki na Ambani wanaendelea kusema kuwa, katiba hii haikutia maanani haki za kibinandamu, na kwa sababu hiyo tangu 1963 wakati Kenya ilipopata uhuru, kumekuwa na misukosuko ya kisiasa.

Wakenya kutoka kote nchini na kutoka viwango vyote vya kijamii wamefahamu vizuri kutokana na tajiriba ya kila siku, kuhusiana na ufisadi katika huduma za umma, usimamizi mbaya wa uchumi, utumiaji nguvu katika siasa, ukosefu wa nidhamu katika idara ya polisi na matatizo mengi, kwamba katiba hiyo ya kwanza haikukidhi mahitaji na matamanio yao. Ilibidi katiba ya taifa imilikiwe na raia kwa kuwahusisha wananchi katika uundaji wake. Lengo kuu lilikuwa kuuwezesha umma kujitawala. Kibwana (2001) anasema kuwa katiba hiyo ilijaa mapengo, kutoafikiana na ukinzani. Ni katiba iliyolimbikizia mamlaka mtu mmoja huku wananchi wengi wakiteseka. Kutokana na mambo haya yote Kenya ilihitaji katiba mpya ili kuikomboa na kufuta sura hiyo mbaya na kuifanya itengenee. Kwa takriban miaka ishirini wananchi wa Kenya wamekuwa wakidai katiba irekebishwe.

Katiba ya Kenya imefanyiwa marekebisho mengi. Tume ya Marekebisho ya Katiba iliyoundwa mwaka wa 2001 iliendelea kufanyia katiba marekebisho na kushirikisha wawakilishi wa wananchi wote ambao waliweza kutoa maoni yao. Kundi hili liliweza kutoa katiba kielelezo cha Bomas ambayo iliendelea kufanyiwa marekebisho. Katiba iliyopendekezwa mwaka 2005 ilipigiwa kura ya maoni na kukataliwa na asili mia hamsini na saba ya wapigaji kura.

Mnamo mwaka wa 2008 kamati ya wataalamu ilichaguliwa ili kuendelea na marekebisho ya katiba ya Kenya. Kamati ya wataalamu iliweza kutoa kielelezo patanifu cha katiba ya Kenya ili Wakenya wasome, kujadiliana, na pia kutoa maoni yao. Katiba iliyopendekezwa ya mwaka

2010, ilitokana na marekebisho kadhaa ya kielelezo patanifu cha katiba ya Kenya. Pendekezo la katiba ya Kenya lilitolewa kwa wakenya ili waweze kusoma na kuelewa ndiposa waweze kupiga kura ya maamuzi mnamo tarehe 4 August 2010.

Wananchi walihimizwa kujisomea na kuelewa katiba hiyo ili wasije wakapotoshwa. Ili kuweza kusoma na kuilewa katiba na kuepukana na upotoshi, kulikuwa na haja ya nakala hii muhimu kutafsiriwa kwa lugha mbalimbali ili ieleweke kwa kila Mkenya. Nakala hii ya Kiswahili nidyo inayotathminiwa katika makala haya. Tathmini hii inalenga kuchunguza ukamilifu na utoshelevu wa maana.

Msingi wa nadharia

Nadharia ya Uhusiano ndiyo inatumiwa kuchanganua matini ya Pendekezo la katiba ya Kenya 2010. Nadharia ya uhusiano iliyoasisiwa na Sperber na Wilson (1986) ina misingi yake katika madai ya Grice (1975). Inadai kwamba sifa muhimu katika mawasiliano ya kibinadamu ni udhihirishaji na utambuaji wa kusudio au dhamira ya mtoa habari.

Grice alitumia kanuni mbalimbali kama vile kanuni ya ubora, ya idadi/kiasi, ya uhusiano na kanuni ya jinsi ya kueleza makusudio. Kanuni zilizotajwa zinafaa kufuatwa na mnenaji. Grice anashikilia kuwa kutokana na kanuni ya uhusiano, kila anachokinena mnenaji lazima kiwe na uhusiano na hapa ndipo nadharia ya uhusiano ilichipuka na kuendelezwa baadaye na Gutt (1992). Sifa muhimu na ya maana inayobainisha tafsiri ni uhusiano uliopo baina ya matini lengwa na matini chasili.

Nadharia ya uhusiano ni nadharia ya kiuamuzi ya mawasiliano inayodhamiria kueleza jinsi hadhira inavyofahamu maana iliyodhamiriwa na mpasha habari. Dai la kimsingi la nadharia hii ni kuwa matamanio ya kihusiano yanayotokana na usemi au habari, yanatosha kumsaidia mpokezi kuelewa maana iliyodhamiriwa na mtoa habari. Lengo ni kueleza mchango wa matamanio ya kihusiano na vile yanavyochangia katika uelewaji unaokubalika.

Katika nadharia hii kuna mihimili inayozingatia suala la mtoa habari na jinsi anavyoweza kutoa habari yake kutosheleza kanuni zilizozungumziwa:

1. Mtoa habari anafaa kutoa habari inayosaidia kuzua athari halisi au bayana za kiutambuzi.

2. Habari inayotolewa iweze kueleweka kwa haraka bila kutumia muda mwingi kufikiria.
3. Habari inayotolewa iwe na uhusiano wa kiwango cha juu ili kufasiliwa ilivyotarajiwa.
4. Mtoa habari anafaa kuitoa habari yake kwa njia inayoeleweka kwa urahisi bila kukanganya.

Uchanganuzi wa tafsiri ya Pendekezo la katiba ya Kenya, 2010 uliongozwa na mihimili hii.

Upekee wa sajili ya kisheria

Lugha inayotumiwa katika uandishi wa katiba ni lugha ya sheria. Hii ni lugha yenye upekee fulani na huwa tofauti na lugha ya kawaida. Kutafsiri lugha ya sheria kunahitaji makini. Ili kuelewa mambo yanayomtatiza mtafsiri katika kutafsiri lugha ya kisheria, ni vizuri kuelewa historia na asili ya lugha ya sheria inayohusika. Kama ilivyotajwa awali, katiba ya Kenya ina asili yake katika mfumo wa sheria za Waingereza ambao waliotawala Kenya kabla ya uhuru. Hakuna jawabu mwafaka la kueleza jinsi lugha ya sheria ilivyoundwa (Tiersma 1999:47). Maelezo mengi yanaweza kupatikana katika historia na matukio ambayo yameweza kuacha alama katika sheria za Kiingereza.

Lugha ya sheria huwa na msamiati wa kigeni na huhifadhi mambo na desturi za kale. Baadhi ya maneno ya kigeni yaliyo kwenye katiba ya Kenya yana asili yake katika Kiingereza. Kama ilivyo lugha ya Kiingereza, lugha ya kisheria ya Kiingereza iliathiriwa na Kijerumani wakati Waingereza na Wajerumani walipotagusana. Maneno mengi ya Kijerumani yalibaki katika lugha ya sheria ya Kiingereza. Tukio moja linalofahamika sana katika lugha ya sheria ya Uingereza lilikuwa maenezi ya ukristo mwaka wa 597 kupitia kanisa katoliki la Kirumi. Kupitia kanisa hili, lugha ya Kirumi ilipenya katika sheria za Uingereza kutokana na *canon law* iliyotumiwa katika mambo ya kanisa kama vile kutunza ndoa na familia.

Kulingana na Tiersma (1999), kuingiliwa kwa Uingereza na Wafaransa kuliathiri lugha ya sheria ya Kiingereza. Kwa mfano maneno kama vile *account, Attorney general, council* na mengine hayangetafsirika vinginevyo kwa lugha ya Kiingereza na hivyo yakaendelea kutumiwa katika lugha rasmi ya Kiingereza kama yalivyo. Kulingana na Tiersma (1999:36), maneno yaliyoamrishwa kisheria yalikuwa muhimu sana na kuyaandika kwa lugha nyingine kulionekana kama jambo hatari na baya, kwamba yakishakubaliwa kutumiwa, maneno ya kisheria huamrisha na hayapinduliwi ovyo ovyo. Wakati mwingine maneno hayo hubaki vile vile hata kama lugha inayozungumzwa imebadilika ama hata kama watu wengi hasa umma hawaelewi maneno hayo. Mambo hayo yote hufanya lugha ya sheria kuwa nzito na yenye maneno mengi ya kikale katika Kiingereza yasiyoweza kutafsirika kwa urahisi. Mifano ya maneno iliyotolewa kama vile; *Attorney general* na *council* imetumika katika katiba ya Kenya 2010. Maneno haya yametafsiriwa katika pendekezo la katiba ya Kenya 2010 kwa kutumia njia ya maelezo. Maneno mengine ya kigeni yametafsiriwa kwa kutumia mbinu ya kukopa.

Lugha ya sheria huwa na sentensi ndefu. Sentensi ndefu husaidia kuweka habari nyingi pamoja katika usemi uliokamilika ili kupunguza utata ambao ungepatikana kama habari hiyo ingewekwa katika sentensi nyingi. Lugha ya sheria huwa na sifa ya kutumia viunganishi vingi kuunganisha vishazi. Tiersma (1999:61) anasema kuwa viunganishi hutumiwa mara nyingi sana kama vile mara tano katika lugha ya kisheria ikilinganishwa na lugha ya kawaida. Sajili ya sheria huwa na maneno mengi ambayo yana maana sawa. Jambo hili pia hutatiza mtafsiri na pia ufasili hasa kwa watu wa kawaida ambao si wanasheria.

Katika lugha ya sheria ya Kiingereza kuna matumizi ya vitenzi kama vile 'shall' ambacho kulingana na Bower (1989:35) kisheria huwa na maana ya kuamrisha au masharti. Katika Kiswahili kitenzi *shall* kinapotafsiriwa hutumiwa kumaanisha wakati ujao. Katika Kiswahili sentensi ya kawaida hutumiwa kuamrisha, jambo ambalo linaweza kupuuzwa wakati mtafsiri anatafsiri kitenzi *shall*. Newmark akinukuliwa katika Weston (1983:207), anasema maneno yanayoashiria kitu cha kipekee ama neno linaloashiria jambo ambalo ni desturi katika utamaduni wa lugha chanzi haliwezi kutafsirika. Sababu inaweza kuwa jambo hilo halipatikani katika lugha lengwa. Neno kama hilo linaweza kutafsiriwa kwa kueleza, kutumia maneno yanayokaribiana kimaana na jambo hilo, ama kwa kutumia tafsiri ya neno kwa neno pale ambapo neno hilo linaweza kubadilishwa kwa kulinyambua.

Mtafsiri hufanya tafsiri akiwa na hadhira fulani akilini mwake. Kama vile mwandishi asilia alikusudia kuathiri hadhira fulani, vivyo hivyo, mtafsiri hukusudiwa kuiathiri hadhira yake. Mtafsiri anahitaji kuwa makini katika kuwasilisha makala kwa hadhira yake ili kuleta athari inayotarajiwa. Kwa wanasheria, kazi kuu ya mtafsiri wa lugha ya sheria ni kutoa kazi iliyo na athari sawa za kisheria katika matumizi yake. Ili kufikia lengo hilo, ni lazima anayetafsiri aweze kuelewa sio maana ya maneno na sentensi pekee bali pia athari za kisheria za maneno na sentensi hizo, na jinsi lengo hilo litaweza kufikiwa katika lugha (Sarvevic 1997). Mtafsiri wa lugha ya kisheria ni yule anayeweza kutumia lugha ya kisheria kwa njia inayofaa ili kuleta lililotakiwa na athari inayofaa. Lazima awe ni yule anafahamu vyema kanuni na mtindo wa maandishi ya kisheria katika lugha husika na utaratibu wake. Ni sharti anayetafsiri kazi ya kisheria akumbuke kwamba hata hati ya wasia huwa ni batili kama haijaandikwa kwa mtindo ufaao.

Tafsiri ya maana asilia katika matini lengwa

Tafsiri hii ya kielelezo cha Katiba 2010 iliilenga hadhira ambayo ni watu wa viwango vyote ambao huweza kusoma na kuelewa lugha ya Kiswahili. Hawa ni watu wenye viwango mbalimbali vya elimu ambao ni pamoja na wanaoweza kusoma Kiingereza. Tofauti kati ya maana katika Matini Asilia (MA) na Matini Lengwa (ML) inaweza kuzua mtafaruku. Maana inapaswa kupewa nafasi ya kwanza katika tafsiri ya pendekezo la katiba ya Kenya 2010. Kulingana na Shitemi (1990), maana ndiyo hubebwa kutoka lugha asilia hadi lugha pokezi. Baadhi ya wataalamu kama Tytler (1790), wanadai kuwa ni jukumu la mtafsiri kupata kumwelewa zaidi mwandishi wake asilia na kujieleza katika tafsiri vile ambavyo mwandishi angejieleza angekuwa mwenyeji wa lugha pokezi. Kutokana na maelezo haya jukumu la mtafsiri ni kuhamisha maana kutoka MA hadi ML. Katika kutafsiri maana kutoka kazi asilia hadi matini tafsiri, kuna mengi yaliyojiri ikiwa ni pamoja na utata katika maana, kupotea kwa maana na maana kupotoka.

Utata katika maana

Dhana ya utata hutokea pale ambapo kuna jambo au habari zisizoeleweka vizuri au jambo lenye maana isiyo dhahiri. Neno hili pia hutumiwa kumaanisha maana inayofahamika kuwili au kuwa na shaka kuhusu maana ya maneno. Neno au kifungu cha maneno kinaweza kuzua utata katika matumizi kulingana na muktadha.

Maana ya mwandishi huweza kupotoshwa na mtafsiri kwa kulibebesha neno moja la lugha lengwa maana nyingi mno za maneno ya lugha chasili na hivyo kusababisha utata. Kulingana na Mdee (1986), istilahi bora hazitakiwi kubeba maana nyingi au vivuli vya maana. Kwa mfano katika maneno *application, implementation, enforcement,* na *perform* yametafsiriwa kwa kutumia neno *kutekeleza* katika MA kwenye vifungu 20, 21, 22 127 (6) (e) na 132 (3) (b).

> 20. **Application** of Bill of Right
> 21. **Implementation** of rights and fundamental freedoms
> 22. **Enforcement** of Bill of Right
> 127(6) (e) *performing* other functions

Tafsiri:
> 20. **Utekelezaji** wa Sheria ya Haki
> 21. **Utekelezaji** wa haki na uhuru wa kimsingi
> 22. **Utekelezaji** wa Sheria ya Haki
> 127 (6) (e) **kutekeleza** majukumu mengine

Katika mifano iliyotumika, neno moja la Kiswahili lililochaguliwa limebebeshwa maana nyingi mno kiasi kwamba wakati mwingine linapotosha maana na pia kumfanya msomaji wa ML kukanganyikiwa. Kutafsiri maneno ya Kiingereza *application, implementation, enforcement* na *perform* kuwa na maana ileile ya *kutekeleza* ni kumnyima msomaji wa ML athari inayodhamiriwa na mwandishi wa kazi asilia. Mtafsiri angetumia maelezo kutafsiri maana tofauti zinazojitokeza katika maneno ya lugha chasili. Kwa mfano neno la Kiingereza *enforcement* lina uzito zaidi ya maana kuliko neno la Kiswahili *kutekeleza*.

Matumizi ya neno kutekeleza katika kutafsiri maneno *application* na *enforcement* katika sehemu ya 20 na 22 yanaleta utata. Msomaji wa ML anaweza kufikiria kuwa mwandishi amejirudiarudia kimakosa lakini maneno haya yametumiwa kumaanisha vipengele viwili tofauti vyenye maelezo tofauti.

> 20. Application of Bill of Right
> 22. Enforcement of Bill of Right

Tafsiri:
> 20. Kutekeleza Sheria ya Haki
> 22. Kutekeleza Sheria ya Haki

Maneno ya Kiingereza *application* na *enforcement* yana maana tofauti. Kwa mujibu wa Longman Dictionary (1987), *application* ni neno la Kiingereza lenye maana ya *the act of puting something into use*. Kulingana na muktadha, neno hili linaweza kuwa na maana ya 'tendo la kutumia' katika Kiswahili. *Enforcement* ni neno la Kiingereza lenye maana *to cause* ama *to make something happen, especialy by threats or force*. Katika Kiswahili neno hili linaweza kuchukuliwa kuwa na maana ya kuhakikisha kuwa jambo fulani limetendeka kwa kulazimisha. Maana ya maneno haya ni tofauti na hivyo ni makosa kutafsiriwa kuwa na maana sawa. Kuna uwezekano wa kutumia sheria bila nguvu yoyote kutumika. Kwa mfano, polisi hutumiwa kuhakikisha ya kwamba sheria zimefuatwa pale ambapo sheria zimekiukwa. Tafsiri iliyotumika katika ML inamkanganya msomaji wa ML hivyo kumfanya atafakari sana ili kuelewa tofauti ya sehemu hizo mbili. Nadharia ya uhusiano inasisitiza kuwa habari inayotolewa iweze kueleweka kwa haraka na kwa urahisi bila kukanganya. Nadharia ya uhusiano pia inasisitiza kuwepo kwa uhusiano wa hali ya juu kati ya MA na ML.

Maana iliyopotoka

Kupotoka ni kwenda kombo au kugeuka kwa maneno, habari au maelezo. Kwa mujibu wa Bakhressa (1992), kupotoka ni kuharibika kwa maana au kitendo. Ingawa mtafsiri wa pendekezo la katiba ya Kenya 2010 amejaribu sana kuhifadhi maana ya MA katika ML, mifano iliyotolewa katika sehemu hii ni baadhi ya makosa ambayo yangeepukika. Kwa mfano katika tafsiri ya MA, uk 17 (14) (4) katika ML, uk 23 (14) (4).

> A child found in Kenya *who is, or appears to be, less than eight years of age*, and whose nationality and parents are not known, is presumed to be a citizen by birth.

Tafsiri:

> Mtoto anayepatikana nchini Kenya ambaye *anaonekana kuwa na umri wa chini ya miaka minane,* na ambaye uraia wake haujulikani na pia wazazi hawajulikani, atachukuliwa kuwa raia wa kuzaliwa.

Katika tafsiri hii, ujumbe katika ML unamtaja mtoto wa *chini ya miaka minane* haumtaji mtoto wa miaka *minane kamili*. Maana ni kuwa msomaji wa ML akimpata mtoto anayethibitika kuwa tayari ametimiza miaka minane, atachukulia kuwa hafai kuwa Mkenya kwa kuwa kigezo katika ML ni kutokuwa ametimiza umri huu. Hili linahitilafiana na atakayesoma MA ambayo inamtaja mtoto ambaye ametimiza miaka minane kwa kutumia maneno *who is, or appears to be less than eight years*. Maneno *mtoto ambaye ana umri wa miaka minane, ama ambaye anaonekana kutotimiza umri huo* yangefaa zaidi.

Katika tafsiri ya kifungu cha MA uk. 106 (166) (2) (b) katika ML uk. 100 (166) (2) (b).

166. Each judge of a superior court shall be appointed from among persons who-

(b) Possess the experience required under clause (3) to (6) as applicable, irrespective of whether that experience was gained in Kenya *or in another Commonwealth* common-law jurisdiction.

Tafsiri:

166. Majaji wa mahakama za mamlaka ya juu watateuliwa kutoka miongoni mwa watu ambao-

(b) Wana tajriba inayohitajika ambayo wameipata nchini Kenya *na taasisi nyingine za mataifa* yanayotumia mamlaka ya sheria ya Jumuia ya Madola kama zinazotajwa katika ibara ya (3) hadi (6).

Kifungu hiki kinaleta utata kuwa MA inatoa uhuru wa mahali pa kutoa tajiriba, iwe nchini Kenya au katika mataifa mengine ya jumuia ya madola. ML inayotumia maneno *nchini Kenya na taasisi nyingine* inaashiria kuwa majaji wa mahakama za mamlaka ya juu wanahitajika kuwa na tajiriba kutoka Kenya na taasisi nyingine za mataifa yanayotumia mamlaka ya sheria ya Jumuia ya Madola. Matumizi ya kiunganishi 'na' katika ML inamaanisha ni lazima tajiriba inayohitajika iwe imepatikana nchini Kenya na taasisi nyingine za mataifa yanayotumia mamlaka ya sheria ya jumuia ya Madola wala si mojawapo. Jambo hili linahitilafiana na ujumbe katika MA ambayo inatoa uhuru wa chaguo la mahali pa kutoa tajiriba kwa kutumia neno *'or'*. Maneno *Kenya au taasisi nyingine za mataifa yanayotumia mamlaka ya sheria ya jumuia ya Madola* yangefaa zaidi.

Mfano mwingine unahusu tafsiri ya MA uk. 112 (172) (1) (C), katika ML uk. 105 (172) (1) (c).

Appoint, receive, complaint against, investigation and remove from office or *otherwise discipline registrars, magistrates, other judicial officers and other staff of* the judiciary, in the manner prescribed by an Act of **Parliament**.

Tafsiri:

Kuteua, kupokea malalamiko ya kupinga, kuchunguza na kuwafuta au *hatua nyinginezo za kuwaadhibu, kuwasajili, mahakimu na maafisa wengine wa* mahakama na wafanyikazi wengine wa mahakamani, *kwa njia ambayo imetolewa na Sheria ya Bunge*

Tafsiri hii inapotosha maana asilia na kumkangaya msomaji wa ML. Neno 'wasajili' ambalo ni nomino, limebadilishwa na kuwa kitenzi-jina kwa kuongeza kinominishi awali {ku-} hivyo kubadilisha maana ya sentensi nzima na kusababisha utata. Pia, matumizi ya kipumuo baada ya neno 'kuwaadhibu' ni makosa kwa sababu maana inabadilika. Kulingana na muktadha, neno 'wasajili' linaeleweka kama watu ambao wanatarajiwa kufanya kitendo cha kusajili. Kitendo cha kusajili hakiwezi kuadhibiwa bali wanaofanya kitendo hicho cha 'kusajili' ndio wanaweza kuadhibiwa pamoja na maafisa wengine waliotajwa. Maneno *'or otherwise discipline registrars'* yaliyoeleweka na mtafsiri kama, *au hatua nyinginezo za kuwaadhibu, kuwasajili* yalifaa kutafsiriwa kama; au vinginevyo kuwaadhibu wasajili, ili kifungu kiwe; Kuteua, kupokea malalamiko ya kupinga, kuchunguza na kuwafuta *au vinginevyo kuwaadhibu wasajili, mahakimu na maafisa wengine wa mahakama na wafanyikazi wengine wa mahakamani, kwa njia ambayo imetolewa na sheria ya bunge.*

Maana asilia ya mwandishi pia imepotoka katika tafsiri ya MA uk. 67 (100) (e), maneno ambayo yametafsiriwa kama ifuatavyo katika ML uk. 65 (100) (e).

(100). Parliament shall enact legislation to promote the representation in parliament of-
(e) Marginalised communities.

Tafsiri:

(100). Bunge litatunga sheria kuimarisha uwakilishwaji Bungeni wa-
(e) jamii iliyotengwa.

Katika kifungu hiki, kutafsiri maneno **marginalised communities** kama *jamii iliyotengwa* ni kupotosha kwa sababu dhana ya jamii moja pekee inaibuka katika tafsiri. Msomaji wa ML hatarajii jamii nyingi zitafutiwe uwakilishwaji kama inavyodhamiriwa na kifungu hicho. Msomaji huyu anatarajia jamii moja pekee iliyotengwa itafutiwe uwakilishwaji. Kwa msomaji wa ML kutafutiwa uwakilishwaji kwa jamii nyingi kutaleta mtafaruku. Neno la Kiingereza *communities* lenye maana ya jamii nyingi limeundwa kutokana na neno la Kiingereza *community* lenye maana ya jamii moja. Mofu '-ies' ni mnyambuliko wa Kiingereza unaoleta dhana ya wingi. Dhana ya wingi katika

Kiswahili huonyeshwa kwa kutumia viambishi ngeli katika upatanisho wa kisarufi. Maneno *jamii zilizotengwa* yangefaa zaidi.

Maana iliyopotea

Kwa mujibu wa TUKI (1981), kupotea ni kukosekana kwa kitu au jambo ama kosa kufuata njia inayofaa. Ni jukumu la mtafsiri kuhakikisha kwamba anahifadhi maana ya mwandishi asilia. Kwa mujibu wa Mwansoko (1996), uaminifu wa mtafsiri wakati mwingine hupotea kwa kupunguza vipengee au hata maneno kadhaa katika kazi yake katika jitihada za kujaribu kufafanua au kueleza maana ya baadhi ya maneno ya mwandishi. Tafsiri haiwezi kuwa kamili au sahihi ikiwa sehemu fulani ya maana asilia inakosekana katika matini lengwa. Kwa kuzingatia tafsiri ya MA uk. 29 (36) (1) katika ML uk. 33 (36) (1), ujumbe haujawasilishwa kikamilifu.

> 36 (1) Every person has the right to freedom of association, which includes the right to form, join or participate in the activities of an association *of any kind.*

Tasfsiri:

> 36 (1) Kila mtu ana haki ya uhuru wa kutangamana ambayo inahusu haki ya kuanzisha, kujiunga na, au kushiriki katika *majukumu ya mashirika.*

Maneno *association of any kind* yametafsiriwa kama *mashirika* katika ML maneno *of any kind* hayajajitokeza katika maana, hivyo msomaji wa ML hapati dhana ya *mashirika ya aina yoyote,* ambayo ilidhamiriwa na MA. Maana yake, anayesoma ML atadhani kuwa kunayo mashirika fulani anayokubaliwa kujiunga nayo, kinyume na ilivyo katika MA.

Mfano mwingine ni tafsiri ya MA uk 33 (45) (2) katika ML uk 37 (45) (2).

> Every adult has the right to marry a person of the opposite sex, based on the *free consent* of the parties,

Tafsiri:

> Kila mtu mzima ana haki ya kuoa mtu wa jinsia tofauti na yake na kulingana na *makubaliano* yao.

Katika kifungu hiki neno *free* lilipuuzwa na mtafsiri kwani maana ya neno hili haijitokezi katika ML. Jambo hili linamyima msomaji wa ML ujumbe kamili. Maana *makubaliano ya hiari/huru* inayotokea katika MA haitokei katika ML. Kuna hatari kwa msomaji wa ML kuelewa kuwa makubaliano yoyote, yawapo ya kusukumiwa yanampa mtu haki ya kuoa au kuolewa na mtu mzima mwingine. Hii ni kwa sababu mtafsiri alipuuza uzito wa neno la Kiingereza *free* lililotumiwa na mwandishi wa matini chasili.

Baadhi ya vifungu au maneno yasiyotafsiriwa

Ni jambo la muhimu kwa mtafsiri kuhakikisha kuwa maana asilia ya matini chasili imejitokeza katika kazi yake, la sivyo, tafsiri yake itakuwa na upungufu. Tafsiri haiwezi kuwa sahihi wala kamili ikiwa sehemu fulani ya maana asilia inakosekana katika matini lengwa.

Mfano mwingine ni katika tafsiri ya MA uk. 81 (131) (2) (d), na ML uk. 78 (131) (2) (d).

The president shall-
promote respect for the diversity of the people and *communities* of Kenya.

Tafsiri:

Rais-
atakuza heshima ya uanuwai wa watu wa Kenya.

Maneno *and communities* yaliyo na maana ya *na jamii* hayakutafsiriwa katika kifungu kilichoonyeshwa. Inaonekana kuwa mtafsiri alichukulia kuwa maneno *people* na *communities* yana maana sawa ilhali sivyo. Neno jamii ni mahususi kuliko watu ambalo ni la jumla, hivyo lilifaa kutafsiriwa ili uanuwai uliodhamiriwa na MA ulenge maana ya jamii za Kenya ila sio 'watu' tu.

Maneno katika sehemu 230 (1) iliyo katika MA hayakutafsiriwa katika ML 230 (1).

230 (1). There is established the Salaries and Remuneration Commission.

Sentensi hii nzima haijatafsiriwa na hivyo ujumbe huu ambao unapatikana katika MA kukosekana katika ML.

Kifungu cha MA, uk. 116 (180) (6), hakikutafsiriwa katika ML.

(180) (6) The Independent Electoral and Boundaries Commission shall not conduct a separate election for the deputy goverment but shall declare the candidate nominated by the person who is elected county governor to have been elected as the deputy governor.

Kifungu hiki kizima hakijatafsiriwa katika ML uk. 108 (180). Haya ni makosa kwa sababu mtafsiri hakuhifadhi ujumbe wa mwandishi asilia. Ujumbe wa kifungu hiki haupatikani katika ML kwa sababu mtafsiri hakukishughulikia kabisa.

Msamiati na tahajia

Kulingana na makala haya, msamiati ni jumla ya maneno yanayotumiwa katika lugha. Neno ni kipashio kimojawapo kati ya vile vinavyojenga lugha (Oser 1989). Ni muhimu mtafsiri ahakikishe kuwa amewasilisha maana vizuri ili iweze kueleweka mara moja, na kwa njia inayoweza kuleta athari sawa na maana chasili kama ilivyokusudiwa na mwandishi asilia. Ili kuhakikisha hili, kipengele cha msamiati kinafaa kuzingatiwa. Katika sehemu hii kipengele cha msamiati kimechunguzwa katika kiwango cha maana katika ML ili kuona ilivyowasilishwa kutoka kwa MA. Mfano wa kwanza tunaozingatia unapatikana katika MA uk.18 (15) (1) na ML uk. 23 (15) (1).

> A person who has been *married* to a citizen for a period of at least seven years is entittled on application to be registered as a citizen.

Tafsiri:

> Mtu ambaye *ameolewa* na raia kwa muda wa angalau miaka saba ana haki ya kutuma maombi ya kusajiliwa kama raia.

Katika sentensi hii, neno la Kiingereza *married* lililotumiwa katika MA lina maana ya *kuoa na kuolewa*. Katika ML neno hili limetafsiriwa kumaanisha kuolewa. Ujumbe katika MA unarejelea wote wawili, yaani mke aliyeolewa na raia Mkenya kwa miaka saba na mume ambaye ameoa raia wa Kenya kwa miaka saba. Maana ambayo inajitokeza katika ML ni kuwa mwanamume aliyemuoa mke Mkenya hawezi kusajiliwa kuwa Mkenya na sivyo ilivyo katika MA. Maana imepungukiwa kwa sababu mtafsiri hakutilia maanani maana kamilifu ya neno *married* katika lugha ya Kiswahili.

Mfano mwingine unapatikana katika tafsiri ya MA uk. 25. (26) (2) katika ML uk. 30 (26) (2).

> The life of a person begins *at* conception.

Tafsiri:

> Maisha ya mtu huanza *baada ya* kutunga mimba.

Kutafsiri maneno *at conception* kuwa na maana ya *baada ya kutunga mimba* kunapotosha maana. Kipashio *at* kina maana tofauti na *baada ya*. Kipashio *at* katika MA kinamaanisha ya kwamba uhai huanza wakati mimba inapotungwa. Ujumbe katika ML unazua dhana kuwa wakati mtoto anatungwa uhai haupo ila baada ya kukamilika kutungwa kwa mimba. Tafsiri ingekuwa *mimba inapotungwa* au *wakati mimba inatungwa*.

Tahajia

Mtafsiri anafaa kuhariri kazi yake kikamilifu ili kuepuka makosa ya hijai ambayo yakiwapo yanaathiri au kupotosha maana kusudiwa. Tahajia ni uwakilishaji wa sauti kwa herufi katika maandishi kufuatana na muendelezo wa maneno uliokubaliwa (TUKI 1981). Mtafsiri wa pendekezo la Katiba ya Kenya 2010 amejitahidi vilivyo kuepukana na makosa ya tahajia. Hata hivyo kuna makosa machache yanayojitokeza na kuleta mkanganyo katika maana. Kwa mfano neno *kutangaza* katika ML kifungu (132) (e) limechapwa kama *kurangaza*.

>132. 4. The President may –
>(e) with approval of parliament, declare war.

Tafsiri:

>132.(4) Rais anaweza-
>(e) kwa idhini ya Bunge, anaweza *kurangaza* vita.

Msomaji wa ML ambaye hajafahamu vizuri maneno ya Kiswahili anaweza kufikiria kuwa neno hilo *kurangaza* ni msamiati wa Kiswahili. Neno *mahakama* katika ML 140 (2) limeandikwa kama *mahakaya* ya juu.

>140. (2). Within fourteen days after the filing of a petition under clause (1), the supreme court shall hear and determine the petition and its decision shall be final.

Tafsiri:

>140. (2). Katika muda wa siku kumi na nne baada ya kuwasilishwa kwa malalamiko, *Mahakaya* ya juu itasikiza na kuamua kesi hiyo na uamuzi wake utakuwa wa mwisho.

Mfano mwingine ni neno *mwanachama* katika ML kifungu 88 (2) limechapwa kama *mwachama*.

88. (2). A person is not eligible for apointment as a member of the Commission if the person...

Tafsiri:

88. (2). Mtu hastahili kuteuliwa kama *mwachama* wa Tume, ikiwa mtu huyo...

Kazi ya kisheria hutajwa kwa kurejelea nambari ya kifungu, ibara fulani au sehemu fulani. Makosa katika kuandika nambari kunaweza kuwatatiza wasomaji hasa wakati wa kurejelea. Mfano wa makosa kama haya ni katika tafsiri ML 75 (2) (a) na (b), ikilinganishwa na MA 75 (2) (a) na (b).

75. (2) A person who contravenes Clause (1), or Article 76, 77, or 78 (2)-
(a) shall be subject to applicable disciplinary procedure for the relevant office; and
(b) may, in accordance with the disciplinary procedure referred to in pharagraph (a), be dismissed or otherwise removed from office.

Tafsiri:

75. (2) Afisa wa Serikali anayetenda kinyume na ibara ya (1) au kifungu cha 76, 77, au 78 (2)-
(d) atawekwa chini ya taratibu za kinidhamu zinazotumika kwa afisi inayotumika;
(e) kulingana na taratibu za kinidhamu zilizotajwa katika aya (a), anaweza kuachishwa kazi au vinginevyo, kuondolewa afisini.

Katika tafsiri hii, **(d)** na **(e)** zimetumiwa badala ya **(a)** na **(b)**. Makosa kama hayo pia yamefanywa katika tafsiri ya kifungu 83 (1) (a), (b) na (c) ikilinganishwa na MA 83 (1) (a), (b) na (c). Pia katika kifungu 172 (1) kuna sehemu (c) mbili zenye maelezo tofauti. Msomaji wa ML anaporejelea sehemu hizi atakuwa anaongea kuhusu mambo tofauti na ujumbe ulio katika sehemu hizo kwenye MA. Makosa haya yanapatikana katika sehemu kadhaa za ML. Kwa mfano sehemu 230 (2) katika MA, imeandikwa katika nafasi ya 230 (1), ambayo haikutafsiriwa katika ML.

Mtafsiri ametunza muundo wa MA kwa kiwango kikubwa katika tafsiri yake. Kazi iliyotafsiriwa inaeleweka kuwa ya kisheria, inasomeka kwa urahisi na kueleweka kwa urahisi isipokuwa baadhi ya sehemu zilizotajwa kuwa na mushkili katika kazi hii. Kueleweka kwake pia ni kwa sababu matini zote mbili zimeandikwa na kutumika katika mazingira sawa ambamo lugha zote mbili zinatumika. Ukubwa wa tafsiri karibu unalingana na ukubwa wa kazi ya MA. Mtafsiri amejaribu awezavyo kutumia maneno ya kawaida au yaliyozoeleka ili kurahisisha kuhisika kwa maana.

Hitimisho

Lengo la makala haya lilikuwa kutathmini ukamilifu wa maana katika matini lengwa. Makala haya yamebainisha kuwa lugha ya sheria ni yenye urasmi mwingi na haibadiliki, ina msamiati wa kipekee, huwa na sentensi ndefu, na viunganishi vingi. Kwa sababu hii, tafsiri ya sajili ya sheria inahitajika kufanywa kwa uangalifu.

Makala yamebainisha kwamba tafsiri ya kielelezo cha Katiba 2010 ilikuwa na matatizo yaliyosababisha upotoshi wa maana. Kwa mfano, utata umetokea pale ambapo mtafsiri ametumia neno au kifungu cha maneno kueleza maana tofauti na maana iliyo katika MA. Baadhi ya maneno na vishazi yametafsiriwa kwa jinsi ambayo inayomkanganya msomaji wa ML ikilinganishwa na maana katika MA. Kazi hii inadhihirisha kwamba kuna mabadiliko ambayo yamefanywa na mtafsiri na kusababisha kupotoka kwa maana. Maneno kadhaa yasiyofaa yametumiwa kama visawe vya baadhi ya vifungu na maneno na hivyo kupotosha maana katika ML.

Kuna mabadiliko ambayo yametokea na kusabasisha kupotea kwa maana. Mtafsiri ametumia maneno ambayo hayawasilishi maana kamili ya MA. Maana pia imepotea kupitia maneno na vifungu ambavyo havikutafsiriwa kabisa katika ML. Katika kila kiwango kilichoshughulikiwa, maana ya MA imeathirika kwa kiwango fulani.

Katika kiwango cha msamiati imebainika kuwa kuna baadhi ya maneno ambayo yametafsiriwa kwa jinsi inayopotosha na kupoteza maana. Baadhi ya maneno yameendelezwa kwa njia isiyofaa na kusababisha utata. Mabadiliko yaliyotokea katika MA na ML yanaweza kuwa yametokana na tofauti za lugha mbili husika. Tofauti pia zanaweza kuwa zimetokana na nia ya mtafsiri kutaka kueleza yaliyomo katika MA kwa njia ambayo inakubalika na hadhira pokezi ama uwezo wa mtafsiri.

Kwa jumla kuna mabadiliko yaliyotokea katika baadhi ya sehemu za tafsiri na kuathiri maana ya MA kwa kiwango fulani. Hata hivyo, athari hizi zilizotokea kwenye baadhi ya maana za MA hazifanyi matini tafsiri kuonekana kama isiyotokana na MA. Hii ni kwa sababu matatizo hayo hayazuii mawasiliano kwa kiwango kikubwa. Isipokuwa sehemu chache ambazo zimetajwa kuwa na matatizo, inabainika kuwa watafsiri wa pendekezo la katiba ya Kenya 2010 walijitahidi kuwasilisha ujumbe wa kazi asilia.

Kazi yoyote ya kubadili matini ya lugha chasili kuwa sawa na ya lugha lengwa ni kazi ngumu. Mtafsiri wa pendekezo la katiba ya Kenya 2010 alijaribu kuwasilisha ujumbe awezavyo. Kando na upungufu uliopatikana, utafiti huu unasisitiza kuwa tafsiri ya katiba ni muhimu na ni kitu cha thamani kubwa kwa Wakenya. Hivyo basi kuna umuhimu wa kutafsiri kwa makini.

Marejeleo

Bakhressa, S. K. (1992). *Kamusi ya Maana na Matumizi*. Dar es Salaam: Oxford University Press.

Bower, F. (1989). *Linguistic Aspect of Legislative Expressions*. Vancouver: University of Columbia Press.

Grice, H.P. (1989). *Studies in the Way of Words*. Cambridge: Harvard University Press.

Gutt, E.A. (1992). *Relevance Theory: A Guide to Successful Communication in Translation*. Dallas: Summer Institute of Linguistics.

Gicheru, H.B. and Miano, K. (1987). *A Textbook of the Constitution and Government of Kenya for Secondary Schools*. Nairobi: Sterling Publishers.

Kibwana, K, Peter C.M. na Bazaara, N. (2001). *Constitutionalism in E.A.* Kampala: Fountain Publishers Ltd.

Kibwana, K. (1997). *Introduction to the Constitution of Kenya*. Nairobi: Claripress Ltd.

Kindiki, K. and Ambani, O. (2005). *The Anatomy of Bomas: The Selected Analysis of 2004 Draft Constitution of Kenya*. Nairobi: Claripress Ltd.

Mdee, J.S. (1997). *Nadharia na Historia ya Lesikografia*. Dar es Salaam: TUKI.

Melvin, E. (2010). c:/Documents and Setings /Eric Melvin Document/ Constitution.

Mwansoko, H. (1996). *Kitangulizi cha Tafsiri: Nadhria na Mbinu*. Dar-es-Salaam: TUKI.

Newmark, P. (1981). *Approaches to Translation*. Oxford: Pergamon Press.

Oser, E. (1987). 'International Organizations' in *The Translators Handbook*. Catriona Pickon (2nd Edition). Aslib Publisher New York Press.

Sperber, D na Wilson, D. (1986). *Relevance: Communication and Cognition*. Oxford: Blackwell.

_____(1995). *Post face to the second edition of Relevance*. Communication and Cognition. Oxford: Blackwell.

Sarcevic, S. (1997). *A New Approach to Legal Translation*. The Hague: Kluwer l Law International.

Shitemi, N.L. (1990). "Mawasiliano katika Tafsiri. Utenzi wa mtafsiri". Tasnifu ya Uzamili. Chuo Kikuu cha Nairobi. (Haijachapishwa).

Tiersma, P. (m.) (1989). Aspect of Legislative Expression. Vancouver: University of British Columbia.

TUKI (1981). *Kamusi ya Kiswahili Sanifu*. Dar es Salaam: Oxford University Press.

Tytler, A.F. and Woodhousel, L.(1790). *Essays on the Principles of Translation*. Amsterdam: John Benjamin B.V.

Wilson, D. na Sperber, D. (2004). 'Relevance Theory' in Ward'. In G. and Horn, L (Eds) *Handbook of Pragmatics*. Oxford: Blackwell, 607-632.

Weston, M. (1983). 'Problems and Principles in legal Translation', The Incoporated Linguistic. *Autumn* vol 22, No 4.

SURA YA KUMI NA SITA

TAFSIRI YA MAJINA YA PEKEE – UCHUNGUZI KIFANI WA MAJINA YA NCHI

Leonard Chacha Mwita

Utangulizi

Utafiti huu unahusu tafsiri ya majina ya nchi. Majina haya ya nchi ni sehemu ndogo ya mgao wa majina ya kijiografia. Nayo majina ya kijiografia ni kitengo kidogo tu cha majina ya pekee. Katika makala haya tutarejelea mambo mengi ya kijumla kuhusu majina ya pekee na majina ya kijiografia na itachukuliwa kwamba haya yote yanaathiri majina ya nchi.

"Majina ya pekee hayatafsiriwi" ni dhana iliyonata katika akili za watu wengi. Kwa kawaida, imechukuliwa kwamba tafsiri ya majina ya pekee ni mchakato wa kuhamisha moja kwa moja kutoka lugha A hadi lugha B, kwa sababu ya mtazamo kuwa majina ya pekee ni kitambulisho tu kinachotumiwa kubainisha kitu au mtu (Vermes 2003: 93). Kwa mujibu wa Vendler (1975: 117), kazi ya mfasiri ni kuyachukua majina hayo na kuyahamisha kutoka matini ya lugha chasili hadi matini ya lugha pokezi. Sciarone (1976: 86) anaongezea kuwa kwa vile majina ya pekee hayana maana basi kumetokea desturi ya kuyaacha bila kuyabadili katika tafsiri.

Ni kweli kwamba majina ya pekee yana ubwete kiasi, yaani hayabadilikibadiliki, yakilinganishwa na kategoria nyingine za maneno katika lugha. Hata hivyo, tunapochunguza matini zilizotafsiriwa tunagundua kwamba wafasiri hubadilisha majina ya pekee kwa namna mbalimbali. Mbali na dhima yake ya kutambulisha vitu, majina ya pekee yanaweza kuwa na fahiwa. Kwa hivyo, hii ina maana kwamba tafsiri ya majina ya pekee si swala dogo, ni jambo linalomhitaji mfasiri afikirie juu ya maana za jina hilo kabla ya kuamua njia ifaayo ya kuliwasilisha katika lugha pokezi. Kwa hivyo tafsiri ya majina ya pekee inahusiana kwa karibu sana na swala la maana ya majina ya pekee.

Makala haya yana sehemu sita. Sehemu ya kwanza ni utangulizi. Sehemu ya pili inafafanua dhana ya "majina ya pekee", kuitolea mifano na kuonyesha desturi za majina ya aina hiyo. Sehemu inayofuata inaeleza mbinu mbalimbali za kutafsiri majina ya pekee. Matatizo yanayomkumba mfasiri anapotafsiri majina ya pekee yamepitiwa pia. Mwisho kuna hitimisho.

Majina ya pekee

Katika sehemu hii kumetolewa maelezo mafupi kuhusu majina ya kipekee na taaluma ambamo yanapatikana pamoja na sifa chache zinazoweza kusaidia kuyatambua.

Maelezo kuhusu majina ya pekee

Majina ya pekee hurejelewa pia kama "nomino za pekee". Kimsingi kuna aina mbili za nomino: nomino za pekee na nomino za kawaida. Nomino za pekee hutaja kitu fulani kwa kutumia jina lake moja kwa moja. Kwa njia hii hukitambulisha waziwazi kutokana na kitu kingine chochote cha aina yake (Waihiga 1999: 5). Kitu hiki ni cha pekee, kimoja tu duniani. Kwa mfano, ikiwa ni mji, tunaambiwa kuwa ni Nairobi, Kisumu au Dodoma. Nomino au majina ya pekee huhusisha majina ya watu (mf. Juma), miji (mf. Nairobi), nchi (mf. Misri), mito (mf. Tana), milima (mf. Kilimanjaro), maziwa (mf. Viktoria), bahari (mf. Hindi), siku za wiki (mf. Jumatatu), miezi (mf. Februari), majina ya kampuni (mf. Shirika la Utangazaji la Kenya) na kadhalika.

Utafiti kuhusu majina ya pekee ni mada pana na tata kwa sababu unahusisha taaluma nyingi kama Historia, Anthropolojia, Akiolojia au Elimu Chimbo, Jiografia na Isimu. Utafiti wa zamani wa kiisimu ulijihusisha tu na maana; yaani jinsi majina haya yanavyorejelea vitu mahsusi na jinsi yanavyotofautiana na majina ya kawaida. Lakini siku hizi mtindo wa wanaisimu umekuwa ni kuzingatia vipengele vya kisemantiki na kisintaksia vya majina ya pekee. Katika kiwango hicho cha maana inasemekana kwamba majina ya pekee yanaweza kuwa na maana rejeshi au maana ya kimatilaba (Traboulsi 2004: 23). Majina haya yanapotumiwa kwa maana rejeshi[1] huwa yanatambulisha virejelewa lakini katika maana kimatilaba[2], majina ya pekee huwa ni sitiari. Kwa mfano, Marekani huashiria nguvu na uwezo, Vatican City huashiria utakatifu.

Majina ya kipekee ni semi za lugha zinazoonyesha hali za kipekee zinazojumuisha watu, mashirika, mahali, vitu na kadhalika. Majina haya yana msingi wake katika utamaduni mahsusi na wakati mwingine huonyesha desturi za lugha ya utamaduni huo (Traboulsi 2004: 6). Taaluma inayohusika na uchunguzi wa asili na maumbo ya majina ya pekee huitwa *onomastia*. Toponimia ni kitengo cha onomastia kinachohusika na asili ya majina ya mahali. Traboulsi (2004: 17) anaeleza kuwa neno hili limetokana na maneno ya Kigiriki *topos* lenye maana ya 'mahali' na *onoma* linalomaanisha 'jina'.

Majina ya mahali huakisi historia, imani, na mambo nuhimu katika utamaduni husika. Kwa kawaida, majina ya nchi hayaleti utata wo wote katika tafsiri kwa sababu kuna orodha rasmi ya majina ya nchi inayoweza kurejelewa. Hata hivyo, jina rasmi ambalo lingeweza kutumika katika muktadha wa kidiplomasia halitafaa katika mawasiliano ya kibinafsi. Kwa mfano *Tanzania* na *Bongo* hurejelea nchi hiyo moja lakini jina *Tanzania* linatumiwa katika hali rasmi na *Bongo* linatumiwa katika miktadha isiyo rasmi hasa katika muziki.

Sifa za majina ya pekee

Katika kueleza sifa za majina ya pekee tutarejelea vipengele vya kiothografia, kimofosintaksia, kiurejeshi na kisemantiki. Kiothografia, majina ya pekee huanza kwa herufi kubwa yanapoandikwa, hata kama hayapo mwanzoni mwa sentensi. Kwa namna hii, hiyo herufi kubwa ya mwanzoni mwa neno hutumiwa kutofautisha majina ya pekee na majina ya kawaida. Kwa mfano, neno *Mungu* ni jina la pekee na litaanza kwa herufi kubwa licha ya mahali pake katika sentensi na neno *miungu* litaanza kwa herufi ndogo isipokuwa linapokuwa mwanzoni mwa sentensi.

Majina ya kipekee hutofautisha kitu kimoja na vitu vingine vinavyofanana nacho. Kwa kawaida, kipashio cha kiisimu hupewa dhima ya umahsusi ikiwa kimeruhusiwa kurejelea kitu kimoja tu. Kama ilivyoelezwa katika §2.1, kile kinachorejelewa huwa ni cha kipekee (Waihiga 1999: 5). Hii ni sifa kuu ya majina ya pekee na ndiyo sababu yakaitwa kwa jina hilo. Kwa mfano, neno *Kiswahili* (likirejelea lugha) ni kitu cha kipekee na hivyo ni jina la kipekee.

Umahsusi huu wa majina ya kipekee una athari za kisarufi zinazohusiana na idadi. Utapata kwamba hakuna ukinzano kati ya umoja na wingi katika maneno ya aina hii. Hivi ni kusema kwamba kimofosintaksia, majina ya pekee hayana hali ya wingi, yanapatikana katika umoja tu. Majina ya mahali kama Dar es Salaam, Nairobi na Kampala hayana wingi.

Upande wa semantiki, inaonekana kwamba majina haya yana maana ya kipekee ambayo inatofautiana na haiingiliani na maana kileksia (Traboulsi 2004). Majina ya pekee yana mfumo maalum wa kueleza kinachorejelewa. Kufahamu majina ya kipekee yaliyo katika matini huongeza uwezo wa lugha wa mtu na umaizi wake kwa jumla. Kwa hiyo majina ya pekee hutoa mchango mkubwa katika uelewaji wa matini.

Mbinu za kutafsiri majina ya pekee

Kutafsiri majina ya kijiografia (nchi, mataifa, majimbo na miji) ni jambo lililo tata na telezi. Inaonekana kana kwamba jina la mahali hubadilika linapotumika katika lugha tofauti, kwa mfano *London* (Kiingereza) hujulikana pia *Londres* (Kifaransa) au *Londra*. Kuna uwezekano wa kufanya makosa mengi unapotafsiri majina ya kijiografia kwa sababu wafasiri wa majina ya pekee hawafanyi kazi na lugha mbili tu. Kutafsiri majina ya pekee kunahitaji ufahamu wa lugha mbalimbali pamoja na kiasi fulani cha historia, ili kujua namna ya kuyatafsiri majina wanayokumbana nayo.

Akitumia mtazamo wa tafsiri, Hermans (1988) ameyagawa majina ya pekee katika vikundi viwili: majina ya kidesturi na majina yaliyosheheni maana. Majina ya kidesturi ni yale yasiyo na motisha ya tafsiri kwa sababu hayana mzigo wa kisemantiki, yaani hayana maana. Majina haya hayahitaji kuchukua mofolojia na fonolojia ya mfumo wa lugha pokezi. Pengine hili huwezekana baada ya majina hayo kukubalika na kupata hadhi ya kimataifa. Majina yaliyosheheni maana huwa yanaweza kutafsiriwa. Haya hujumuisha yale yanayodokeza tu maana fulani hadi yale yanayoashiria waziwazi maana fulani au yanayotumia lakabu. Majina haya yanaweza kuwa yamesheheni matukio ya kihistoria au ya kidini (km. *Santa Monica* kule California Marekani), au ni majina yanayorejelea watu mashuhuri (km. *Ziwa Viktoria* la Afrika Mashariki, *Alexandria* kule Misri), ama mambo fulani ya kitamaduni. Kwa hiyo, majina ya pekee huwa na viwango mbalimbali vya ufikikaji na tafsiri yake huhitaji ufahamu wa mambo mbalimbali.

Kuna mbinu nne kuu zilizopendekezwa na Catford (1965), Newmark (1988) na Hermans (1988) zinazoweza kutumika katika kushughulikia majina ya pekee katika tafsiri. Mbinu hizo ni:

(i) Uhawilishi au Uhamisho
(ii) Kutumia kibadala
(iii) Tafsiri
(iv) Utohozi

Mbinu ya uhawilishi au uhamisho

Uhawilishi ni mchakato wa kuhamisha neno kutoka kwa matini ya lugha chasili hadi kwa matini ya lugha pokezi wakati wa tafsiri. Hii ina maana kwamba jina la lugha chasili linaingizwa katika matini ya lugha pokezi bila kubadilika. Mbinu hii hutumiwa pale ambapo jina linatumiwa kurejelea kitajwa tu au ikiwa mabadiliko yo yote yatakinza ufahamu na uelewaji wa jina hilo. Jina linalohamishwa halifanyiwi mabadiliko yo yote ya kiothografia. Ushauri unaotawala hapa ni kuwa ikiwa mfasiri atakumbana na jina la kijiografia katika matini na hajui namna ya kulitafsiri au tafsiri yake haipo basi ni bora aliache jinsi lilivyo katika lugha chasili. Newmark (1988) anaeleza kuwa majina ya pekee huhamishwa ili kuhifadhi utaifa. Aidha, kuna majina ya pekee yaliyo na ubia na hii inamaanisha kwamba jina hilo hilo linatumika katika lugha nyingi, kwa mfano nchi ya *Kenya* inajulikana kwa jina hilo katika lugha yoyote ile. Aidha, majina mengi ya Kikristo yamo katika kundi hili.

Mbinu ya matumizi ya kibadala

Hii inarejelea pale ambapo jina la lugha chasili lina kisawe au kibadala chake katika lugha pokezi. Katika mchakato wa tafsiri, jina la lugha pokezi huchukua mahali pa lile la lugha chasili. Mara nyingi majina hayo mawili huwa hayahusiani kwa namna yo yote kisemantiki. Tunajua kwamba ni nadra kwa majina ya lugha chasili na yale ya lugha pokezi kuwa na maana moja, lakini yanaweza yakatekeleza dhima moja katika muktadha fulani (Catford 1965: 49). Katika tafsiri kamili, matini za lugha chasili na za lugha pokezi ni vibadala ikiwa zinaweza kubadilishana nafasi katika hali fulani. Kwa mfano, nchi inayojulikana kama *Egypt* katika Kiingereza huitwa *Misri* katika Kiswahili.

Mbinu ya tafsiri

Hii ni namna ya kuwasilisha maana ya matini katika lugha nyingine kwa namna ambayo mwandishi alikusudia (Newmark 1988: 5). Mbinu hii inawasilisha jina la pekee, au sehemu ya jina hilo, kwa kutumia usemi wa lugha pokezi ambao unaibusha maana sawa kama jina hilo lilivyofanya katika matini chasili. Kwa mfano, nchi ya *Western Sahara* itajulikana kama *Sahara Magharibi* katika Kiswahili.

Mbinu ya utohozi

Huu ni mchakato wa kuchukua jina la lugha chasili na kulifanyia mabadiliko machache ya kiothografia na kifonolojia ili likubaliane na mfumo wa lugha pokezi. Jina linanukuliwa ili kuafiki mfumo wa lugha pokezi. Mbinu hii husababisha kuwepo kwa maumbile mengi ya jina kisintaksia, kwa mfano *London* na *Beirut* kwa Kiingereza na *Londres* na *Beyrouth* kwa Kifaransa. Mfano mwingine ni *Spain* kwa Kiingereza na *Uhispania* katika Kiswahili,

Matumizi ya mbinu mbili za kwanza, uhawilishi na matumizi ya kibadala, yana motisha ya kurahisisha utambuzi wa jina linalohusika ilhali mbinu mbili za mwisho, tafsiri na utohozi, hutumiwa hasa kwa kusudi la kudumisha muktadha unaofaa katika lugha pokezi (Vermes 2003: 94). Ifahamike kwamba watafsiri huwa hawatumii mbinu ile ile kwa majina ya pekee yote kwenye matini moja wanayotafsiri. Inawezekana pia kutumia mbinu hizi zilizotajwa kwa pamoja. Kwa mfano jina la pekee laweza kutoholewa halafu likatafsiriwa na tafsiri hiyo ikawekwa kwenye tanbihi.

Mbinu zingine

Mbinu hizo nne sizo tu zinazoweza kutumiwa katika kushughulikia majina ya pekee, hususan majina ya nchi. Kuna mbinu nyingine kama vile udondoshaji, uchopekaji, ubadilishaji na kuunda upya. Hata hivyo mbinu hizi hazikutumika katika muktadha wa makala haya. *Udondoshaji* ni hali ya kutotafsiri jina lililo katika matini chasili na badala yake linadondoshwa na halitokei katika matini pokezi.*Uchopekaji* ni jina la pekee ambalo halikuwepo kwenye matini chasili linaongezwa kwenye matini pokezi au nomino ya kawaida katika lugha chasili inaelezwa kutumia nomino ya pekee katika lugha pokezi. *Ubadilishaji* ni kubadili jina la pekee lililo katika lugha chasili na nomino ya kawaida katika lugha pokezi. *Kuunda upya* ni utaratibu huu unahusu kuunda upya jina ambalo lilikuwa limebuniwa katika lugha chasili ukiwa na kusudi la kupata athari kama iliyotolewa na jina hilo katika utamaduni wa lugha pokezi.

Uchunguzi kifani

Uchunguzi kifani ni mfano wa kitu ambao umetumiwa au kuchanganuliwa ili kudhihirisha kanuni fulani. Uchunguzi kifani uliotolewa hapa chini umekusudiwa kuonyesha kuwa uchanganuzi wa majina ya pekee katika tafsiri hudhihirisha ruwaza fulani zinazojirudia. Zaidi ya hayo, inatumainiwa kwamba data pamoja na maelezo yatakayotolewa yatadhihirisha dai kwamba michakato minne iliyotajwa katika §3.0 inatosha kueleza vile ambavyo wafasiri wanashughulikia majina ya pekee katika tafsiri.

Haipothesia

Kusudi la uchunguzi huu ni kuonyesha kuwa kuna utaratibu fulani unaofuatwa katika matumizi ya majina ya pekee katika tafsiri. Kwa kweli hii si kauli ngeni ila upya wake ni kwamba utafiti unafanywa katika lugha ya Kiswahili, lugha iliyo tofauti na zile zilizotumiwa hapo mwanzoni, yaani Kiingereza, Kihangari (Vermes 2003) na Kihispania.

Pia, ni matumaini yangu kwamba data na maelezo yatakayofuatia yatathibitisha dai kwamba mbinu nne (uhawilishaji, tafsiri, matumizi ya kibadala, na utohozi) zinatosha kuonyesha namna mfasiri anavyoshughulikia majina ya pekee au ya nchi anapokumbana nayo katika tafsiri.

Data na utaratibu

Data ya utafiti huu imetolewa kwenye "Orodha ya nchi na utaifa" katika *Kamusi Sanifu ya Kiswahili* (2004) ambayo ina majina ya nchi kwa Kiingereza na tafsiri yake kwa Kiswahili. Majina 190 yametumiwa katika uchanganuzi huu, haya yakiwa ndiyo majina ya nchi zote ulimwenguni kama yalivyo kwenye orodha hiyo (taz. Kiambatisho1). Majina hayo yalikuwa tayari yameshapangwa katika mabara kama ifuatavyo: Afrika 54, Amerika 38, Asia 46, Australesia 10, na Ulaya 42. Utafiti huu uligawanya majina hayo katika makundi manne kulingana na mbinu ya tafsiri iliyotumiwa na mfasiri alipoyatafsiri: uhawilishi, matumizi ya kibadala, tafsiri, na utohozi. Ilipotokea kwamba namna mbili za kurejelea jina hilo moja zimetumiwa, namna ya kwanza ndiyo iliyotumika.

Matokeo na mjadala

Matokeo ya kuyagawa majina katika makundi manne kulingana na mbinu iliyotumiwa na mfasiri yanaonyeshwa katika Jedwali la 1 hapa chini.

Jedwali la 1: Mbinu za kutafsiri majina ya pekee

	Utohozi	Uhawilishi	Kibadala	Tafsiri	JUMLA
Afrika	26	19	03	06	54
Amerika	25	10	-	03	38
Asia	35	05	-	06	46
Australesia	01	07	-	02	10
Ulaya	30	08	02	02	42
JUMLA	117	49	05	19	190

Matokeo tunayoyaona katika jedwali hili yanaonyesha kuwa mbinu iliyotumika sana katika kushughulikia majina ya pekee katika tafsiri ni ile ya utohozi (117), ikifuatwa kwa mbali na mbinu ya uhawilishi (49). Mbinu ya kutumia kibadala imetumiwa mara chache sana (05). Tutajadili matokeo kwa mujibu wa mbinu zilizotumiwa kutafsiri majina ya nchi.

Mjadala kuhusu mbinu ya utohozi

Mbinu ya utohozi imetumiwa kwa muda mrefu sana katika tafsiri kwani ni njia rahisi ya kulihamisha jina au neno kutoka kwa matini ya lugha chasili na kulifanya likubalike katika lugha pokezi. Kwa namna fulani, mbinu hii inaleta umataifa katika lugha kwani huwa rahisi kulitambua neno au jina hata kama lipo katika lugha tofauti.

Kutokana na Jedwali la 2 hapo chini, inaonekana kuwa Bara Asia ndilo lililoongoza katika matumizi ya utohozi kwa asilimia 29.91 na Australesia ndilo lililotumia mbinu hii ya utohozi kwa uchache sana, asilimia 0.85.

Jedwali la 2: Asilimia ya majina ya nchi tukizingatia mbinu za tafsiri

	Utohozi %	Uhawilishi %	Kibadala %	Tafsiri %	JUMLA %
Afrika	22.22	38.77	60	31.57	28.42
Amerika	21.36	20.4	-	15.78	20
Asia	29.91	10.2	-	31.57	24.21
Australesia	0.85	14.28	-	10.52	5.26
Ulaya	25.64	16.32	40	10.52	22.1
JUMLA	100	100	100	100	100

Kwa kuwa majina yaliyotoholewa ni mengi mno, mifano michache wakilishi imetolewa kutoka katika kila bara kama inavyoonyeshwa katika Jedwali la 3.

Jedwali la 3: Mifano ya Majina ya Nchi Yaliyotoholewa

Africa	Afrika	Asia	Asia
Cameroon	Kameruni	Iran	Irani
Morocco	Moroko	Jordan	Yordani/Jordani
Swaziland	Uswazi	Qatar	Katari
Equatorial Guinea	Ginekweta	Sri Lanka	Sirilanka
America	**Amerika**	**Australasia**	**Australesia**
Canada	Kanada	New Zealand	Nyuzilandi
Honduras	Hondurasi	**Europe**	**Ulaya**
Santa Lucia	Santalusia	Belgium	Ubelgiji
Cuba	Kuba	Finland	Ufini
Costa Rica	Kostarika	Vatican City	Vatikani

Kwa kawaida, utohozi hufanywa kwa kuzingatia namna neno lilivyotamkwa au lilivyoandikwa. Inaonekana kwamba mfasiri wa majina haya ya nchi alikuwa akizingatia namna majina yanavyotamkwa kwa kuwa tunaona akiunganisha majina ya nchi ambayo katika matini chasili ni maneno mawili kuwa neno moja. Hapa kuna mifano:

Kiingereza	*Kiswahili*
Burkina Faso	Bukinafaso
Cape Verde	Kepuvede
Cote d'Ivoire[3]	Kodivaa
Equatorial Guinea	Ginekweta
Guinea Bissau	Ginebisau
Saint Lucia	Santalusia
Costa Rica	Kostarika

Katika data hii kunajitokeza mfumo wa majina ambayo yana neno la kategoria na shinaneno. Neno la kategoria huliweka jina katika kategoria fulani. Kwa hiyo, jina *Gine* katika *Ginekweta* huonyesha kategoria yake. Shinaneno ni sehemu ya jina ambayo inalitofautisha jina hilo na mengine, kwa mfano *kweta* katika *Ginekweta*. Kwa namna hiyo, Ginekweta inakuwa nchi tofauti na Ginebisau na pia Gine. Mfano mwingine ni *Santalusia* na *Santavisenti*. Mifano mingine ya hali kama hizi lakini isiyo ya utohozi ni *Jamhuri ya Kidemokrasia ya Kongo* na *Jamhuri ya Kongo*. Wakati fulani jina hili la Kongo lilileta utata hadi nchi hizi zikawa zinajulikana kama Kongo Kinshasa na Kongo Brazaville. Pia kuna *Korea (Jamhuri ya Kidemokrasia ya Watu wa)* na *Korea (Jamhuri ya)*.

Albin (2003) ameeleza kwamba wakati wa kuyabadili majina ya pekee (ya nchi) kutoka lugha moja hadi nyingine, inafaa mfasiri afahamu mawazo yote yanayohusiana na jina husika katika utamaduni wa lugha chasili. Hili bila shaka ni swala muhimu katika tafsiri. Kwa mfano, jina *Pakistan* ni akronimu inayowakilisha asili za watu mbalimbali waliotuama katika eneo hilo la kijiografia mwaka wa 1947.

P	Punjab
A	Afghanistan
K	Kashmir
I	Iran
S	Sindh
T	Tukharistan
A	Afghanistan
N	Balonchistan

Kwa hiyo jina kama hili halipaswi kubadilishwa sana ili lisipoteze maana yake ya asili.

Ingawa utohozi ni mbinu maarufu katika tafsiri, huwa kuna tatizo la kuamua kama mfasiri azingatie namna neno au jina linavyotamkwa au linavyoandikwa katika lugha chasili. Hali hiyo imesababisha kuwepo kwa namna mbili za kuandika majina ya nchi katika data yetu. Angalia mifano hii.

Kiingereza	Kuzingatia Matamshi	Kuzingatia Maandishi
Singapore	Singapuri	Singapuri
Jordan	Yordani	Jordani
Iceland	Aisilandi	Isilandi
Ireland	Ayalandi	Irelandi
Cyprus	Saiprasi	Kuprosi

Mfasiri anatakiwa kuamua tangu awali mwelekeo atakaochukua ili kusitokee utata wa aina yo yote.

Aidha, kwa muda mrefu kumekuwepo na fikra kwamba huku kiambishi ki- kikiashiria lugha katika Kiswahili, kiambishi u- huashiria jina la nchi. Tumekusanya majina ya nchi yanayoanza kwa u- na kuyaorodhesha hapa chini.

Kiingereza	Kiswahili	Mbinu
Swaziland	Uswazi	utohozi
Uruguay	Urugwai	utohozi
Belgium	Ubelgiji	utohozi
Uzbekistan	Uzibekistani	utohozi
Finland	Ufini	utohozi
France	Ufaransa	utohozi
Germany	Ujerumani	utohozi
Greece	Ugiriki	utohozi
Holland	Uholanzi	utohozi
Sweden	Uswidi/Swideni	utohozi
Switzerland	Uswisi	utohozi
Ukraine	Ukraini	utohozi
China	China/Uchina	uhawilishi
Uganda	Uganda	uhawilishi
Portugal	Ureno	kibadala
Ethiopia	Uhabeshi/Ethiopia	kibadala
United Kingdom	Uingereza	kibadala

Idadi ya majina yanayoanza kwa u- ni kumi na saba tu kati ya majina 190. Hata kati ya hayo kumi na saba kuna mengine ambayo hata katika Kiingereza yanaanza kwa u- kama vile *Uzbekistan, Ukraine* na *Uganda*. Kwa hiyo hayo majumuisho kuwa u- ni kiambishi kinachorejelea majina ya nchi hayana mashiko ya kutosha. Hata hivyo, inaonekana kuwa majina mengi ya madola makuu ya zamani yanapatikana katika orodha ya majina yanayoanza kwa u-, kwa mfano *Ubelgiji, Ufaransa, Ujerumani, Ugiriki, Uchina, Ureno, Uingereza* na *Uholanzi*.

Mjadala kuhusu mbinu ya uhawilishi

Majina ya nchi 49 yamehamishwa kutoka matini ya lugha chasili hadi lugha pokezi moja kwa moja bila kubadilisha cho chote. Kwa mujibu wa Jedwali 1 hapo juu, hii ndiyo mbinu ya pili katika umaarufu tukizingatia idadi ya matumizi yake. Majina yote ya nchi yaliyotumia mbinu hii katika data yetu yameorodheshwa hapa chini.

Jedwali la 4: Majina ya Nchi Yaliyohawilishwa

Afrika	11. Namibia	21. Belize	31. Brunei	41. Vanuatu
1. Angola	12. Rwanda	22. Bolivia	32. China / Uchina	**Ulaya**
2. Botswana	13. Somalia	23. Chile	33. Indonesia	42. Austria
3. Burundi	14. Tanzania	24. Grenada	34. Mongolia	43. Bulgaria
4. Gambia	15. Togo	25. Guyana	**Australesia**	44. Estonia
5. Ghana	16. Tunisia	26. Haiti	35. Australia	45. Malta
6. Kenya	17. Uganda	27. Panama	36. Fiji	46. Maldova
7. Liberia	18. Zambia	28. Trinidad na Tobago	37. Nauru	47. Romania
8. Libya	19. Zimbabwe	29. Venezuela	38. Papua	48. Slovakia
9. Malawi	**Amerika**	**Asia**	39. Tonga	49. Slovenia
10. Mali	20. Antigua na Barbuda	30. Armenia	40. Tuvalu	

Mbinu hii inazingatia dhana kwamba jina la pekee hutumiwa kwa kusudi la kurejelea kitajwa tu na huwa haliwezi kubadilika, limekwamizwa katika hali hiyo moja kwa tendo kama la kubatizwa.

Kama ilivyotajwa katika §3, kuna majina ya kidesturi na majina yaliyosheheni maana. Majina ya kidesturi ni yale yasiyo na motisha ya tafsiri au yasiyoweza kutafsiriwa. Majina yanayojadiliwa katika sehemu hii yanaingia vyema katika kikundi hicho kwa sababu hayabadiliki yanapotolewa lugha A hadi B. Napendekeza kwamba majina haya hayakubadili umbo yalipohamishwa kutoka kwa Kiingereza hadi kwa Kiswahili kwa sababu tayari yana matamshi yanalandana na ya Kiswahili.

Katika Jedwali la 1 na pia Jedwali la 2 tunaona kwamba Bara Afrika linaongoza katika matumizi ya uhawilishi kwa kuwa na asilimia 38.77 ya majina yote yaliyofanyiwa uhawilishi. Pengine hili limetokea kwa sababu majina hayo yana ukuruba na majina ya lugha ya Kiswahili.

Swala lingine linalopasa kuzingatiwa wakati wa kutafsiri majina ya nchi ni kuangalia kipindi cha historia cha makala yanayohusika. Kuna baadhi ya nchi ambazo zimebadili majina yake baada ya kupata uhuru au kufikia kipindi maaluma katika historia yao. Hapa chini kuna orodha ya majina ya nchi hizo.

Jina la zamani	Kiingereza	Kiswahili	Mbinu
Upper Volta	Burkina Faso	Bukinafaso	(utohozi)
Ivory Coast	Cote d'Ivoire	Kadivaa	(utohozi)
Cambodia	Kampuchea	Kampuchia	(utohozi)
Rhodesia	Zimbabwe	Zimbabwe	(uhawilishi)
Tanganyika, Unguja	Tanzania	Tanzania	(uhawilishi)

Kama wafasiri, lazima tuangalie tarehe ya makala tunayoombwa kutafsiri. Ikiwa tarehe ya makala imetangulia wakati ambao nchi ilibadili jina na kuna haja ya kuhifadhi historia hiyo, basi sharti jina la zamani litumike. Ikiwa pia tunashughulika na makala ya hivi punde lakini yana majina ya zamani, basi lazima tuwasiliane na mteja aliyetoa kazi ya tafsiri ili kumtaka shauri. Ni vyema kutumia majina yanayotumika wakati huo.

Mjadala kuhusu mbinu ya kibadala

Majina ya nchi chache sana ndiyo yaliyotumia jina mbadala katika lugha pokezi. Hayo yameorodheshwa hapa chini.

Kiingereza	Kiswahili
Egypt	Misri
Ethiopia	Uhabeshi/Ethiopia
Madagascar	Bukini/Madagaska
Portugal	Ureno
United Kingdom	Uingereza

Kama inavyoonyeshwa katika Jedwali la 5 hapa chini, mbinu hii ndiyo iliyokuwa na asilimia ndogo sana ya matumizi (2.63). Inaonekana kwamba hii si mbinu maarufu sana.

Jedwali la 5: Asilimia ya Majina ya Nchi Tukizingatia Mabara

	Utohozi	Uhawilishi	Kibadala	Tafsiri	JUMLA
Afrika %	48.14	35.18	5.55	11.11	100
Amerika %	65.78	26.31	-	7.89	100
Asia %	76.08	10.86	-	13.04	100
Australesia %	10	70	-	20	100
Ulaya %	71.42	19.04	4.76	4.76	100
JUMLA %	61.57	25.78	2.63	10	100

Ili kuelewa kwa nini nchi hizi zinatumia majina yaliyo tofauti kabisa na yale yaliyotolewa katika Kiingereza, itabidi tuangalie etimolojia ya majina yenyewe.

Majina *Egypt* na *Misri* yametumiwa kurejelea nchi hiyo moja. Jina *Egypt* lina asili yake katika neno la Kilatini "Aegyptus", ambalo pia lilitoka kwa neno "Aigyptos" la Kigiriki cha kale lenye maana ya "ardhi iliyo chini ya Bahari ya Aegean". Nalo *Misri* ni jina linalotamkwa "Masr" na lina maana ya "mji" au "kutuama au kuasisi" katika Kiarabu. Limetumiwa zamani kurejelea nchi hiyo (Wikipedia).

Nalo jina Ethiopia lilitokana na neno la Kigiriki *Aithopia*. Asili za Kimagharibi zimeeleza kuwa neno hili lina maana ya 'uso uliochomeka'. Hata hivyo, vyanzo vya Ethiopia vinaeleza kuwa jina hili lilitokana na "Ityoppis", mtoto wa Cush, mtoto wa Ham, ambaye kwa mujibu wa visakale, aliasisi mji wa Aksum. Kwa upande mwingine kuna jina Abyssinia ambalo lilitumika zamani kurejelea nchi hiyo. Hili ni jina lililozuka kutoka kwa neno la Kiarabu "Habesh" linalorejelea mkusanyiko wa makabila yote ya Ethiopia (Wikipedia).

Kutokana na maelezo yaliyotolewa katika aya mbili za hapo juu inaonekana kuwa lugha ya Kiswahili inahiari kutumia majina yenye asili ya Kiarabu kurejelea nchi hizo mbili kuliko kutumia majina yenye asili za

Kimagharibi. Ilikuwa vigumu kupata etimolojia ya Bukini, Ureno na Uingereza. Pengine nchi ya *Great Britain* imeitwa *Uingereza* kwa Kiswahili kutokana na hali kwamba wenyeji wake ni wazungumzaji wa kwanza wa Kiingereza kutangamana na watu wa Afrika Mashariki.

Mjadala kuhusu mbinu ya tafsiri

Majina kumi na manane (18) yalitumia mbinu hii ya tafsiri kama inavyoonyeshwa hapa chini.

	Africa		Afrika
1.	Central African Republic	1.	1. Jamhuri ya Afrika ya Kati
2.	Comoros	2.	2. Visiwa vya Ngaziya/Komoro
3.	Congo (Democratic Republic of)	3.	3. Jamhuri ya Kidemokrasia ya Kongo
4.	Congo (Republic of)	4.	4. Jamhuri ya Kongo
5.	South Africa	5.	5. Afrika Kusini
6.	Western Sahara	6.	6. Sahara Magharibi
	America		**Amerika**
7.	Bahamas (Islands)	7.	Bahama (Visiwa vya)
8.	Carribean Islands	8.	Visiwa vya Karibiani
9.	Dominicah (Republic of)	9.	Jamhuri ya Dominika
	Asia		**Asia**
10.	India	10.	Bara Hindi/India
11.	Korea (People's Democratic Republic of)	11.	Korea (Jamhuri ya Kidemokrasia ya Watu wa)
12.	Korea (Republic of)	12.	Korea (Jamhuri ya)
13.	Laos (People's Democratic Republic of)	13.	Laosi (Jamhuri ya Kidemokrasia ya Watu wa)
14.	United Arab Emirates	14.	Falme za kiarabu (Muungano wa)
15.	Yemen (Arab Republic of)	15.	Yamaa (Jamhuri ya Kiarabu ya)
	Australasia		**Australesia**
16.	Palau Islands	16.	Palau (Visiwa vya)
17.	Salomon Islands	17.	Solomoni (Visiwa vya)
	Europe		**Ulaya**
18.	Czech Republic	18.	Cheki (Jamhuri ya)
19.	Russia (Federation of)	19.	Urusi (Shirikisho la)

Kwa jumla inaonekana kwamba majina ya nchi yanayotafsiriwa ni yale ambayo yameundwa kwa maelezo ambayo yana muundo wa kirai. Majina mengine ya nchi ni zao la mbinu mbili zinazofanya kazi kwa pamoja. Kwa mfano:

	Tafsiri + Utohozi
Congo (Democratic Republic of)	Jamhuri ya Kidemokrasia ya Kongo
Congo (Republic of)	Jamhuri ya Kongo
Dominicah (Republic of)	Jamhuri ya Dominika
Russia (Federation of)	Urusi (Shirikisho la)
Czech Republic	Cheki (Jamhuri ya)

	Uhawilishi + Tafsiri
Korea (People's Democratic Republic of)	Korea (Jamhuri ya Kidemokrasia ya Watu wa)
Korea (Republic of)	Korea (Jamhuri ya)
Palau Islands	Palau (Visiwa vya)

Hitimisho

Utafiti huu unathibitisha kauli kwamba majina ya nchi (kama ilivyo na majina ya pekee mengine) hubadilishwa katika tafsiri na kuna utaratibu maalum unaotumika. Mbinu inayotumiwa kushughulikia maneno hayo hutegemea jinsi neno lilivyo, kama fonolojia yake inakaribiana na ya Kiswahili, muktadha wa mawasiliano, kaida za tafsiri, na fahiwa za majina hayo. Ikiwa majina ya pekee katika lugha chasili yanachukua muundo wa lugha pokezi basi yatahamishwa jinsi yalivyo au kuhawilishwa. Ikiwa yana urefu wa virai, kuna uwezekano mkubwa kuwa yatatafsiriwa. Majina ya nchi machache yana vibadala katika lugha pokezi. Hizi ni nchi ambazo zina zaidi ya jina moja na majina hayo yote yametumiwa kuzirejelea katika historia yazo. Katika nchi kama hizi, lugha pokezi huteua jina lililozoeleka na watumizi wake.

Ikumbukwe kwamba tafsiri ya majina ya pekee iliyoshughulikiwa hapa inahusu majina bila muktadha wo wote. Tafsiri ya majina ya pekee hutegemea mambo mengi. Kwa mfano, katika muktadha rasmi tutaiita nchi fulani *Tanzania* lakini ikiwa ni muktadha usio rasmi na unaohusu muziki basi nchi hiyo hiyo itarejelewa kama *Bongo*. Pia, mbinu ya ubadilishaji inaweza kutumika ambapo jina la pekee linabadilishwa na nomino ya kawaida katika lugha pokezi, kwa mfano Wakenya hurejelea Tanzania kama 'kwa majirani zetu' huku Watanzania wakirejelea Kenya kama 'kwa watani wetu wa jadi'.

Tanbihi

[1] Maana rejeshi = maana ya neno ambayo huwa na uhusiano wa moja kwa moja na kitu, dhana au hali.

[2] Maana ya kimatilaba = maana iliyoongezwa kudhihirisha hisia maalum.

[3] Cote d'Ivoire ni jina lililokopwa kutoka kwa Kifaransa hadi kwa Kiingereza bila kubadili fonolojia yake.

Marejeleo

Albin, V. (2003). What's in a Name: Juliet's Question Revisited. *Translation Journal* 7 (4). Retrieved on September 20, 2012 from *http://translationjournal.net/journal/26names.htm*.

Castaneda-Harnandez, G. (2004). Navigating through Tracherous Waters: The Translation of Geographical Names. *Translation Journal* 8 (2). Retrieved on September 20, 2012 from *http://accurapid.com/journal/28names.htm*.

Catford, J. C. (1965). *A Linguistic Theory of Translation*. Oxford: Oxford University Press.

Hermans, T. (1988). On translating proper names, with reference to De Witte and Max Havelaar. In Wintle M. J. (ed.) *Modern Dutch Studies. Essays in Honour of Professor Peter King on the Occasion of his Retirement*. London: The Athlone Press.

List of country name and etymologies – *Wikipedia, the Free Encyclopedia*.

Mizani, S. (2008). Proper Names in Translation. *Translation Journal* 12 (3). Retrieved on September 20, 2012 from *http://translationjournal.net/journal/45proper.htm*.

Newmark, P. (1986). *Approaches to Translation*. Oxford: Pergamon Press.

Newmark, P. (1988). *A Textbook of Translation*. London: Oxford University Press.

Sciarone, B. (1967). Proper Names and Meaning. *Studia Linguistica* xxi (2), 73 – 86.

Traboulsi, H. (2004). A Local Grammar of Proper Names. Unpublished Doctoral Dissertation. University of Surrey.

TUKI. (2004). *Kamusi ya Kiswahili Sanifu* (Toleo la Pili). Nairobi: Oxford University Press.

Vendler, Z. (1975). Singular Terms. In Steiberg, D. & Jakobovits, L. (eds), *Semantics: an Interdisciplinary Reader in Philosophy, Linguistics, and Psychology*. Cambridge. Cambridge University Press. 115 – 133.

Vermes, A. P. (2003). Proper Names in Translation: An Explanatory Attempt. *Across Languages and Cultures* 4 (1), 89 – 108.

Waihiga, G. (1999). *Sarufi Fafanuzi ya Kiswahili*. Nairobi: Longhorn Publishers.

Kiambatisho 1: Orodha ya Nchi na Utaifa

	Kiingereza	Kiswahili		Kiswahili	Kiingereza
	Africa	Afrika			
1.	Algeria	Alijeria	2.	Angola	Angola
3.	Benin	Benini	4.	Botswana	Botswana
5.	Burkina Faso	Bukinafaso	6.	Burundi	Burundi
7.	Cameroon	Kameruni	8.	Cape Verde	Kepuvede
9.	Central African Republic	Jamhuri ya Afrika ya Kati	10.	Chad	Chadi
11.	Comoros	Visiwa vya Ngazija / Komoro	12.	Congo (Democratic Republic of)	Jamhuri ya Kidemokrasia ya Kongo
13.	Congo (Republic of)	Jamhuri ya Kongo	14.	Cote d'Ivoire	Kodivaa
15.	Djibouti/Jibouti	Jibuti	16.	Egypt	Misri
17.	Equatorial Guinea	Ginekweta	18.	Eritrea	Eritirea
19.	Ethiopia	Uhabeshi/ Ethiopia	20.	Gabon	Gaboni
21.	Gambia	Gambia	22.	Ghana	Ghana
23.	Guinea	Gine	24.	Guinea-Bissau	Ginebisau
25.	Kenya	Kenya	26.	Lesotho	Lesoto
27.	Liberia	Liberia	28.	Libya	Libya
29.	Madagascar	Madagaska/ Bukini	30.	Malawi	Malawi
31.	Mali	Mali	32.	Mauritania	Moritania
33.	Mauritius	Morisi (Visiwa vya)	34.	Morocco	Moroko
35.	Mozambique	Msumbiji/ Mozambiki	36.	Namibia	Namibia
37.	Niger	Nijeri	38.	Nigeria	Nijeria
39.	Rwanda	Rwanda	40.	Sao Tome & Principe	Saotome na Prinsipe
41.	Senegal	Senegali	42.	Seychelles	Shelisheli
43.	Sierra Leone	Siera Leoni	44.	Somalia	Somalia
45.	South Africa	Afrika Kusini	46.	Sudan	Sudani
47.	Swaziland	Uswazi	48.	Tanzania	Tanzania
49.	Togo	Togo	50.	Tunisia	Tunisia

	Kiingereza	Kiswahili		Kiswahili	Kiingereza
51.	Uganda	Uganda	52.	Western Sahara	Sahara Magharibi
53.	Zambia	Zambia	54.	Zimbabwe	Zimbabwe
	America	**Amerika**			
55.	Antigua and Barbuda	Antigua na Barbuda	56.	Argentina	Ajentina
57.	Bahamas (Islands)	Bahama (Visiwa vya)	58.	Barbados	Babadosi
59.	Belize	Belize	60.	Bolivia	Bolivia
61.	Brazil	Brazili	62.	Canada	Kanada
63.	Carribean Islands	Visiwa vya Karibiani	64.	Chile	Chile
65.	Colombia	Kolombia	66.	Costa Rica	Kostarika
67.	Cuba	Kuba	68.	Dominica	Dominika
69.	Dominicah (Republic of)	Jamhuri ya Dominica	70.	Ecuador	Ekwado
71.	El Salvador	Elsalvado	72.	Georgia	Jojia
73.	Grenada	Grenada	74.	Guatemala	Gwatemala
75.	Guyana	Guyana	76.	Haiti	Haiti
77.	Honduras	Hondurasi	78.	Ikwado	Ekwado
79.	Jamaica	Jamaika	80.	Mexico	Meksiko
81.	Nicaragua	Nikaragwa	82.	Panama	Panama
83.	Paraguay	Paragwai	84.	Peru	Peruu
85.	Saint Lucia	Santalusia	86.	Saint Vincent and The Grenadines	Santavisenti na Grenadini
87.	Suriname	Surinamu	88.	Trinidad and Tobago	Trinidad na Tobago
89.	United States of America	Marekani / Amerika	90.	Uruguay	Urugwai
91.	Venezuela	Venezuela			
	Asia	**Asia**			
92.	Afghanistan	Afuganistani	93.	Armenia	Armenia
94.	Azerbaijan	Azabajani	95.	Bahrain	Bahareni
96.	Bangladesh	Bangladeshi	97.	Bhutan	Butani
98.	Brunei	Brunei	99.	China	China/Uchina
100.	India	Bara Hindi / India	101.	Indonesia	Indonesia

	Kiingereza	Kiswahili		Kiswahili	Kiingereza
102.	Iran	Irani	103.	Iraq	Iraki
104.	Israel	Israeli	105.	Japan	Japani
106.	Jordan	Yordani / Jordani	107.	Kampuchea (formerly Cambodia)	Kampuchia (awali Kambodia)
108.	Kampuchea (formerly Cambodia)	Kampuchia (awali Kambodia)	109.	Kazakhstan	Kazakistani
110.	Kirgyzstan	Kirigizistani	111.	Korea (Peoples' Democratic Republic of)	Korea (Jamhuri ya Kidemokrasia ya Watu wa)
112.	Korea (Republic of)	Korea (Jamhuri ya)	113.	Kuwait	Kuwaiti
114.	Laos (Peoples' Democratic Republic of)	Laosi (Jamhuri ya Kidemokrasia ya Watu wa)	115.	Lebanon	Lebanoni
116.	Malaysia	Malesia	117.	Maldives	Maldova
118.	Mongolia	Mongolia	119.	Myanmar/Burma	Myama/Bama
120.	Nepal	Nepali	121.	Oman	Omani
122.	Pakistan	Pakistani	123.	Palestine	Palestina
124.	Philipines	Filipino	125.	Qatar	Katari
126.	Saudi Arabia	Saudia	127.	Singapore	Singapoo / Singapuri
128.	Sri Lanka	Sirilanka	129.	Syria	Siria
130.	Taiwan	Taiwani	131.	Tajikistan	Tajikistani
132.	Thailand	Tailandi	133.	Turkey	Uturuki
134.	Turkmenistan	Turukimenistani	135.	United Arab Emirates	Falme za Kiarabu (Muungano wa)
136.	Uzbekistan	Uzibekistani	137.	Vietnam	Vietinamu
138.	Yemen (Arab Republic of)	Yaman (Jamhuri ya Kiarabu ya)			
	Australasia	**Australesia**			
139.	Australia	Australia	140.	Fiji	Fiji

	Kiingereza	Kiswahili		Kiswahili	Kiingereza
141.	Nauru	Nauru	142.	New Zealand	Nyuzilandi
143.	Palau Islands	Palau (Visiwa vya)	144.	Papua New Guinea	Papua
145.	Salomon Islands	Solomoni (Visiwa vya)	146.	Tonga	Tonga
147.	Tuvalu	Tuvalu	148.	Vanuatu	Vanuatu
	Europe	**Ulaya**			
149.	Andorra	Andora	150.	Austria	Austria
151.	Belarus	Belarusi	152.	Belgium	Ubelgiji
153.	Bosnia and Herzegovina	Bosnia na Hezegovina	154.	Britain (Great)	Briteni
155.	Bulgaria	Bulgaria	156.	Croatia	Korasia
157.	Cyprus	Siapras/Kuprosi	158.	Czech Republic	Cheki (Jamhuri ya)
159.	Denmark	Denmaki	160.	Estonia	Estonia
161.	Finland	Ufini	162.	France	Ufaransa
163.	Germany	Ujerumani	164.	Gibraltar	Jibralta
165.	Greece	Ugiriki	166.	Holland/ Netherlands	Uholanzi
167.	Hungary	Hungaria	168.	Iceland	Isilandi/Aisilandi
169.	Ireland (Republic of)	Irelandi / Ayalandi	170.	Italy	Italia
171.	Latvia	Lativia	172.	Liechtenstein	Lishenteni
173.	Lithuania	Litwania	174.	Luxembourg	Lasembagi
175.	Macedonia	Masedonia	176.	Malta	Malta
177.	Moldova	Moldova	178.	Norway	Norwe
179.	Poland	Polandi	180.	Portugal	Ureno
181.	Romania	Romania	182.	Russia (Federation of)	Urusi (Shirikisho la)
183.	Slovakia	Slovakia	184.	Slovenia	Slovenia
185.	Spain	Hispania	186.	Sweden	Uswidi/Swideni
187.	Switzerland	Uswisi	188.	Ukraine	Ukraini
189.	United Kingdom	Uingereza	190.	Vatican City	Vatikani

SURA YA KUMI NA SABA

LUGHA-ISHARA NCHINI KENYA: KATIBA NA MUSTAKABALI WAKE KISERA

K. Inyani Simala

Utangulizi

Makala hii inachunguza nafasi ya lugha-ishara katika Katiba ya Kenya (2010) na mstakabali wa msimbo huu wa mawasiliano. Msimamo wa makala hii ni kuwa mpaka sasa lugha-ishara bado iko katika nafasi duni ikilinganishwa na lugha za Kiswahili na Kiingereza ambazo zimetambuliwa kuwa rasmi na za kitaifa. Kwa kuitaja lugha-ishara kuwa miongoni mwa 'Lugha nyingine' zinazostahili kutambuliwa na kuendelezwa, Katiba haijaiweka lugha-ishara katika kiwango cha kuweza kunufaika kutokana na juhudi mahsusi za kuiendeleza. Ni kutokana na hili, na kwa kutambua umuhimu wa lugha-ishara katika jamii, ambapo makala hii inapendekeza jitihada zaidi zifanywe na wadau wote kuhakikisha kuwa inapewa hadhi inayostahili.

Kufikia sasa, suala la lugha katika taifa la Kenya limejadiliwa na wataalamu mbalimbali (mf. Kembo-Sure & Ogechi, 2009; Ogechi, 2011; Owino, 2002, n.k). Ingawa wataalamu wengi wameshughulikia lugha katika maendeleo ya taifa, kuna maandishi machache ambayo yamezingatia lugha za wachache katika jamii. Kwa wale ambao wamejaribu kuelezea suala hilo, wamelishughulikia katika misingi ya uchache kiidadi. Katika makala hii, ninaishughulikia lugha-ishara kuwa lugha ya wachache siyo kiidadi bali kihadhi na kimatumizi. Ijapokuwa watumiaji wa lugha-ishara ni wengi kiidadi, nafasi ya lugha yao haijaimarishwa. Hali hii haistahili kuwachwa kuendelea hivyo, hasa ikizingatiwa kwamba Isimu-Jamii imekuwa ikipiga hatua kubwa tangu mwongo wa 1950 ilipojiimarisha na kutambuliwa kuwa taaluma. Tangu wakati huo mpaka sasa, wataalam wengi wamezamia maswala mbalimbali na kuibuka na ufahamu wa mambo ambayo yamechangia kukua kwa taaluma hiyo.

Ingawa suala la lugha-ishara halijatafitiwa kitaaluma kama vipengele vingine vya kiisimu, kuna juhudi za maksudi ambazo zinafanywa kuimarisha uwanja huu. Ni katika muktadha huu ambapo ni muhimu kwa wataalam wa lugha nchini Kenya kulitafakari suala la lugha-ishara hasa kwa kuzingatia Katiba ambayo imeitaja lugha hii kuwa miongoni mwa nyingine zinazohitaji kutambuliwa na kuimarishwa.

Licha ya kwamba lugha-ishara imetambuliwa kikatiba, si dhahiri namna ambavyo kipengele hicho kinahitaji kuhuishwa kisera na kimkakati katika maendeleo ya nchi. Haitoshi kwa katiba kuitambua tu lugha, ni muhimu kwa wataalam wahusika kudadavua namna ambavyo Katiba inavyoweza kusaidia kuendeleza lugha-ishara. Bila kufanya hivyo, nafasi ya lugha-ishara katika jamii ya Kenya itasalia kuwa na ugiligili, licha ya umuhimu wake kimawasiliano. Hapana shaka kuwa Katiba ya Kenya (2010) imeweka msingi muafaka kwa wataalam kufanya uhakiki wa hali ya lugha-ishara ilivyo na inavyostahili kuwa.

Lugha-ishara ni lugha ya wachache?

Maelezo kuhusu maana ya lugha za wachache yanatatanisha. Hali hii inatokana na kushindwa kwa wataalam na mashirika ya haki za binadamu kutoafikiana kuhusu maana hasa ya dhana hii (taz. Maja, 2007). Licha ya ugiligili wa kimaana, pana haja ya dharura ya kuelewa maana hasa ya lugha za wachache ili kuweza kulijadili suala la lugha-ishara nchini Kenya.

Kwa mujibu wa Francesco Capotorti (ktk. Maja, 2007), dhana ya 'wachache' ina maana kuwa:

> Kundi lolote dogo kiidadi — kikabila, kidini au kiisimu — likilinganishwa na wanajamii wengine katika taifa husika na ambalo halina ushawishi mkubwa licha ya kuwa na umoja wa kuhifadhi utamaduni wao, mila zao, dini na lugha yao.

Ufafanuzi huu wa Capotorti una misingi yake katika hoja zinazopatikana katika kifungu 27 cha Mkataba wa Kimataifa wa Haki za Kijamii na Kisiasa (International Covenant on Civil and Political Rights, ICCPR) ambao unatazama suala la 'wachache' kwa misingi ya utaifa, lugha na dini. Hivyo basi, kwa mujibu wa Capotorti, suala la 'wachache' linaelezwa kwa kuzingatia vipengele vya idadi, ushawishi na mshikamano. Vivyo hivyo, dhana ya 'wachache' inaashiria uduni wa aina fulani. Hivyo basi, kutokana na maelezo haya ya Capotori na ICCPR, maana ya lugha ya wachache inaweza kujitokeza na kuhusishwa na kundi la watu wasio wengi katika jamii.

Kwa muda mrefu, maana ya lugha za wachache inatokana na ufafanuzi na matumizi ya Muafaka wa Ulaya wa Lugha za Kieneo au Lugha za Wachache (European Charter for Regional or Minority Languages), na ambao ni makubaliano ya mataifa ya Ulaya kuhusu lugha yanayolindwa na Baraza la Ulaya. Kwa mujibu wa ufafanuzi huo, hizo si lahaja, lugha za wahamiaji wala lugha zilizobuniwa, bali ni lugha za wachache na hutumiwa na jamii fulani katika taifa husika ((OSCE,1998).

Pandharipande (2002:1) anaeleza kuwa lugha za wachache zinaweza kufafanuliwa kwa kuzingatia vigezo viwili vikuu: majukumu yake; na dhima zake. Hivyo basi, lugha za wachache kwa kawaida huwa zinatekeleza majukumu machache na dhima yake ni ya chini. Hali hii ni tofauti na lugha nyingine zenye hadhi ya juu na majukumu mengi ya kutekeleza katika jamii.

Kwa upande wao, Thornberry na Esténabez (2004:141) wanahoji kuwa dhana ya 'lugha ya wachache' inarejelea lugha yo yote isiyo rasmi na inayotumiwa katika eneo la taifa fulani na wananchi wa taifa hilo ambao huwa idadi ndogo wakilinganishwa na wananchi wengine wengi.

Kutokana na maelezo haya hapo juu, inadhihirika kuwa si rahisi kutoa maelezo yanayotosheleza kuhusu dhana za 'Wachache' na 'lugha ya wachache'. Maana ya lugha ya wachache ni jambo ambalo linatumiwa kwa njia tofautitofauti na wataalamu mbalimbali. Hata hivyo, maana ya kiujumla ya 'Wachache' iliyotolewa na Umoja wa Mataifa (UN, 1950) inasaidia kupambanua vigezo muhimu vya lugha za wachache: makundi katika jamii yasiyo na ushawishi mkubwa lakini yenye nia ya kudumisha kabila, dini, au lugha zao, au sifa nyingine mahsusi ambazo ni tofauti na jamii pana. Ingawa kigezo cha kufafanua maana ya lugha ya wachache kwa kurejelea idadi ya watumiaji si muafaka, maelezo hayo yanasaidia kutufahamisha namna ya kuwatambua watumiaji wa lugha-ishara. Umoja wa Mataifa unaeleza kuwa lugha huchukuliwa kuwa ya wachache pale ambapo haina hadhi katika jamii. Hivyo lugha yo yote, bila kujali idadi ya watumiaji wake, isiyo na ushawishi na dhima za kutekeleza majukumu muhimu ya kisiasa, kiuchumi au kiutamaduni inaweza kuchukuliwa kuwa ya wachache.

Kutokana na maelezo mbalimbali ya wataalam na asasi, inadhihirika kuwa mtazamo na maana ya lugha ya wachache ni jambo ambalo si bayana na halieleweki na kuelezwa kwa namna sawa. Maelezo mengi ni yale yanayofafanua lugha ya wachache kwa kuihusisha na ama kabila au taifa. Hata hivyo, iwapo tutakubali mtazamo huo, basi hizo ni lugha za wachache kieneo na wala siyo kijamii. Kama zilivyo lahaja za kijamii na kieneo katika lugha, vivyo hivyo kuna lugha za wachache za kijamii na za kieneo. Hivyo, lugha-ishara inaeleweka vizuri zaidi ikichukuliwa katika mantiki hiyo ya kijamii na kimatumizi na siyo kieneo.

Kwa miongo kadhaa sasa kote ulimwenguni, lugha imehusishwa na mamlaka, utambulisho, uwezo, na zaidi ya yote, na uzalendo. Ni kutokana na misingi hii ambapo makundi ya lugha za wachache yamekuwa yakipigania kutambuliwa, kupewa hadhi na kustawishwa kwa lugha zao. Hili ni kwa sababu ya kuhiifadhi lugha kama nembo ya utambulisho na sehemu muhimu ya utamaduni wao. Hata hivyo, jambo moja ambalo halijajadiliwa kwa kina ni vipi ambavyo haki na mahitaji ya lugha za wachache hutangamana na athari ya mtagusano huo.

Maana ya lugha za wachache kama ilivyozoewa kimatumizi haiwahusishi watu walio na ulemavu wa kusikia. Ni kutokana na hali hii ambapo lugha-ishara haijaweza kutambuliwa na kupewa hadhi katika jamii. Kwa maana nyingine, haki za lugha ya walemavu wa kusikia haziheshimiwi. Labda hili linaweza kuhusishwa na utata ulioko baina ya mahitaji ya kimsingi na haki za kimsingi na namna dhana hizi mbili huingiliana na kuathiriana. Hata hivyo, kama wanavyohoji Goldewijk na Fortmen (1999):

> ...dhana ya mahitaji ya kimsingi hueleweka kama azma ya kutimiza haja za kijamii kwa lengo la kutimiza matakwa ya wanajamii. Hali hii huhitaji wenye haki hizo kutambuliwa na kushughulikiwa. Kwa hakika, haki za kibinadamu haziwezi kutimizwa iwapo wahusika hawahusishwi moja kwa moja. La umuhimu zaidi ni kutambua kwamba dhana ya haki za kijamii inaashiria heshima na utu. Hivyo basi, kupuuza haki za kimsingi za watu na kutozingatia mahitaji yao ni sawa na kuwadhalilisha, kuwavua utu wao na kuwanyima uhuru wa kujiamulia mstakabali wao. Hivyo basi, ni muhimu kuchukua hatua na kupanga mikakati ya kuhakikisha kwamba matarajio ya kijamii kuhusu haki za kimsingi yametimizwa; hususan kuhakikisha kuwa haki ya kila mwanadamu inaheshimiwa na haswa kuzingatia kwa dhati haki na maslahi ya wanajamii wanyonge (kr. vii-viii).

Uchunguzi unadhihirisha kuwa kuanzia mwisho-mwisho wa karne ya ishirini, juhudi kubwa zimefanywa kote ulimwenguni ili kuimarisha utafiti kuhusu maswala ya haki za kiutamaduni, zikiwemo lugha za wachache. Hata ingawa watu wenye ulemavu wa kusikia wametambuliwa kuwa na haki, lugha-ishara bado haijapata kusisitizwa kuwa yenye umuhimu mkubwa na inayostahili kuimarishwa. Hili ni licha ya kwamba, kote ulimwenguni, mashirika ya ki(ma)taifa pamoja na ya kijamii yamelishughulikia suala la lugha za wachache kama haki za kibinadamu. Shughuli ambazo zimefanywa katika Mwongo wa Elimu ya Haki za Binadamu (People's Decade for Human Rights Education) zimesaidia kuufahamisha ulimwengu kuhusu nafasi ya lugha za wachache katika jamii. Asasi kama vile Benki ya Dunia, Fuko la Maendeleo ya Umoja wa Mataifa, pamoja na Shirika la Umoja wa Mataifa kuhusu Elimu, Sayansi na Utamaduni zimetambua umuhimu wa haki za lugha za wachache katika maendeleo. Hata hivyo, dhana ya wachache inayorejelewa inahusiana na eneo au kabila na wala siyo lugha-ishara.

Ingawa mashirika mbalimbali, asasi tofautitofauti, makundi na hata watu binafsi wamelizingatia suala la lugha ya wachache, bado hakuna ufanisi mkubwa kuhusiana na maazimio mengi yanayotolewa. Hali hii ni mbovu zaidi tukizingatia hasa lugha-ishara. Uwezekano upo kwamba mpaka sasa lugha-ishara haijatmbuliwa kuwa miongoni mwa lugha za wachache. Kutokana na hali hiyo basi, ni dhahiri kuwa haitoshi kutaja swala la lugha ya wachache bila kuchukua hatua za kuweka mikakati ya kuhakikisha ufanisi wake. Ukosefu wa sera maalum kuhusu lugha-ishara unachangia kutoimarishwa kwake. Vivyo hivyo, hali hiyo ni ithibati kuwa mpaka sasa hakuna uhakika wa namna ya kutekeleza maazimio kuhusu haki za lugha, hasa lugha za wachache, ikiwemo lugha-ishara.

Kuongezeka kwa idadi ya watumiaji wa lugha-ishara nchini Kenya ni jambo ambalo linadhihirisha dharura na umuhimu wa kushughulikia lugha-ishara kama mfumo muhimu wa mawasiliano. Maana hasa na mstakabali wa utambuzi wa lugha-ishara katika Katiba ni mambo yanayohitaji kuzingatiwa kwa dhati. Pana haja siyo tu ya mtazamo mpya, bali pia uchunguzi wa kina na mikakati mahsusi ya kuitambua, kuiimarisha na kuihusisha lugha-ishara katika maendeleo ya taifa la Kenya.

Lugha-ishara ni chombo cha mawasiliano kinachotumiwa na wanajamii. Lugha hii ni sehemu ya wingi-lugha katika jamii. Kama zilivyo lugha nyingine, lugha-ishara inastahili kutambuliwa, kulindwa, kuhifadhiwa na kuimarishwa. Huu ni wajibu wa kila mwanajamii, na hasa kwa wataalamu wa isimu na watawala. Lugha-ishara huwapa watumiaji fursa ya kuwasiliana, kujieleza na kujitambulisha. Lugha hii ni nembo ya utamaduni wao na ni kiungo na jamii nyingine za kimawasiliano. Ikiwa hivyo basi, pana haja ya dharura ya kuitambua lugha-ishara na kuipa hadhi inayostahili katika mawasiliano ya kitaifa. Katiba ya Kenya (2010) ni chombo ambacho kimeweka msingi muafaka wa kuweza kuipatia lugha-ishara hadhi ifaayo. Msingi huo bila shaka unatoa fursa nzuri ya kuitambua lugha-ishara, kuiimarisha na kuitumia katika shughuli za maendeleo ya taifa.

Lugha-ishara katika Katiba ya Kenya

Katika Sura ya 2 Sehemu ya 7 ya Katiba ya Kenya (2010) kuna mambo ya kimsingi kuhusu Lugha:

> Lugha ya Taifa la Kenya ni Kiswahili; Lugha rasmi ni Kiswahili na Kiingereza; Taifa litaendeleza na kuhifadhi lugha nyinginezo za Wakenya; na kuchangia maendeleo na matumizi ya lugha asili, Lugha-Ishara ya Kenya, breli na misimbo na teknolojia nyingine za kimawasiliano zinazotumiwa na walemavu.

Kutokana na Katiba, lugha-Ishara haijapewa uzito kama zilivyo lugha za taifa na lugha rasmi. Lugha-Ishara ya Kenya imewekwa pamoja na lugha nyinginezo. Hata ingawa lugha-ishara hutofautiana, Katiba inazungumzia Lugha-Ishara ya Kenya. Katika Makala hii, lengo langu ni kuhimiza lugha-ishara za aina mbalimbali pamoja na lahaja zake ambazo walemavu wa kusikia hutumia.

Kwa muda sasa, imetambuliwa kote ulimwenguni kuwa jamii inayojali demokrasia na haki za kibanadamu, hujitahidi kuhakikisha kwamba lugha muhimu za aina mbalimbali zimehifadhiwa na kuendelezwa kupitia sera na sheria (OSCE, 1998). Hata ingawa Katiba ya Kenya (2010) imetambua lugha-ishara kuwa miongoni mwa lugha nyinginezo za taifa, maana hasa ya tamko hilo, lengo lake pamoja na athari yake ni mambo ambayo si bayana. Je, nini mstakabali wa lugha-ishara kutokana na Katiba hii? Ni kwa namna gani wataalamu wa lugha, na hasa Isimu-jamii wanavyoweza kutumia fursa hii ya kikatiba kuishinikiza serikali ya Kenya kuunda na kutekeleza sera ambazo zinaipatia lugha-ishara hadhi inayostahahiki? Ni mikakati na michakato ya aina gani ambayo ni muafaka kufikia maazimio yaliyokusudiwa na sheria ya kuitambulia lugha-ishara kuwa inastahili kulindwa na kuendelezwa?

Utambuzi wa Lugha-Ishara ya Kenya katika Katiba ni ithibati ya matukio ya hivi karibuni kuhusu haki za lugha na walemavu kote ulimwenguni. Kwa mfano, Mkutano wa Kimataifa kuhusu Haki za Lugha katika mwaka wa 1996 umechangia sana mwamko mpya kuhusu haki za lugha. Mkutano huo mjini Barcelona uliibuka na Azimio la Kimataifa kuhusu Haki za Lugha za Binadamu na kuanzisha Baraza la Wataalamu wa Sheria za Lugha. Madhumuni ya Azimio la Barcelona yalikuwa kudai na kupigania usawa katika haki za lugha, bila kujali tofauti zo zote, ikiwa ni pamoja na ulemavu. Tangu wakati huo mpaka sasa, Azimio hilo limefanikiwa kuhamasisha jamii ya ulimwengu kuhusu haja na dharura ya kuheshimu na kuendeleza haki za watumiaji wa lugha za aina kwa aina. Baraza lililoundwa limepata uungwaji mkono na vyombo vya kimataifa kama vile UNESCO na Umoja wa Mataifa. Hata hivyo, Azimio la Barcelona halielezi kinagaubaga tofauti zilizoko baina ya lugha rasmi, lugha zisizo rasmi, lugha za kiasili, lugha za kieneo, na lugha nyinginezo katika jamii.

Mfano huo wa Azimio la Kimataifa kuhusu Haki za Lugha za Watu unadhihirisha namna ambavyo sheria butu haziwezi kusaidai kuimarika kwa lugha-ishara. Azimio lile katika kifungu cha 1(2) linasema kuwa haki za lugha ni haki za kibinafsi na za umma. Zaidi ya hayo, katika Kifungu cha 3(2), Azimio hilo linafafanua kuwa haki za lugha ya makundi ya watu katika jamii ni pamoja na uhuru wa kudai lugha hizo na utamaduni wao ufundishwe; haki ya kuhudumiwa kwa lugha hizo; haki ya lugha hizo kutambulika na kutumika katika vyombo vya habari; haki ya kupata huduma za serikali kupitia lugha hizo na matumizi ya lugha zao katika utangamano wa kijamii.

Ingawa Azimio la Barcelona linaonekana kana kwamba ni hatua muhimu katika haki za lugha za watu, halijataja lugha-ishara kama mojawapo ya lugha za walio wachache katika jamii. Hivyo basi, walemavu wa kusikia si miongoni mwa wale waliokusudiwa katika Azimio la Barcelona kwa kuwa wao, mintaarafu mantiki inayotawala muktadha huu, si jumuia-lugha au kundi-lugha. Dhana hizi zimetumiwa kurejelea 'eneo'.

Ingawa Katiba inataja lugha-ishara ya Kenya, si bayana ni nini kinachokusudiwa hasa katika juhudi za kiutekelezaji. Licha ya ugiligili huo, Katiba hiyo ina athari kwa sera ya lugha-ishara nchini. Ni kutokana na hali hii ambapo inapendekezwa kuwa serikali ya Kenya haina budi ila kufanya kila juhudi kuunda sera zinazoweza kutekelezwa ili kukidhi mahitaji ya kikatiba kwa walemavu wa kusikia. Bila sera na mikakati muafaka, Katiba itasalia kuwa butu isiyo na makali kisheria kulinda, kuhifadhi na kuendeleza lugha-ishara.

Hofu kuhusu ubutu wa Katiba ya Kenya inatokana na ukweli kwamba Sura ya 2 nzima haina mapendekezo maalum kuhusu nini hasa kinachostahili kufanywa kuhusu lugha-ishara. Ukosefu huu wa mwelekeo maalum ni hali ambayo inatupa wahka iwapo kweli juhudi zo zote zitafanywa kuhusu lugha-ishara, ama hali itasalia kuwa ile ile isiyojali wala kushughulikia lugha hii. Hata hivyo, iwapo kipengele kuhusu Lugha-Ishara ya Kenya kitazingatiwa na vipashio vingine vinavyorejelea haki za binadamu, basi kuna uwezekano mkubwa wa Katiba ya Kenya kuiendeleza lugha-ishara kwa jumla. Hili litafanyika kutegemea juhudi za wataalamu na wapangaji sera ya lugha na utekelezaji wake.

Sera ya lugha ni taaluma ambayo imekuwa ikikua kwa kasi nchini Kenya kutokana na juhudi za wataalam mbalimbali. Tangu mwanzo wa mwongo wa 1980, idadi ya wachunguzi na watafiti kuhusu sera ya lugha nchini Kenya imeongezeka kwa kiwango kikubwa. Kuna wataalam ambao wanaojishughulisha na swala zima la lugha na maendeleo, na pia kuna wale wanaozingatia maswala ya kinadharia kuhusu sera na upangaji lugha. Hali hii inadhihirika vyema zaidi katika Vyuo Vikuu ambapo kuna kozi za Isimujamii na utafiti kuhusu lugha na maendeleo.

Maendeleo ya kasi kwenye uwanja wa sera ya lugha nchini Kenya yanaakisi yale yanayotokea kwingineko ulimwenguni kuhusu swala la lugha katika maendeleo. Matokeo ya utafiti katika suala la lugha yamethibitisha kuwa kuna mengi ambayo yamefanywa na bado kuna mengine yanayostahili kushughulikiwa. Tofauti na ilivyokuwa baina ya miaka ya 1960 na 1970 wakati suala la lugha halikupewa umuhimu mkubwa katika maendeleo (Ricento, 2006; Samuelson and Freedman 2010), kwa sasa lugha imeibuka kuwa asasi ya kimsingi katika maendeleo ya taifa. Hali hii inatokana na utambuzi kuwa lugha haiwezi kutenganishwa na maendeleo ya jamii yo yote ile.

Tofauti na utafiti wa lugha wa awali ambao ulikuwa elekezi (taz. Cooper 1989), uchunguzi mwingi unaofanywa sasa ni wa kina na unachukua mwelekeo unaofasili mchakato wa sera ya lugha kiuchanganuzi. Wachunguzi kama vile Ricento (2006) wameshughulikia lugha kama uwanja wa kitaaluma unaoweza kueleweka kwa kutumia mitazamo mbalimbali, mbinu tofautitofauti na mielekeo ya aina kwa aina. Jitihada hizi zinaungwa mkono na Tollefson (1991) ambaye alikosoa mtindo wa kulitazama suala la lugha nje ya mukktadha wa siasa na maendeleo ya jamii. Badala yake, mtazamo mpya unachukulia mkondo wa kuliona na kulizamia suala la lugha kinadharia na kitaaluma. Ni mwelekeo huu ambao unapendekezwa katika makala hii kuhusu lugha-ishara: haja ya kuihusisha katika siasa na sera za maendeleo ya taifa la Kenya. Hilo litafanyika iwapo sera ya lugha-ishara itabainika.

Suala la sera ya lugha limejadiliwa na wataalam mbalimbali. Kwa mfano, Fettes (1997) anaeleza sera ya lugha kuwa mchakato wenye utaratibu unaofanywa na watu kwa kuzingatia matokeo ya utafiti. Kwake, sera ya lugha ni tukio linalohusisha siasa, utamaduni na jamii kwa upande mmoja, na asasi nyinginezo katika jamii. Sera hulenga kueleza matarajio na hofu walizonazo watu kuhusu lugha fulani. Sera ya lugha hutokea katika muktadha wa wingi-lugha na huwa juhudi za taifa kuingilia matukio ya kiisimu kwa lengo la kuhakikisha kuwa lugha zinalindwa kupitia katiba.

Kwa mujibu wa Spolsky (2004), sera ya lugha hujengwa kutokana na vipengele vitatu muhimu: hali halisi ya lugha; misimamo kuhusu lugha; na upangaji wa lugha. Hali halisi ya lugha ni pamoja na maamuzi yanayochukuliwa na watu kuhusu lugha waitakayo iwatumikie katika shughuli zao kama vile elimu na mawasiliano katika vyombo vya habari. Kwa upande mwingine, misimamo kuhusu lugha ni hisia na mielekeo ya watu kuhusu matumizi ya lugha husika katika nyanja mbalimbali za kimawasiliano. Nao upangaji wa lugha umeelezwa kuwa juhudi maalum za kujaribu kubadili hali ya lugha katika jamii. Kaplan na Baldauf (2007) wanasema kwamba upangaji wa lugha unafaa kueleweka kuwa hatua za kisiasa. Kwa hivyo, Schiffman (1998) anaonelea kuwa sera ya lugha inastahili kuwa hatima ya juhudi za upangaji wa lugha. Naye Spolsky (2004) anaamini kuwa sera ya lugha ni sehemu muhimu ya mchakato mzima wa upangaji lugha.

Kutokana na maelezo hayo mbalimbali, Shohamy (2006) anaonelea sera ya lugha kuwa inatokana na misimamo ya watu kuhusu uhalisia wa lugha katika jamii. Hali hii hudhihirika kupitia tabia na matumizi ya lugha yaliyo rasmi na yasiyo rasmi. Kwa mfano, sera ya lugha shuleni inadhihirisha hali ya sera rasmi ilhali mawasiliano ya hadhara ni ithibati ya sera isiyo rasmi. Hata ingawa juhudi nyingi za uundaji wa sera ya lugha hutokea bila mpango maalum na aghalabu huwa zimejitenga na upangaji lugha (Fettes 1997: 14), michakato hiyo miwili ina uhusiano mkubwa unaoathiriana. Ni kutokana na hilo ambapo Tupas (2009) anaamini kuwa sera ya lugha ni sehemu muhimu ya maendeleo ya jamii na hivyo basi mahitaji ya kijamii ndiyo yanayostahili kuzingatiwa katika kutambua hadhi na majukumu ya lugha husika.

Kwa ujumla basi, sera ya lugha inaweza kufafanuliwa kuwa mfumo wa hatua zinazochukuliwa na michakato inayozingatiwa na taifa au jamii yo yote ile kuelekeza hali na matumizi ya lugha. Kutokana na hali hii, ni muhimu kutofautisha kuhusu lugha katika taifa, lugha ya taifa, lugha rasmi na lugha za kieneo pamoja na lugha za walio wachache, pamoja na kutambua na kueleza majukumu ya kila aina mintaarafu katiba ya taifa husika. Ili kufanikiwa kufanya hivyo, Mar-Molinero (2000:74) anahoji kuwa hatuna budi kuelewa barabara tofauti iliyoko baina ya sera ya lugha kama hatua zinazohusu kuchukuliwa kwa maamuzi fulani kuhusu lugha, na upangaji lugha ambao huwa ni utekelezaji wa maamuzi yaliyochukuliwa kuihusu lugha hiyo. Hivyo basi, ni dhahiri kuwa sera ya lugha na upangaji lugha ni masuala changamano na hukumbwa na ndaro katika misingi yake pamoja na utekelezaji wake. Hali hizi zinawahitaji wataalamu wa lugha nchini Kenya kujitolea muhanga kuzishughulikia hasa kwa kuzingatia sera ya lugha-ishara.

Tofauti na ilivyokuwa hapo awali, Katiba ya Kenya (2010) inatambua lugha-ishara. Aidha, kinyume na ilivyokuwa hapo mwanzoni, Katiba ya sasa imejitahidi kuzipa mwanya baina ya lugha kwa kuitaja lugha-ishara kuwa miongoni mwa lugha nyingine katika taifa la Kenya. Hatua hiyo ni muhimu sana hasa ikizingatiwa kwamba sera ya lugha hutegemea juhudi za serikali kama hii ya kuutambua umuhimu wa lugha-ishara kikatiba. Juhudi nyingine mahsusi ni pamoja na Bunge la nchi kujadili na kuunda sheria kuhusu lugha, mahakama kulinda haki za lugha au maamuzi ya utawala wa nchi kuhusiana na matumizi ya lugha katika shughuli rasmi kama vile elimu. Haya yote hufanywa kwa lengo la kuilinda, kuikuza na kuiendeleza lugha husika. Changamoto kubwa nchini Kenya ni kuhakikisha kuwa yaliyokusidiwa kikatiba yanatekelezwa katika jamii, hasa kupitia sera ya lugha inayoijali na kuizingatia lugha-ishara.

Haki za lugha-ishara katika Katiba ya Kenya ni jambo linalohitaji tafakari ya makini. Kwa kutaja lugha ya taifa, lugha rasmi na lugha nyinginezo, Katiba ya Kenya inatambua kuwepo kwa wingi-lugha katika jamii na haja ya kukabiliana na changamoto zinazotokana na hali hiyo. Katiba inaashiria kuelewa kuwa wingi-lugha ni hali isiyoepukika nchini na isiyobudi kuhifadhiwa na kukuzwa. Kwa kuitaja lugha-ishara, Katiba inaashiria kutaka kuzilinda haki za watumiaji wa aina ya lugha hii. Ni wajibu wa wananchi wa Kenya kuheshimu katiba yao, ikiwa ni pamoja na kuheshimu na kulinda haki za wale wote wanaotambuliwa nayo, ikiwa ni pamoja na walemavu wa kusikia. Kuilinda na kuiendeleza lugha-ishara ni mojawapo ya juhudi za kuhifadhi na kuimarisha ukwasi wa utamaduni wa nchi na lugha zake. Hivyo basi, kuiheshimu Katiba ya nchi si jambo la hiari bali ni wajibu; na vivyo hivyo, kuilinda na kuiheshimu lugha-ishara ni hali inayotarajiwa kutekelezwa bila kusita. Katiba imetoa mwongozo unaomwelekeza kila Mkenya kuzingatia mambo ya kimsingi kuhusu lugha-ishara. Kinachohitajika ni kufahamu kwa yakini mambo mengine muhimu yanayostahili kufanywa ili kuhakikisha kuwa katiba imetekelezwa na kuheshimiwa ipasavyo. Kupitia Katiba, lugha-ishara sasa ina nafasi nzuri ya kujitanua na kujiendeleza kama sehemu muhimu ya utamaduni na mawasiliano katika jamii ya Kenya.

Sera ya lugha ina uhusiano wa karibu sana na hadhi ya lugha. Hivyo basi, hakuna shaka kwamba Katiba imeiinua hadhi ya lugha-ishara nchini. Hata hivyo, pana haja ya sera ya lugha ambayo inatambua mabadiliko haya, na inayoichukulia lugha-ishara kuwa muhimu katika maendeleo ya nchi kwa ujumla. Lugha-ishara ieleweke kuwa aina mojawapo ya lugha za Kenya inayostahili kuendelezwa.

Hifadhi na ustawi wa lugha-ishara nchini Kenya

Kufikia hapa, hoja kuu ninayoiendeleza ni kuwa, pana haja ya maendeleo endelevu ya lugha zote za Kenya, ikiwemo lugha-ishara. Ili hili lifanyike, upangaji wa lugha unahitaji kuongozwa na mtazamo wa kimaadili unaojali na kuzingatia lugha zote muhimu za nchi. Tofauti na upangaji lugha ulioendelezwa katika karne ya 20 na ambao ulizingatia mno uwezo wa lugha chache muhimu, upangaji lugha mpya wa karne ya 21 unatambua umuhimu wa lugha zote kuwa turadhi za taifa na sehemu ya utu wa binadamu. Hivyo basi, huu mtazamo mpya unahitaji kuzingatia uhalisia wa lugha katika nchi. Upangaji lugha, sera ya lugha na matumizi ya lugha ni baadhi ya mambo ya kimsingi ambayo hayana budi kutiwa maanani huku uhalisia wa lugha nchini Kenya ukizingatiwa. Katika muktadha huu basi, lugha-ishara ina fursa nzuri ya kuendelea ili iwahudumie ipasavyo watumiaji wake.

Kwa ujumla basi, Katiba inatoa fursa ya kuziendeleza lugha za wengi, hasa Kiswahili na Kiingereza, pamoja na kuendeleza lugha-ishara ambayo ni ya walio wachache katika jamii. Tofauti na lugha za walio wachache kikabila, lugha-ishara haina ukabila; hutumiwa na watu wa maeneo na vyeo vya kila aina katika jamii ili kujikimu maishani. Ni kutokana na ukweli huu kuwa lugha hii huwatumikia watu wote katika jamii bila kujali mipaka yo yote ile ambapo pana umuhimu wa kuilinda, kuitunza na kuiendeleza. Jambo hili si rahisi, lakini halina budi kufanywa.

Hivyo basi, pana dharura ya kuchukua hatua na kufanya mikakati ili kuhakikisha kuwa lugha zote za Kenya zimelindwa na kuendelezwa, bila ubaguzi wa wingi au umuhimu. Wingi-lugha ni jambo lisiloepukika na lenye umuhimu wa kuitambulisha nchi na kuiendeleza kimawasiliano. Kwa kutambua wingi lugha katika Katiba, taifa la Kenya halina budi ila kufanya juhudi za maksudi kuhakikisha kuwa hakuna aina ya lugha inayobaguliwa au kudhrauliwa. Hilo litafanyika tu iwapo sera ya lugha muafaka inaundwa inayotambua na kujali wingi lugha, na yenye uwezo wa kuuhifadhi na kuuendeleza. Kila lugha katika taifa la Kenya ishughulikiwe kwa namna inayoutambua umuhimu wake katika mawasialiano na maendeleo ya jumla ya umma.

Lugha ndio msingi wa kila shughuli ya mwanadamu. Hivyo basi, pana haja ya kuhakikisha kuwa lugha zote za mwanadamu zinaheshimiana na kuchangiana kimaendeleo zinapotagusana. Sera ya lugha inastahili ukweli huu na kuhakikisha kwamba michakato ifaayo imeandaliwa ili kuhakikisha kuwa hakuna lugha hata moja ambayo inadharauliwa au kupuuzwa.

Umuhimu wa lugha-ishara katika jamii

Kufikia sasa, dhana ya 'wachache' haijaeleweka na kukubalika kutumiwa kwa namna inayoridhisha kila mtu. Hali hii inadhihirika kutokana na matumizi yanayotofautiana kama inavyodhihirika katika maandishi mbalimbali. Kwa mfano, Azimio la Umoja wa Mataifa kuhusu Haki za Walio Wachache (1992) linatumia dhana hii kurejelea watu wa kabila au dini fulani na ambao wakinyimwa haki yao, basi huenda hali hiyo ikahatarisha usalama. Hivyo basi, haki za watu kama hao zinalindwa ili kuepusha kadhia ya mtafaruku na ghasia za kisiasa na kijamii. Jinsi ambavyo dhana hii inavyojitokeza hapa, haizingatii suala la lugha, hasa lugha-ishara. Ingawa walemavu wa kusikia ni miongoni mwa makundi ya wachache katika jamii, siyo wao waliokusudiwa katika maana inayojitokeza katika maelezo ya Azimio. Kwa maana nyingine, hata bila kuzilinda haki za lugha-ishara, watumiaji wake si tishio kwa usalama. Ni hali hii ambayo inanifanya kupendekeza kuwa maana ya 'wachache' isibanwe tu kuwazingatia watu wanaopatikana katika eneo fulani au hata wanachama wa kundi fulani la kiimani, bali itumiwe kuwahusisha watu wote ambao haki zaki zao zinapuuzwa. Ni katika kundi hili ambapo ninaweka walemavu wa kusikia pamoja na lugha yao.

Isitoshe, utata kuhusu maana ya 'wachache' inatokana pia na namna dhana za mgongano/tofauti na utambulisho zinavyotumiwa na kujitokeza. Kinyume na walivyochukulia watu wengi katika jamii, tofauti miongoni mwa watu au makundi ya watu si lazima ziwe vita vinavyovuruga mambo. Kwa upande mwingine, lugha kama nembo ya utambulisho si lazima ihusishwe na kabila lo lote. Ni kweli kwamba si kila mara vita huzua zogo na vurumai; vita vinaweza kuwa baridi na vyenye athari mbaya kwa maendeleo. Katika mantiki hii, vita ni dhana ya hali ya kutokubaliana kuhusu jambo fulani na hivyo kukabiliana kwa namna fulani ili kujaribu kutafuta na kupata suluhu yake. Vile vile ni kweli kwamba huenda kuwanyima walemavu wa kusikia haki kuitumia lugha-ishara huenda kusababishe ghasia za kutumia nguvu, lakini hali hiyo inaweza kuwa tisho kwa usalama hasa ikizingatiwa kuwa watu hao wanaweza kuamua kuhujumu maendeleo katika jamii. Lugha-ishara haiwezi kunasibishwa na kabila wala kundi lo lote katika jamii: ni lugha ya watu wote bila kujali misingi mingine yo yote ile ila tu ule wa ulemavu wa kutosikia na hivyo kutoweza kuzungumza kwa kutumia lugha zisizo ishara.

Katika muktadha huo basi, ni sawa kudai kuwa haki za lugha ni jambo linalotegemea namna ambavyo watumiaji wa kila lugha wanavyoheshimiwa na kupewa fursa ya kujiendeleza. Hata ingawa walemavu wa kusikia huenda wasiwe wanaishi pamoja kama jamii nyingine za kikabila, ko kote kule waliko wanastahili heshima zao kama jamii yenye aina yao ya lugha ya mawasiliano. Kwa kuwa kutengwa kwa makundi mengine katika jamii, au hata kunyimwa watu haki zao ni mambo ambayo yameshughulikiwa kwa kina, hasa kwa kuzingatia athari yake kwa maendeleo, wakati ni sasa kwa wataalamu wa lugha na maendeleo kulivalia njuga suala la lugha-ishara na watumiaji wake na jinsi wanavyoishi. Walemavu wa kusikia wenyewe wanajitahidi kuilinda hadhi yao katika jamii, na sauti za watu wengine zitakuwa muhimu kuwaunga mkono.

Hatua ya kuitambua lugha-ishara katika Katiba ya Kenya (2010) ni mwanzo unaoashiria mstakabali mzuri. Walemavu wa kusikia wanatambuliwa kuwa sehemu muhimu ya jamii, nayo lugha-ishara inapewa hadhi kuwa miongoni mwa lugha katika nchi ya Kenya. Lugha-ishara inafaa iheshimiwe, itunzwe na iendelezwe. Tofauti na lugha nyingine za wachache kama vile za kikabila, lugha-ishara haimo katika hatari ya kuangamia. La! Lugha-ishara haitaangamia kwa kuwa watumiaji wake wapo na wanahitaji kuwasiliana. Hivyo basi, lugha-ishara inahitaji kulindwa ili isipuuzwe katika mawasiliano na maendeleo ya jamii.

Hata hivyo, ingawa Katiba inatambua haja ya kutunza na kustawisha lugha-ishara, si bayana ni hatua na mikakati gani inayostahili kuchukuliwa kuhakikisha kuwa hilo limefanyika. Ni muhimu kutafakari mstakabali wa lugha-ishara kwa kuzingatia mitazamo na nadharia za sera na mipango ya lugha kama asasi yenye uhusiano na maendeleo ya kijamii. Uamuzi wa kutambua lugha-ishara katika Katiba ni hatua muhimu ya kimsingi ambayo inaweza kuhakikisha kuwa lugha hii haibaguliwi na kupuuzwa.

Mbali na Katiba, inatarajiwa kuwa lugha-ishara itapata sauti na kuungwa mkono katika vyombo vingine vya dola na serikali za kimaeneo. Kwa mfano, kwa kuhimiza na kutilia mkazo lugha-ishara, serikali za kimaeneo zitawapa nafasi watumiaji wake kutambulika, kuheshimika na kuendelezwa katika shughuli zao mbalimbali za kimaendeleo katika maeneo husika. Isitoshe, utambuzi na ustawishaji wa lugha-ishara utahakikisha kuwa walemavu wa kusikia wanahusishwa katika shughuli nyingi za kijamii na maendeleo kadri iwezekanavyo. Lugha-ishara ndiyo sifa ya kipekee inayowatambulisha walemavu wa kusikia, na haina budi kuhifadhiwa.

Mustakabali wa lugha-ishara

Kwa muda mrefu sasa, lugha-ishara imekuwa katika nafasi duni ikilinganishwa na lugha nyingine nchini Kenya. Licha ya hayo, watumiaji wake hawawezi kumezwa na lugha nyingine hizo. Hii ina maana kuwa lugha-ishara ipo na itaendelea kuwepo. Hivyo, pana haja ya kubuni mbinu na mikakati ya kuishughulikia jinsi ilivyo ili kuimarisha. Hapana shaka kuwa Katiba imetoa fursa nzuri ya kufikiria namna ya kuiimarisha lugha hii. Jambo muhimu linalostahili kuzingatiwa kwa dharura ni kutambua uhalisia wa wingi-lugha katika nchi ya Kenya. Hivyo basi, lugha tofautitofauti zinahitaji kupewa nafasi ya kukua na kuchangia katika maendeleo ya taifa. Hilo litafanyika tu pale lugha hii inatambuliwa kuwa yenye umuhimu kimawasiliano na kimaendeleo, na hivyo hadhi yake kuimarishwa.

Hali hizi zinalifanya suala la sera ya lugha kuwa lenye umuhimu mkuu na dharura kubwa. Mikakati ya uundaji wa sera ya lugha nchini Kenya itahitajika kushughulikiwa kwa kutilia maanani ukweli na uhalisia wa kuwepo kwa lugha nyingi katika jamii. Wingi-lugha ni sifa ya utamaduni wa Kenya na inastahili kutunzwa na kuendelezwa. Miongoni mwa juhudi za kuhakikisha kuwa sera ifaayo imeundwa na kutekelezwa ni pamoja na ufundishaji na utafiti kuhusu lugha kwa jumla, na hasa lugha-ishara.

Kenya inahitaji juhudi nyingi zifanywe kuhusu lugha-ishara. Hata hivyo, mpaka sasa ni utafiti kiasi kidogo mno ambao umezingatia lugha hii (mif. Okombo, 2001; na Otieno, 2012). Matokeo ya utafiti uliowahi kufanywa hayajazamia kwa kina masuala mengine muhimu kuhusu lugha-ishara, mbali na kuonyesha tu kuwa zipo na zinatumika. Hivyo basi, inatumainiwa kuwa wataalam wengine watajitosa katika kuchunguza suala hili na kuibuka na ugunduzi na mapendekezo yatakayochangia maendeleo yake.

Mbali na juhudi za kielimu, lugha-ishara pia iwezeshwe kupitia sheria, vyombo vya habari na namna nyinginezo kimatumizi. Pana haja ya sera ambazo zinatambua lugha-ishara kuwa aina maalum ya lugha ambayo inahitaji sheria za kuilinda na kuiendeleza. Aidha, lugha-ishara ikubalike kuwa miongoni mwa lugha muhimu za taifa la Kenya na siyo tu 'lungha nyingineyo' ile. Kutokana na hali hii, lugha-ishara iheshimiwe, itunzwe na kuendelezwa kupitia matumizi.

Lakini kwa kuwa elimu ndilo jukwaa muhimu zaidi la kukadiria ufanisi wa sera ya lugha, pana haja ya kuanzisha mfumo wa kufunza na kufanya utafiti wa kina kuhusu lugha-ishara. Na kule ambako lugha hii inafunzwa, vifaa na nyenzo nyingine za kimsingi zitolewe. Isitoshe, watu wengi katika jamii wahimizwe kujifunza lugha-ishara katika viwango mbalimbali vya elimu.

Na ili kuhakikisha maslahi ya watumiaji wa lugha-ishara yanalindwa, makundi ya kutetea haki za lugha hii yaundwe, pamoja na vyama vya kitaaluma vya lugha-ishara. Hali hii itawapa fursa watafiti, watetezi, wakereketwa, na wapenzi wa lugha-ishara jukwaa na fursa ya kuchangia maendeleo yake. Vyama na mashirika yanayohusiana na shughuli za lugha-ishara yashirikiane na asasi za kielimu, pamoja na vyombo vya habari ili kutangaza na kueneza shughuli zake.

Kwa uapnde wake, serikali kuu na serikali za majimbo zinaweza kuchangia kutunza na kustawisha lugha-ishara kwa kuchukua hatua mbalimbali. Kwa mfano, serikali hizi zinaweza kutangaza Mwaka wa Lugha-Ishara kwa lengo la kuihamasisha umma kuhusu suala hili. Isitoshe, serikali hizo zinaweza kutoa ufadhili kuhakikisha kuwa elimu na matumizi ya lugha-ishara yanapewa kipaumbele katika shughuli zao za kimaendeleo.

Mapendekezo yanayotolewa hapa yana lengo la kudhihirisha kuwa juhudi zifaazo zikifanywa, basi lugha-ishara itachukua nafasi inayostahiki katika maendeleo ya taifa la Kenya. Hata hivyo, ifahamike kwamba kutekeleza baadhi ya maoni na mapendekezo haya ni hali inayohitaji kujitolea kwa hali na mali kwa wadau wote. Vizuizi na mikingamo ni mingi; lakini panapo nia, njia ipo. Umuhimu wa lugha-ishara unaifanya kuwa suala lisiloweza kuendelea kupuuzwa. Kwa kulitilia jambo hili umuhimu, hadhi yake itapanda na watumiaji wake kuhisi kuwa wanathaminiwa.

Hitimisho

Makala hii imeshughulikia umuhimu wa kutambua lugha-ishara katika Katiba ya Kenya na haja ya kuiwezesha ili itekeleza majukumu yake ya kimaendeleo pamoja na kimatumizi. Makala imedhihirisha kuwa suala la lugha-ishara bado halijapata kuzingatiwa kwa dhati, licha ya umuhimu wake. Inawezekana kuwa utata kuhusu maana hasa ya lugha za wachache na ugumu wa kutekeleza mapendekezo ambayo tayari yameshatolewa ni baadhi ya changamoto zinazoikumba lugha-ishara nchini Kenya. Hata hivyo, inatarajiwa kwamba kutokana na msingi wa kikatiba, juhudi zitafanywa na wahusika wote kuhakikisha kuwa lugha hii inapewa hadhi na kuwezeshwa kimatumizi. Inatarajiwa kuwa nchi ya Kenya inapofanyia asasi na vyombo vya dola marekebisho kwa mujibu wa mahitaji ya Katiba yake, sera ya lugha itanufaika na hali hiyo. Sera mpya ya lugha inastahili kulishughulikia suala la lugha-ishara kwa mtazamo mpya kabisa. Hususan, asasi za elimu, utawala, vyombo vya habari, Bunge na dini hazina budi kuwa mstari wa mbele kulifanikisha hilo.

Marejeleo

Baldauf, R. B. & R.B. Kaplan (eds) (2007). Language Planning and Policy in Latin America, Vol. 1. Multilingual Matters.

Capotorti, F. (1979). *Study of the Rights of Persons Belonging to Ethnic, Religious and Linguistic Minorities.* New York: United Nations.

Cooper, R. L. (1989). *Language Planning and Social Change.* New York: Cambridge University Press.

Das, A.K. (2004). 'Minority Language Laws in the EU: Process and Problem of Policy Implementation', Presented at Mercator International Symposium: Europe 2004: A new framework for all languages? Tarragona – Catalunya.

Dube, N. (2008). 'Minority Language Rights in Canada', Centre for Constitutional Studies, Canada.

Goldewijk, B.K & Fortman, B. (1999). *Where Needs Meet Rights: Economic, Social and Cultural Rights in a New Perspective.* Geneva: World Council of Churches Publications, Risk Book Series, No. 88.

Government of Kenya (2010). *The Constitution of Kenya*. Nairobi: The Government Printer.

Fettes, M. (1997). "Language Planning and Education", in R. Wodak & D. Corson (eds) *Language Policy and Political Issues in Education*, pp. 13-22. Kluwer Academic, Dordrecht.

ICCPR (1966). International Covenant on Civil and Political Rights. Adopted by the General Assembly of the United Nations on 19 December 1966. UN, New York.

Kembo-Sure & N. O. Ogechi. (2009). *Linguistic Human Rights and the Language Policy in the Kenyan Education System*. Addis Ababa: OSSREA.

Maja, V. (2007). 'What are minority languages?' In AfLaT, African Language Technology Mar-Molinero, Clare, 2000, *The Politics of Language in the Spanish-Speaking World: From Colonization to Globalization*, London: Routledge.

Ogechi, N. O (ed) (2011). *Themes in Language, Education and Development in Kenya*. Nsema Publisher, Canada.

Okoth-Okombo, D. (2001). 'Language Policy: The Forgotten Parameter in African Development and Governance Strategies', Inaugural Lecture delivered at the University of Nairobi, Nairobi.

OSCE (1998). Organization for Security and Co-operation in Europe Oslo Recommendations regarding the linguistic rights of national minorities.

Otieno, E.A. (2012). 'Ufundishaji wa Sarufi ya Kiswahili kwa Kutumia Lugha-Ishara', Unpublished MEd. Thesis. Masinde Muliro University of Science and Technology.

Owino, F. R. (ed) (2002). Speaking African: African Languages for Education and Development. Cape Town: CASAS.

Pandharipande, R.V. (2002). 'Minority Matters: Issues in Minority Languages in India', in *International Journal on Multicultural Societies*, Vol. 4, No. 2.

Ricento, Thomas (2006). An Introduction to Language Policy: Theory and Method. Malden, MA: Blackwell Publishing.

Samuelson, B.L. and Freedman, S.W. (2010). 'Language Policy, Multilingual Education and Power in Rwanda. *Language Policy* 9(3), 191-215.

Schiffman, Harold F. (1998). *Linguistic Culture and Language Policy*, Routledge.

Shohamy, E. G. (2006). *Language Policy: Hidden Agendas and New Approaches.* London: Routledge.

Spolsky, B. (2004). *Language Policy: Key Topics in Sociolinguistics.* Cambridge: Cambridge University Press.

Thornberry, P and Martin Esténabez, MA. (2004). *Minority rights in Europe.* Strasbourg: Council of Europe Publishing

Tollefson, J. W. (1991). *Planning Language, Planning Inequality: Language Policy in the Community.* London: Longman.

Tupas, T.R.E. (2009). Language as a problem of development. In L.Lim and E.Low (eds), *Multilingual, Globalising Asia,* 23-35. (AILA Review 22.) Amsterdam: Benjamins.

UDLR, (1996). Universal Declaration of Linguistic Rights, The Barcelona Declaration, UNESCO. UN Declaration on the Rights of Persons Belonging to National or Ethnic, Religious and Linguistic Minorities.

United Nations General Assembly (1948). *Universal Declaration of Human Rights,* Resolution 217A(III), Article 2.

UN Yearbook for Human Rights 1950.

UHAKIKI WA KITABU

Anwani: *Siri Sirini: Mshairi na Mfungwa.* Kitabu cha 1
Mwandishi: Rocha Muzungu Chimera
Mchapishaji: Longhorn
Mwaka: 2013
Kurasa: 458
Mhakiki: Ombito Elizabeth Khalili

Siri Sirini ni mfululizo wa vitabu vitatu vya riwaya za kihistoria alizotunga Rocha Muzungu Chimera. Katika kitabu cha kwanza, Chimera anasimulia mighani ya Fumo Liyongo wa Shanga kwa uketo mkubwa wa kisanii. Riwaya inaangazia utawala wa himaya ya Shanga kwa utondoti huku mwandishi akiifuma mishale michungu kwa kicheko cha kuvunja mbavu za msomaji. Ni safari ya migogoro michanga na mipevu ya kiutawala wa jadi na hata wa sasa Barani Afrika. Ikulu ya Mfalme Ngaoyati Suleiman Mringwari imekolezwa ukiritimba, kinyongo na uchu wa mamlaka baina ya mtu na nduguye. Utu na udugu vimesulubishwa na ubinafsi na ulevi wa mamlaka. Riwaya imesimikwa kwenye mandhari ya Uswahilini ingawa ni kurunzi inayoangaza kote Barani Afrika. Wakati wa matukio ni kabla ya ukoloni na ndiyo sababu mwandishi akasimulia matukio mengi ya historia ya Afrika Mashariki kwa ulimi wa asali wenye mizizi komavu katika fasihi simulizi.

Uteuzi wa wahusika umefanywa kwa ustadi mkubwa hadi msomaji akashawishika kuwaamini kuwa binadamu wa kweli waliowahi kuishi. Wahusika wamejengwa kwa ustadi wakamkuza na kumtukuza Fumo Liyongo huku wakimtweza Mfame Suleiman Mringwari kama ilivyostahiki kwa wakaazi wa pwani ya Afrika Mashariki. Masimulizi yanataja maeneo ya Shanga, Ozi, Lamu na hata Misri kwa taswira ya mzaliwa au mtu aliyewahi kuyazuru maeneo hayo. Lugha ya mwandishi inarahisisha kueleweka kwa maudhui mazito bila kuyasahilisha. Sauti ya mwandishi inasikika masikioni kama muziki wenye mahadhi matamu unaozifanya sura nyingi za riwaya kuwa aya fupi zilizo rahisi kufululiza. Mshikamano kwenye riwaya umekuzwa na matumizi ya taharuki na ucheshi wa kipekee. Upekee wa mwandishi unajitokeza zaidi kwenye mtindo wake wa kiusemezano unaotumia dayolojia pakubwa kuleta uhalisia wa mazungumzo. Tamathali za usemi zimetumika kwa vipimo wastani kuunga mchuzi wa masimulizi yanayomfanya msomaji kulambatia. Methali zote zimetumika kimuktadha na zinaeleweka kwa urahisi. Maneno magumu yameorodheshwa kialfabeti kwenye sherehe mwishoni mwa riwaya na maana zake kuelezwa.

Siri Sirini si riwaya tu bali ni lulu ya fasihi simulizi ya Waswahili iliyowahi kuandikwa. Unapoisoma, ni vigumu kubaini mpaka kati ya mighani, tamthilia, utenzi na riwaya kutokana na mtagusano uliopo kati ya vipera hivyo vyote. Matendo yamejitokeza wazi wazi kupitia taswira za kuyafanya yawe hai katika akili za msomaji. Mwandishi anadhihirisha uzoefu mkubwa wa kutumia mbinu ya taswira ili kukuza jazanda anazoziita siri. Mchoro kwenye jalada unaashiria fumbo. Mhusika wa kiume kwenye jalada anafahamika, ila yule mhusika wa kike anakanganya. Mwandishi anamwacha msomaji kwenye taharuki ya kumtambua mwanamke yule mshairi ni nani? Riwaya hii ni wenzo mzuri wa kufunzia Kiswahili kwa shule za upili na vyuoni, hasa stadi nne za lugha (za kusikiliza, kuzungumza, kusoma na kuandika), kupitia matini zake katika mwelekeo mseto. Kwayo, msomaji anajifunza lugha sanifu, historia, maadili na fasihi ya Mswahili katika Kiswahili. Kiwango chake cha lugha kinaeleweka na wasomaji wa umri wote. Mpenzi wa Kiswahili hana budi kuisoma riwaya ya *Siri Sirini; Mshairi na Mfungwa kitabu cha 1*, fumbo lisiloweza kufumbuliwa kabla ya kuvisoma vitabu vyote vitatu. Udhaifu wa mtunzi ni kuwa ametumia zaidi dayolojia kuliko masimulizi, mtindo unaoiteka tafakuri ya msomaji.

www.ingramcontent.com/pod-product-compliance
Lightning Source LLC
Chambersburg PA
CBHW051352290426
44108CB00015B/1976